அண்டியாபீசு

அண்டியாபீசு

மலர்வதி

கன்னியாகுமரி மாவட்டம், தக்கலையை அடுத்த வெள்ளிகோடு பகுதியில் வசித்துவருகிறார்.

தொடக்ககால எழுத்துகள் நாடகங்களாக வெளிவந்தன. அதன்பின் சமயம் சார்ந்த கட்டுரைகள், தவக்கால வழிபாட்டு நூல்கள் ஆகியன மூன்று தொகுதிகளாக வெளிவந்தன. 'காத்திருந்த கருப்பாயி', 'தூப்புக்காரி', 'காட்டுக்குட்டி', 'கருப்பட்டி', 'முதல் காட்சிகள்', 'நாற்பது நாட்கள்', 'வெற்றுப் பக்கங்கள்', 'சராவின் ஊஞ்சல்', 'கய்த பூவு' ஆகிய நூல்கள் வெளிவந்திருக்கின்றன.

2012ஆம் ஆண்டு வெளியான 'தூப்புக்காரி' நாவல் சாகித்ய அகாதெமியின் இளம் படைப்பாளிகளுக்கான யுவ புரஸ்கார் விருதைப் பெற்றது.

மின்னஞ்சல்: malarvathi26@gmail.com

மலர்வதி

அண்டியாபீசு

காலச்சுவடு பதிப்பகம்

அன்பார்ந்த வாசகருக்கு,

வணக்கம்.

காலச்சுவடு நூலை வாங்கியமைக்கு நன்றி.

நூலின் உள்ளடக்கம், உருவாக்கம், அட்டைப்படம் இன்ன பிற அம்சங்கள் பற்றிய உங்கள் கருத்துகளையும் ஆலோசனைகளையும் காலச்சுவடு வரவேற்கிறது. தகவல், எழுத்து, வாக்கியப் பிழைகள் தென்பட்டால் அவசியம் தெரிவித்து உதவுங்கள். நூல் தயாரிப்பில் கடும் குறைபாடு இருப்பின் மாற்றுப் பிரதி உங்களுக்குக் கிடைக்கக் காலச்சுவடு ஏற்பாடு செய்யும்.

மின்னஞ்சல்: **publisher@kalachuvadu.com**

காலச்சுவடு நாகர்கோவில் அலுவலகத்திற்குக் கடிதம் அனுப்பலாம்.

தங்கள்
எஸ்.ஆர். சுந்தரம் (கண்ணன்)
பதிப்பாளர் – நிர்வாக இயக்குநர்

அண்டியாபீசு ❖ நாவல் ❖ ஆசிரியர்: மலர்வதி ❖ © மேரி புளோரா ❖ முதல் பதிப்பு: டிசம்பர் 2024 ❖ வெளியீடு: காலச்சுவடு பப்ளிகேஷன்ஸ் (பி) லிட்., 669 கே.பி. சாலை, நாகர்கோவில் 629001

காலச்சுவடு வெளியீடு: 1330

aNTiyaapiicu ❖ Novel ❖ Author: Malarvathi ❖ © Mary Flora ❖ Language: Tamil ❖ First Edition: December 2024 ❖ Size: Demy 1 x 8 ❖ Paper: 18.6 kg maplitho ❖ Pages: 240

Published by Kalachuvadu Publications Pvt. Ltd., 669, K.P. Road, Nagercoil 629001, India ❖ Phone: 91-4652-278525 ❖ e-mail: publications @kalachuvadu.com ❖ Printed at Print Point Offset Printers, Nagercoil 629001

ISBN: 978-93-6110-402-2

12/2024/S.No.1330, kcp 5398, 18.6 (1) ass

1

“ஓமனா...”

வீட்டின் பின்பக்கம் நிற்கும் ஈரோலி மரத்திலிருந்து குயில்கள் தன் பெயரை அழைப்பது போலிருக்க, புன்முறுவலோடு சிரித்தவள் உறக்கப்பாயில் கிடந்தபடியே சன்னல் வழியே பார்க்கையில் அம்மரத்தில் திளுப்புகள்[1] மினுங்கி வந்துகொண்டிருப்பதைக் கண்டாள். மரத்திடம் தன்புன்னகையைக் கடத்தினாள். இனி இந்த ஈரோலி மரத்தில் சில நாள்களில் காய்களும் கனிகளும் வரும். அவற்றுக்காக நான்கு பக்கமிருந்தும் பறவைகளின் வருகை அதிகரிக்கும். பின் அம்மரம் முழுவதும் பறவைகளின் பாட்டுக் கச்சேரி திகழும். அவள் நினைப்பை உள்வாங்கியது போலவே ஈரோலி தன் கிளைகளை மெல்ல அசைத்துகொடுத்தது.

“இன்னும் எழும்பலியா?” மரம் கேட்டது.

“எழும்பணும்”

தேகத்தை முறுவலித்து நீட்டினாள். காலுமோட்டில் சுருண்டுக்கிடந்த பிதப்பு[2] இவள் விரல் பட்டு நர்... ண்ணு கிழிந்தது. பதறி எழுந்தாள் ஓமனா.

“அய்யே இருந்த ஒண்ணும் போச்சா” பிதப்பை உதறினாள் அதன் கிழிசலைப் பார்த்தவள்.

“தள்ளே தின்னவனுக்க நெஞ்சம்பலவ[3] போல இல்லா இருக்கு...” சுருட்டி தூரமாக எறிய முனைந்தாள்.

---

1. துளிர்கள்
2. போர்வை
3. நெஞ்சு பகுதி

"ம்மோ... கொசு..." இளைய மகள் ரீனா உறக்கக் கலக்கத்தில் சொல்ல, தூரமாக எறிய இருந்த பிஞ்சிப்போன பிதப்பை வேறு வழியே இல்லாமல் மகளின் சரீரத்தில் மூடினாள். குழந்தை முறுவலித்துப் படுத்தது. ஏதோ வானவீதியில் தூங்கும் ராஜகுமாரி போலவே அம்மக்காரி மூடிக்கொடுத்த போர்வையைக் கழுத்து வழியே அணைத்துக்கொண்டது. பாயிலிருந்து எழும்பினாள். கலைந்த தலைமுடியை வாரிச் சுருட்டி மடக்கிக் கொண்டையாகப் போட்டாள். இரவு உறங்குகையில் கொக்கி கழட்டிப்போட்ட உள்ளாடையின் கொழுத்தைப் பின் பக்கமாக இறுக்கினாள். இரவு முழுவதும் இளைப்பாறி கண்ட மார்புகள் சிறைக்குள் அகப்பட்டதுபோல் திமிறிக்கொண்டன ஒருவித இறுகலோடு. சன்னலருகே போய் நின்றாள். இளங்காலையின் வானத்தைப் பார்த்தாள். அடிவானில் மிதந்த மேகங்களின் இளஞ்சிவப்புச் சிதறல்களைப் பார்க்கையில் அண்டியாபீசின் எஸ்ற்றபிளி[4] பருப்புகளின் குவியல்போலவே தெரிந்தது. அண்டியாபீசில் தோடுகளோடு வறுக்கப்படும் அண்டிகளில் தீ பொள்ளல் அதிகமாக விழும் பருப்புகள் சிவந்துபோகும். அவைகளை "எஸ்ற்றபிளி" என்று அழைப்பார்கள். அந்த எஸ்ற்றபிளி பருப்பு மேகத்தில் போய் ஒட்டிக்கொண்டதோ? வியப்பாகப் பார்த்து நின்றவளைக் காற்று வந்து மோதி அணைத்து; அளைந்து குழைந்து சந்தோசம் கண்டது. தன்னிலிருந்து தள்ளி அனுப்பிய காற்றுக்கு நன்றியாக ஈரோலியைப் பார்த்தாள். வேலியோரத்தில் எதோ ஒரு காலத்தில் எதோ ஒரு பறவையின் கரிசனையில்தான் இந்த ஈரோலி மரம் இங்கு வந்திருக்க வேண்டும்.

இம்மரம் வேண்டும் என்று மெனக்கெட்டு வளர்க்க கூடியதாக இருந்திருக்க முடியாது. காட்டு வகையான இம்மரம் அதீத கடினமான தடியைக் கொண்ட மரமல்ல. பிடித்தால் பிடிக்குள் நிற்கும் மெல்லிய சரீரம் கொண்ட மரத்தின் மூடு வேலியிலிருந்து எழும்புகையில் எப்போதோ வளைந்து போயிருக்கிறது. அந்த வளைவு ஒருவகைத் தொட்டில் போலவே இருப்பதால் பழம் பழுக்கும் காலங்களில் அக்கம்பக்கம் உள்ள சிறுவர் சிறுமிகள் அதில் ஏறிக் கிடப்பார்கள் பழங்களுக்காக. ஓமனாளின் இரு மகள்களும் ஆகாரங்களை எடுத்துட்டு மரத்தின் வளைவில் ஏறியிருந்து தின்னுவார்கள். அப்படியே அவர்களோடு செம்பட்டைநிற பறவைகளும், அக்காக் குருவிகளும் கனைத்துக்கொண்டே இருப்பார்கள்.

சின்னச்சின்னக் கிளைகள்கொண்ட ஈரோலியின் பழங்கள் பட்சிகளுக்குரிய பழங்கள்போலவே சிறிதாக இருக்கும்.

---
4. சிவந்த பருப்பு

கொத்துக் கொத்தாகப் பச்சை நிறத்தில் தொங்கும் காய்கள், பழுக்கும்போது அடர் காபிப்பொடி நிறத்தில் ஆகிவிடும். அது பழுக்கையில் எப்படி எறும்புகளுக்கும் தெரியுமோ என்னவோ? மரம் முழுவதும் சாரை சாரையாக ஊருவார்கள். ஈரோலியின் தாழ்ந்த கொம்புகள் ஓமனாளின் பின்பக்க முற்றத்தில் இறங்கிக் கிடப்பதால் பழங்கள் பழுக்கும்போதெல்லாம் முற்றம் முழுவதும் பழங்கள் தொளிந்து கிடக்கும். முழுவதுமாகத் தன்னை இறக்கிக் கொடுத்திருக்கும் மரத்தின் கீழ்ப் பக்கம் யானைப் பாறையொன்று கிடக்கிறது. அப்பாறையின் இடுக்குகளிலும் இம்மரத்தின் பழங்கள் பதுங்கிக் கிடக்கும். அவற்றையும் யாரும் விட்டுவைப்பதில்லை. யானைப் பாறையும் ஈரோலி மரமும் ஓமனாளின் ஏக கூட்டுக்காரர்கள். அவளின் உணர்வுகளோடு கலந்தவர்கள். ஓமனாளுக்கு ஒன்பது வயதில் கீதாவும் ஏழு வயதில் ரீனாவுமாக இரு மகள்கள் இருக்கிறார்கள்.

ஓமனாளுக்கு மூன்று தங்கச்சிகள் உண்டு. இவர்களின் சிறுபருவத்திலே அம்மா அப்பா இல்லாமல் ஆனார்கள். இவர்களையெல்லாம் அம்மாவின் தங்கச்சிக்காரியான பவுளி வளர்த்து ஆளாக்கினாள். இந்த பவுளிக்குத் தக்க பருவத்தில் கல்யாணம் நடந்திருக்கிறது. ஆனால் கல்யாணத்தன்று இரவே, மாப்பிளைக்காரன் சிமுந்தேரி[5] விளையின் நடுவில் நின்ற அயனி மரமொன்றில் தூக்குப்போட்டுச் செத்தான். அவன் எதற்காகச் செத்தான் என்பது பவுளிக்குக் கடைசிவரைக்கும் தெரியாது. வாழ்க்கையை வாழாமலே முடித்துவிட்டவள் மீண்டும் பிறந்தகம் வந்தாள். அக்காக்காரி பிள்ளைகளைப் போட்டுட்டு இறந்துபோன நிலையில் தன்னோடு வந்து சேர்ந்த மகள்களைத் தன் மகள்கள்போலவே ஆளாக்கினாள்.

அண்டியாபீசில் வறுப்புக்கார யாகப்பன் பவுளியை இரண்டாம் தாரமாகக் கலியாணம் செய்துகொள்ள எவ்வளவோ வற்புறுத்திய பிறகும் அவள் சம்மதிக்கவே இல்லை. அண்டியாபீசில் தல்லுவேலை[6] செய்து தன் பிள்ளை களை ஆளாக்கினாள். ஆனால் ஓமளாளின் தலையெழுத்து வேறுவிதமாக இருந்தது எட்டாம் வகுப்பு படித்துக் கொண்டிருக்கும்போது பவுளிக்கு வயிற்றில் ஒரு கட்டி வந்து கோட்டார் ஆஸ்பத்திரியில் ஆறு மாசம் ஆகிபோனாள். ஆஸ்பத்திரி வீடு, வறுமையென பின்னிப்பிணைந்த நிலையில் பவுளியின் கூட்டுக்காரி தங்கம் இவளை அண்டியாபீசுக்குக் கூட்டியிட்டுப் போனாள். பவுளி ஆறி தேறி வருவதற்கு

---

5. கல்லறைத் தோட்டம்.

6. வறுத்த முந்திரி தோடை உடைக்கும் வேலை.

ஒன்றரை வருசம் ஆன நிலையில் குடும்பப் பொறுப்பு அவளுக்கும் ஆகிப்போனது. பின் அவள் அண்டியாபீசை விட்டு வெளியே வரவில்லை.

சன்னல் வழியே உலகைப் பார்த்து நின்றவளின் மனத்திரையில் இப்போதும் அண்டியாபீசின் வாசம் வீசியது. அந்த காம்புவுண்ட் சுவரும் முன்பக்கம் அமைந்திருக்கும் நீலநிற கேட்டும் அதோடு சேர்ந்து இருக்கும் வாட்சர்செட்டுமாய் அண்டியாபீசுக்குத்தான் எத்தனை முகங்கள்... அழகுகள். அங்கு வகைப்படும் பருப்புகளின் நம்பருகளையும் மனசிலிருந்து அழிக்கவே முடியவில்லை இப்போதும். நேற்று சாயங்காலம் இவள் மகள்கள் விளையாடிய சிறுகற்கள் யானைப் பாறை யருகே கிடப்பதைப் பார்த்தாள். அவைகளின் உருளலைப் பார்க்கையில் அண்டியாபீசின் பாஸ் பெரையில் பறக்கி மாற்றும் நானூற்றி எண்பது என வகைப்படுத்தும் வெள்ளைப் பருப்புகள்போலவே தெரிந்தன. பாஸ்பெரையில் வெள்ளை தெரிதல் சோலி செய்கையில் இருகைகளும் சேர்ந்து வாரும் பருப்புகளை நினைத்துப் பார்த்தாள். அண்டியாபீசு மணக்கும் போதெல்லாம் சித்திக்காரியும் மணப்பாள். ஈரோலியின் கருகிய இலைகளைப் பார்க்கையில் சித்திக்காரியின் அண்டிக்கறை பிடித்த கைகள் மனசில் தொங்கின. சித்திக்காரியின் குரலைக் கேட்க ஆசையாக இருந்தது. எங்கே போய்த் தேடுவது? ஏற்கெனவே சுகர் நோயாளியான சித்திக்காரிக்கு இவளின் கலியாணத்திற்குப் பிறகு காலில் புண் வந்தது. அதுவே அவள் உயிரை எடுக்கும் அளவுக்கு ஆனது. கிடப்பாயில் கிடந்தவளை வீட்டுக்கு ஆட்டோ பிடித்துக் கூட்டியிட்டு வந்தாள் ஓமனா.

“இது கொள்ளாமே எதோ அவளையும் சேத்து எனக்க மொவன் கலியாணங் கெட்டினதுபோல வாரி கெட்டியிட்டு வந்திருக்கியா எனக்க மொவுனுக்க வீட்டுக்கு...த்தூ.” ஓமனாளின் மாமியார் கேவலமாகப் பேச, அவமான வார்த்தை களின் சூடு தாங்காமல் மறுநாளே அதே ஆட்டோவை அழைத்துப்போய்விட்டாள் பவுளி. ஓமனாளின் சகோதரிகள் அவர்கள் பாடுகளைப் பார்த்தப்படி தூர இடங்களில் இருக்கிறார்கள். எப்போதாவது எதோ சில வார்த்தைகள் நலம் விசாரிப்பதோடு முடித்துவிடுவார்கள்.

“நாங்கள் உமக்கு ஆறுதலளிப்போம் ஆண்டவரே... ஆறுதலளிப்போம்...”

கிறிஸ்தவச் சேனலில் ஒளிப்பரப்பப்படும் ஆராதனையை டிவியில் பார்த்தபடியே இயேசுவுக்கு ஆறுதல் பாடும் கிச்சிலி யின் சத்தம் கேட்டதும் காதுகளைப் பொத்தினாள் ஓமனா...

“கள்ள பெலயாடி... பகல் வேசம் போட்டு ஆண்டவர துதிச்சியாளே, இவளையெல்லாம் கர்த்தாவும் எப்பிடித்தான் பொறுத்துட்டு இருக்கியாரோ...”

மனம் எரிந்துவர மாமிக்காரியான கிச்சிலியோடு எரிச்சலில் ஆனாள். கிச்சிலியின் மனு என்ற மகனே இவளின் கணவன். கிச்சிலிக்கு இன்னும் இரண்டு பெண் மகள்கள் உண்டு. மனுவின் அப்பா சின்ன வயதிலே இறந்துபோக, பதினாறு வயதிலே குடும்பத்தை வளர்க்கக் கூலி வேலைக்குப் போனான் மனு. ஏகதேசம் பத்தொன்பது வயசு ஆனபோது கொத்த வேலையைக் கற்று முடித்தான். கிச்சிலியின் மாமன் மகன் ஆரோக்கியம் சவுதியில் கட்டிட வேலை பிடித்துச் செய்யும் நிலையில் இருபது வயது பிறக்கும் முன்னே அந்நிய தேசம் போனான் மனு. அதன் பின் கிச்சிலியின் வாழ்க்கை ஒளி வீசச் தொடங்கியது. மாசத்திற்கு இரண்டு முறை மணியார்டர் அனுப்பும் அளவுக்கு மனுவுக்கு வருமானம். இடிந்து பொடிந்த வீட்டை மாற்றி வார்க்க வீடு வந்தது. இரண்டு மகள்களையும் நர்சிங் படிக்கவைத்தாள். குடும்ப வளர்ச்சியைக் கண்டு உறவுக்காரர்களெல்லாம் வீட்டில் வரத் தொடங்கினார்கள். மகள்களின் படிப்பு, வேலை, திருமணமென எல்லாமே மகனின் பணத்தில் செம்மையாகச் செய்தாள். எல்லோரையும் வாழ்வித்து வாழவைத்தவனுக்கு முப்பது வயதிலே முதுகில் உழையல் ஏற்பட்டது. முன் பக்கம் வழுக்கை மினுங்கத் தொடங்கியிருந்தது. இவனின் கல்யாணப் பருவம் வந்தபோது இவனுக்காகக் குடும்பத்தில் எதுவும் இல்லை. கிச்சிலி மகனுக்காக எதுவும் சேமிக்கவில்லை என்பது மனுவுக்குத் தெரியும். ஆனால் இப்போதுவரைக்கும் அவன் தாயை மீறி ஒரு வார்த்தையும் சொன்னதில்லை; கேட்டதில்லை.

இளைய தங்கச்சிக்காரியின் கலியாணத்திற்குப் பேசிய தொகை கொடுக்க முடியாமல் புதிதாகக் கட்டிய வீட்டை விற்றான். குடும்பச்சொத்தாகக் கிடந்த மூன்றரை செண்ட் நிலத்தில் சீற் போட்ட வீடு அமைத்தான். பிறகெல்லாம் மனுவுக்கு முன்மண்டை மட்டுமல்ல, பின் மண்டையிலும் வழுக்கை மினுங்கியது. அதன் பிறகுதான் கிச்சிலி மகனுக்காகச் சம்மந்தம் பார்க்க ஆரம்பித்தாள். கிச்சிலியின் கணவனின் குடும்பத்தில் பெரும்பாலானவர்கள் படித்த வேலைக்காரர்களாக இருந்தார்கள். இதனாலே மகனுக்குப் பெண் பார்க்கும் போது தரகர்களிடம் “படிச்ச பெண்ண பாருங்க... என் மகனுக்கு வழுக்கை விழுந்துருக்குன்னு எதம் அண்டியாபீசுக்காரிகளைப் பாத்துராதீங்க” கட்டளைபோல் சொன்னாள்.

கல்யாணத்திற்குப் பெண் தேடும்போது அண்டியாபீசுக் காரிகளென்றால் அவ்வளவு எளிதில் மணம் புரிய எவனும் வருவதில்லை. இதனாலே கலியாணம் பார்க்கும் சமயத்தில் அண்டியாபீசுக்குப் போகும் பெண்களில் பலரும் அந்த வேலையை நிறுத்திவிட்டு, தற்சமயத்திற்கு ஏதேனும் ஒரு கைத்தொழிலைக் கற்று ஆதியிலே அத்தொழில் செய்வதுபோல் பாவலா காட்டுவார்கள். பவுளியும், ஓமனாளைப் பக்கத்தில் இருந்த மிசியன் தையற்காரியிடம் மிசியன் தையல் படிக்க அனுப்பினாள். அண்டிப்பருப்புகளின் தர வகைகளை பாஸ் பெரையில் நூற்றி எண்பது, இருநூற்றி பத்து, முன்னூற்றி இருபது, நானூற்றி ஐம்பது, எஸ்ற்றபிளி, எஸ் எஸ்ற்றபிளி, பிரிவாலு, டீப்பி, எஸ் பி, எஸ்எஸ்ப்பி, பிளர்ப்பு, கற்றல், கருநரம், புழுக்குத்து, துண்டு, பொடி[7] என வகைகளாகப் பிரித்துப் பாகம்செய்து பழகிய ஓமனாளின் விரல்களில் துணிகளை மடக்கி கத்திரிக்க வரவில்லை. கால்களால் மிசியனை மிதிக்கக் கூடத் தெரியவில்லை. எங்கோ பிடித்து தள்ளியது போலவே ஆனாள்.

“எனக்கு மிசியன் அடிச்ச வரேல சித்தியே... என்னை அண்டியாபீசுக்காரியின்னு அறிஞ்சி கலியாணம் பண்ண வாறவன் வரட்டு” ஒரு கட்டத்தில் ஓமனா புலம்பவே செய்தாள்.

“ம்... வருவான். எதங்கிலும் மாம்பட்டக்காரனோ, வீடு, கூடு அத்தவனோ, வல்ல சல்லியடிக்காரனோ, மானம் கீனம் இல்லாத சீர் கெட்டவனோன்னு அண்டியாபீசுக்காரிகளுக்கு ஒதுக்கி வச்சிருக்கியவன் எவனங்கிலும் வருவான்...”

யாருக்கும் பயன் இல்லாத ஆண்களைக் கல்யாணம் கட்டிக்கொள்வதே இவர்களுக்கான விதிபோல் ஒரு காலத்தில் இருந்தது. கிச்சிலியும் மகனோடு பெண் பார்க்கப் போனபோது முதன்முதலில் தையல் மிசியனைத்தான் தேடினாள்.

“எத்ர வருசமா தைக்கிற? ஜெம்பர் வெட்டு எல்லாம் நல்ல முறையில வெட்டுவியா? ஒரு நாளையில எத்ர பிளவுஸ் முடிப்ப?”

இக்கேள்விகளில் வியர்த்தாள் ஓமனா.

கிச்சிலியின் குடும்பத்துப் பெட்டச்சிகளெல்லாம் ரொம்ப மினுக்காக, நாகரிகமாக சோலிக்காரிகளாகவே தெரிந்தார்கள். மனுவின் சகோதரிகளும் மினுமினுவாகத் தெரிந்தார்கள். அண்டிக்கறை அப்பிய தன் கைகளைப் பார்த்துவிடக்

---

7. பருப்பின் பல்வேறு வகைகள்

கூடாதென்று பவுளியும் தன் கைகளில் உறைகளை அணிந்திருந்தாள். ஓமனா அண்டியாபீசுக்காரி இல்லையென்று மறைத்து, மிசியன் தையற்காரியாகக் காட்டி மனுவோடு சம்மந்தம் பேசி முடித்தார்கள். முதல் விருந்துக்கு மகனையும் மருமகளையும் கொண்டுவிட வரும்போது பவுளியின் அண்டிக்கறை விரல்களைக் கண்டுப்பிடித்தாள் கிச்சிலி. அது போலவே ஓமனாளும் அண்டியாபீசுக்காரி என்பதை அறிந்தாள்.

"அப்ப இவா ஒரு அண்டியாபீசுக்காரியா? அத மறச்சா என் மொவுனுக்கத் தலையில சப்பிவிட்டியா?"

தலையில் கைவைத்து அலறினாள் கிச்சிலி. ஓமனா அண்டித் தொழிலாளி என்பதை அறிந்த அக்கணமே ஒரு பிடி ஆகாரம்கூடத் தின்னாமல் வெளியேறினார்கள். அன்று பிடித்த தொல்லை இப்போது வரையிலும் விலகவில்லை ஓமனாளுக்கு. மனுவோடு அவன் வீட்டில் ஏறிய போதே தன் வாழ்க்கை தொலைந்துபோனதை ஓமனா உணராமல் இல்லை.

2

முதலிரவுக்கு மனுவை அனுப்பிவைக்க கிச்சிலியும் அவள் மகள்களும் காட்டிய வேலை இருக்கே... சீற்று பரத்திய வீட்டின் உள்பக்க சிமெண்ட் கற்கள் பூசப்பட்டிருக்கவில்லை; இப்போதுவரைக்கும். சின்ன அறை, தளம், அடுக்களை, முன் பக்கம் ஒரு இருப்புத் திண்ணை... இதுதான் வீடாக இருந்தது. அந்தச் சிறிய பெரைக்குள்[1] முதல்நாள் காத்திருந்த தவிப்பு இப்போதும் மனசில் இருக்கிறது. மனுவைத் தளத்தில் இருத்தி கிச்சிலி ஒரு பக்கம் ஏதேதோ சொல்லுவாள். மகனை முத்துவாள். கசிவாள்; சீலைத்தும்பால் மூக்கைச் சீந்துவாள். அதுபோலவே அவன் சகோதரிகளும். அங்கு அப்படி என்ன நடக்கிறது? பெரை சுவரில் சாய்ந்து மெல்ல எட்டிப் பார்த்தாள் ஓமனா.

“அம்மையை நீ மறக்கப்பாது மோனே, ஒன் சகோதரிகளுக்கும் ஒன்னவிட்ட ஆருமில்ல. கண்ட குடும்பத்திலண்டு வந்தவளுக்கு நம்மபாசமோ பண்போ தெரியாது. நீ கொஞ்சம் பிடியைவிட்டுக் கொடுத்தாலும் பின்ன எல்லாமே போச்சு. அவா கையில ஒரு பொறுப்பும் கொடுக்காத செல்ல மோனே. பெண்ணு கெட்டினா... கண்ணு கெட்டு துன்னு சொல்லுவுனம். எனக்க மொவுனுக்க கண்ணு நல்லதா இருக்கணும்.” கிச்சிலி பேசி கொடுத்த வார்த்தைகள் இப்போதும் ஓமனாளின் மனசில் கிடக்கின்றன...

இதையெல்லாம் கவனித்து நின்ற ஓமனா, அன்றே நினைத்தாள்; இவ்வீட்டில் தான் மிகவும் அந்நியப்பட்டுப் போவேன் என்பது. அன்றெல்லாம் அவன் எப்போது வந்தானோ எப்போது படுத்தானோ தெரியாது. அவன் கை இடுப்போரம்

1. அறைக்குள்

இறுக்கியபோது பதறி எழும்பினாள். அவன் முகத்தைப் பார்க்கலாமென்றால் அறை முழுவதும் குத்திருட்டு. அவனோடு எதாவது பேசலாமென்றால் ஒரு மிருகம்போல் அவள்மீது படுத்துவிட்டான். சினிமாக்காளில் வில்லன்கள் பலாசங்கம்[2] பண்ணுவதுபோலவே என்னா ஏதுவெனக் கேட்காமல், பேசாமல் வெளிச்சத்தில் முகங்களைக்கூடப் பார்க்காமலா முதலிரவு நடக்கும்? சொந்த மாப்பிளை இப்பிடியா பண்ணுவான்? இருபத்தியெட்டு வருசம் வரைக்கும் யாரோடும் வெளிப்பாடு செய்யாத உடலை இப்படியா கொஞ்சம்கூட ரசனையே இல்லாமல் எது எது எங்கு இருக்கிறதென்பதை மட்டும் நன்றாக அறிந்து வைத்துக்கொண்டு... சே, வெதும்பிப் போனாள் ஓமனா. இதிலெல்லாம் கொடுமை பெரையின் கதவு வெறுமனே சாத்தப்பட்டிருந்தது. உட்கொண்டிகூடப் போடாமல் சல்லாபிக்கிறவனால் அவள் உடலின் ஒரு சின்ன பாகம்கூட எழும்பியிருக்கவே இல்லை. ஒருவகையில் இப்போது வரையிலும் இவள் பெண்மையின் ஒரு பக்கம்கூட முழுமை அடைந்திருக்கவே இல்லை.

அன்றெல்லாம் கணவன் தன்னோடு இருப்பதுபோல் உணர்வு தோன்றவே இல்லை. தளத்தில் உலவும் மாமி, மயினிகளின் அரவம் கேட்டுட்டே இருந்தது. இது மட்டுமா?

“மனு. . . அம்மைக்க மருந்தெண்ண அங்க இருக்காண்ணு பாரு?” கிச்சிலி கதவைத் தள்ளுவாள்.

“பிள்ளைக்க ஹாவ் சிறப்பும் அங்கதான் இருக்கு” மூத்தவள் சொல்லுவாள். சொன்னதோடு மட்டுமல்லாமல் கதவைத் தள்ளிக்கொண்டு உள்ளே வந்தவர்களால் பல நாள்கள் வெடவெடத்த அனுபவத்தின் கசப்பு இன்னுமே போக வில்லை. இக்காட்சிகளிலெல்லாம் மௌன வேடம் போட்டவனைச் சுத்தமாகப் பிடிக்கவில்லை ஓமனாளுக்கு.

பொத்திப்பொத்தி வைத்ததின் மகிமைகளைப் பற்றி ஒரு வார்த்தைகூடப் பாராட்டாமல், எதோ எங்கேயோ கண்டு பழகிய வெறும் ஒரு பழைய பொருள்போல் கிழித்துப் போட்ட உடலை இனி எப்படி பொருத்துவது? எல்லாவற்றையும்விடக் கொடுமை முதலிரவிலே மனுவிடமிருந்து வந்த குறட்டை. இதுவா கல்யாணம்? இதுவா முதலிரவு? இனி இதுவா வாழ்க்கை? அய்யோ தோற்றுவிட்டேனே என்று அலறக்கூடிய ஒரு முதலிரவைத்தான் ஓமனா சந்தித்தாள்.

கல்யாணத்திற்குப் பேசிய தொகை ஒரு லட்சம். அதுபோக ஓமனா போட்டுட்டு வந்த நகையெல்லாமே

---

2. வன்புணர்வு

கொஞ்சம்கொஞ்சமாகப் போகத் தொடங்கியது. மகனின் கல்யாணத்திற்கு ஆன செலவு, அதற்காக மறித்த கடன் முழுவதிற்கும் போட்டுட்டு வந்த நகையைக் கழட்ட வேண்டியதாக இருந்தது. இவனைப் பற்றி ஓட்டன்கள்[3] வழியாக அறிந்த செய்திகளுமே உண்மை இல்லை என்பது தெரிந்தது. பவுளியின் கூட்டுக்காரி தங்கமும் இதே ஊரில் வாழ்வதால் அவள் வழியாகக் கேட்ட பலதுமே பொய் என்பதை ஓமனா உணரத் தொடங்கினாள். வெளிநாட்டிலிருந்து எதுவுமே சம்பாதித்திருக்கவில்லை. சொத்து வாங்கியிருக்கவில்லை. சொந்த கல்யாணச் செலவுக்கு வட்டிக்கு வாங்கியிருக்கிறான். எல்லாவற்றையும்விடக் கொடுமை இளைய தங்கச்சியிடமிருந்து இரண்டு லெட்சம் கடன் வாங்கி கல்யாணத்திற்கான தாலிமாலை எடுத்திருக்கிறான். இதெல்லாம் அறிய அறிய முழுமையாக வாழ்க்கை கைநழுவிப்போனதை உணர்ந்தாள்.

மகன் வெளிநாட்டிலிருந்து பணம் அனுப்பியபோதே தனக்கென்று லெட்சங்கள் பதுக்கி, ஊரில் சீட்டுப் பிரிக்கும் தாமசிடம் வட்டிக்குக் கொடுத்திருக்கிறாள் இதே கிச்சிலி. தன் மகள்களின் வாழ்க்கையையும் தன் வாழ்க்கையையும் மகனின் உழைப்பில் உருத்தேற்றியவள் மகனுக்கென்று எதுவுமே வைத்திருக்கவில்லை. கல்யாணம் முடிந்த நாலாவது மாசம், வயிற்றில் வலியென மனு ஆஸ்பத்திரியில் ஆனான். ஆப்ரேசன் மூலமே வயிற்று வலியைக் குணமாக்க முடியுமென ஆஸ்பத்திரி யில் சொன்னபோது அவன் குடும்பத்தில் யாருமே பணப் பொறுப்புக்கு முன்வரவில்லை.

“கழுத்துல உருட்டிப் போட்டுவிட்டிருக்கிறான் இல்லியா, அதை வித்தங்கிலும் மாப்பிளையைப் பாரு...”

அழுத்தம் கொடுத்தார்கள். வேறு வழியில்லை மாப்பிளையைக் காப்பாற்ற அவன் கடன்வாங்கிக் கட்டிய தாலிமாலையை விற்றாள். ஓமனாளின் கல்யாணம் முடிந்த சில மாசங்களாக இளையவள் மாலா மாப்பிளையோடு ஏதோ கசாமுசாவாகி இங்குதான் நின்றாள். அவள் இல்லற வாழ்க்கை தாறுமாறுக்கு ஓமனாவை இழுத்துப் பேசுவாள்.

“கலியாணம் முடிஞ்சதும் வாங்குன கடனைத் திருப்பி தருவேன்னு சொன்னான். அதுனாலதான் எங்களுக்குள்ள பிரச்சினையா இருக்கு.” ஓயாமல் ஓமனாளைச் சாடை பேசுவாள்.

“வீடு நிறைய கடனை வச்சிட்டு மாப்பிளையிட்ட கெடக்க மட்டும் பெரிய துருசம்[4] வந்துட்டு? லே, ஒங்களாலதான் எனக்க

---

3. கல்யாணத் தரகர்கள்

4. துரிதம்

மொவா மாப்பிளையைப் பிரிஞ்சி நிக்கியா. அதை மனசுல வச்சிட்டுப் பெண்டாட்டியிட்ட பேசு.” கிச்சிலி அப்படிச் சொல்லுகையில் ஓமனாளின் தேகம் கூசும்.

அவன் அப்படி என்னதான் பேசியிருக்கிறான் ஓமனாளோடு இப்போது வரைக்கும்... பெருமூச்சுவிட்டாள். அவள் வெப்பக்காற்றை ஈரோலி மரம் உள்வாங்கிகொண்டது. அந்த வெம்மையை உணரும்போது அண்டியாபீசில் அண்டி சூடுபடுத்தும் போர்மா பகுதியின் வெப்பம் மனசிலும் உடம்பிலும் தகித்தது. அங்கும் இப்படித்தான் தல்லுபெரையி லிருந்து உடைக்கப்பட்டு மேல் தோடு நீங்கிய பருப்புகளை வெதுப்பாக்கி எடுக்க போர்மாவில் கொண்டு கொடுப்பார்கள். பிங்க் நிறத் தொலிகளோடு போர்மா சூட்டில் ஆகும் பருப்புகள் நெளிவதுபோலவே தன்னுடலும் நெளிவதை உணர்ந்தாள். சிந்தனையின் சூடு அதிகமானது.

முதன்முதலில் மாப்பிளையும் பெண்டாட்டியும் நன்றிப்பூசைக்கு ஒருங்கி ஒத்துப் போகையில்...

“நானும் வாறேன்...”

எல்லோருக்கும் முன்னே தமயனின் கையைப் பிடிச்சிட்டுக் கிளம்பத் தயாரானாள் மாலா. அதோடு அம்மாக்காரியும் எதோ ஒரு பட்டிபோல் ஓமனா பின்னாலே நடந்தாள். குடும்பமே ஒன்று கூடிக் கதையும் சிரியுமாக இருக்கையில் இவள் அங்கே போனால் எல்லோரும் அமைதியாகிவிடுவார்கள். அவர்களின் அமைதிதான் அப்படி யென்றால் இந்த மனுவும் அதற்கு மேல்...

அவன் குளிக்கக் கிளம்புகையில் அவனுக்கு டவல் எடுத்துக் கொடுப்பாள் கிச்சிலி. சோப்பு டப்பா எடுத்துக் கொடுப்பாள் மாலா. குளிச்சிட்டு வந்ததும் தலையில் ஈரம் இருந்தால் உயிரே போனது போல் பதறுவாள் கிச்சிலி. சீலை முந்தியை வைத்து ஈரம் துவட்டுவாள்... சோறு விளம்பிக் கொடுப்பார்கள் முன்னும் பின்னுமாக நின்று. அவன் கண்கள் தன்மீது பட வேண்டுமென ஓமனா மிகவும் ஏங்கிப்போன நாள்கள் அவை... எப்படியேனும் படுக்கையில் வரும்போது அவனோடு பலதும் பேசலாமென காத்திருந்தால் அரை மூடிய கதவுக்குள் என்ன பேசினாலும் வெளியே கேட்கும். இவற்றால் வெந்துபோனவளின் நெஞ்சில் எரி நெருப்பு இப்போதுவரைக்கும் எரிந்துகொண்டே நிற்கிறது. இன்றளவும், அவள் உடலை அவன் பார்த்திருக்கவில்லை. குழந்தைகளும் இரண்டு பிறந்திருக்கின்றன. இப்போது வரைக்கும் இவள் உச்சிமுகர்ந்து முத்தம் கொடுத்திருக்கவில்லை. ஆரத்தழுவி

உருகியிருக்கவில்லை. நெஞ்சோடு சாய்த்துக் கதைகள் பேசி யிருக்கவில்லை. கொஞ்ச நேரம் உட்கார்ந்து இவள் உடலை வருடியிருக்கவே இல்லை. எப்போது தோணுமோ அப்போது வருவான். வெறும் நிமிடங்களில் அவனுக்கு எல்லாமே முடியும். குறட்டைவிடுவான். அந்நியன் போலவே ஆகிப்போனான் மனு. ஆரம்பத்திலிருந்தே அவள் மனம் அவன் விசயத்தில் விட்டுப் போய்விட்டது.

“ஒரு குழந்த குட்டியின்னு ஆகம்ப எல்லாம் சரியாகும் மக்கா...” சித்திக்காரி சமாதானம் சொல்லுவாள் அக்காலங் களில். ஆனால் அவன் மாறியிருக்கவில்லை என்பதே உண்மை.

புதுமண காலத்திலே ஒருவகையில் மனசிலிருந்து அவன் பிரிந்துதான் நிற்கிறான். அவன் மனசை அறிய, அவனோடு நேரம் செலவழிக்க கிச்சிலியும் அவன் சகோதரிகளும் வாய்ப்புக் கொடுத்திருக்கவில்லை. இவனும் அந்த வாய்ப்பை உருவாக்கியிருக்கவில்லை. கல்யாணம் ஆன புதிதில் இவளுக்குக் காய்ச்சல் வந்தது. துள்ளல் பனியில்[5] மூணி மூணி[6] கிடந்தவள் தலைவலி தாங்க முடியாமல் மாப்பிளையின் கையை எடுத்துத் தன்னுடலை ஒண்டினாள். அது அவனுக்குப் பிடிக்கவே இல்லை.

“இங்க பாரு இது வேச குடி இல்ல. இங்க என் அம்ம இருக்கியா? மாப்பிளையைப் பிரிஞ்சி நிக்கிய சகோதரி இருக்கியா... எல்லாத்துக்கும் ஒரு அம அடைக்கலம் வேணும்.”

அவ்வளவுதான். நெருப்புப்பட்டது போல் இவளாகவே தன்னுடலை விலக்கினாள். அவனுக்கு உடம்பு முடியாமல் ஆஸ்பத்திரியில் அட்மிட் ஆகிக் கிடக்கையில் கூடமாட இருக்கப் போனபோது அங்கும் இடம் கொடுக்கவில்லை.

“ஏன் அவன பாக்க நாங்க இல்லியா? அவன் சுபாவம் தெரிந்து அவனைப் பாக்க ஒனக்குத் தெரியாது. அல்லீங்கலும் அண்டியாபீசில் உருண்ட ஒனக்கு மனுசங்களைப் பாக்கத் தெரியுமாக்கும்?” மாமியாக்காரி இப்படி சொன்னால்...

“ஏன் அம்ம இருக்கா இல்ல... தங்கச்சிகள் இருக்காங்க இல்ல...” மனுவும் இப்படியே சொல்வான்.

எதோ ஒரு வாழ்க்கைபோல் ஆகிவிட்டது ஓமனாளுக்கு. மாலாவின் கணவன் பேச்சுவார்த்தை நடத்தி அழைத்துக் கொண்டு போன பிறகேனும் சரி ஆகுமென நம்பினாள். அதன் பின்னும் சரியாகியிருக்கவில்லை. கிச்சிலி சரி ஆக்கியிருக்க

---

5. குளிர் காய்ச்சல்

6. முனகி

வில்லை. மூத்த மகள் வயிற்றில் ஆனபோது மனுவை வெகுவாகத் திட்டினாள்.

"கடனெல்லாம் தீருற வரைக்கும் அப்பிடியெல்லாம் ஆகாதுன்னு சத்தியம் செஞ்சிட்டு அவாகூடப்போய் படுத்திருக்க இல்ல. இனி இந்தக் கடனுக்கெல்லாம் யாரு சிட்டம் சொல்லியது?"

"அப்ப எனக்கு மட்டும் குடும்பமா வாழ ஆச இருக்கப்பாதோ? இப்பளே வயசு போயாச்சி... இனி எப்ப பிள்ளை பெறியதாம்?" மனுவும் கோபத்தில் பேசிவிட்டான். அவ்வளவுதான் அழுது பொடித்துவிட்டாள் கிச்சிலி.

"நேத்து வந்த பெண்டாட்டி ஒனக்குப் பெரிசா போயிட்டாளோ... அப்பிடி என்ன பெரிய சுகம் கண்டுட்ட அவளுட்டண்டு... இனி மேலும் இந்த வீட்டுல நான் வாழ மாட்டேன். எனக்கும் இதுல பங்கு உண்டு. இப்பளே எனக்குத் தனியா ஒரு வீடு வச்சி தால…" வீட்டோடு கிடந்த ஒன்றரை செண்ட் காலி நிலத்தில் வீடு வைத்துக் கேட்டு சண்டையோ சண்டை.

தனியாக இருந்தாலாவது எதோ மனுவின் மனசில் இடம் பிடிக்கலாமென நினைத்தவள் இதரமாகக் கிடந்த இரு வளையல்களை உருவினாள். இப்படியே ஒதுங்கியவள் இன்னும் வாழ விடவில்லை ஓமனாளை...

ஏலும் பலமும் இருக்கும்போது உழைத்துக் கொட்டிக் கொட்டி மண்டை மொழுக்கையானது மட்டுமல்ல, சரீரக் கட்டும் இல்லாமல் ஆனவனின் கடன் சுமை தெரியவில்லை மனுவின் உறவினர்களுக்கு. அவன் பொருட்டு வாழ்க்கைப்பட்டு வந்தவளின் வாழ்க்கை நிலை தெரியவில்லை. இதெல்லாம் நினைக்கையில் ஓமனாளுக்கு மனுவின் மீதுதான் கோபம் பெருகி வரும்.

தள்ளையையோ தங்கச்சிகளையோ ஒரு வாக்குச் சொல்லவும் மிகவும் யோசிப்பான். அவர்களென்றால் சித்தம் உருகி நிற்பான். இதெல்லாம் செய்தேனே ஒருநாள்கூட அவர்களோடு குறைபட மாட்டான். தன் வாழ்க்கையின் அகோரத்தில் இன்னொரு பெண் பலியாகி நிற்பதையும் புரிந்து கொள்ளவே மாட்டான். போட்டுட்டு வந்த நகைநட்டுகளை இழந்து தன் வாழ்க்கையின் சுகங்களை மறந்தவளை ஒரு உயிர்போல் பாவிக்கவே மாட்டான்.

மகள் பிறந்தபோது கேரளத்தில் வேலைக்கு நின்றான். ஆப்ரேசன் செய்து குழந்தையை எடுத்தார்கள். தக்கலை

அரசாங்க ஆஸ்பத்திரியில் பதினேழு நாள்கள் இருந்தபோது ஒரு நாள்கூட அவனோ அவள் ஆள்களோ பார்க்க வரவில்லை. ஒரு போன்கூட அவனிடமிருந்து வரவும் இல்லை.

“எங்க குடும்பத்தில எல்லாருக்குமே தலைப்பிள்ள ஆணா தான் பிறக்கும்... அவா பெட்ட பெத்துருக்காளாம். . . பெட்ட...”

இப்படிதான் ஊரில் சொல்லித் திரிந்தாள் கிச்சிலி. பிள்ளைக்குத் தகப்பன் வீட்டிலிருந்து போடும் செயினுக்கான பொறுப்பை மனு எடுத்திருக்கவில்லை. அவன் சகோதரி களோ, கிச்சிலியோ யாருமே கண்டுகொள்ளவில்லை. தலைப்பிள்ளையைத் தங்கம் இல்லாமல் தகப்பன் வீட்டுக்கு எடுத்துட்டுப் போனா எப்படி என்று பவுளி தான், அக்கம் பக்கம் கடன் வாங்கி இடுப்பில் வெள்ளியிலும் கழுத்தில் பவுனிலும் போட்டுவிட்டாள்.

அண்டியாபீசுக்காரியின் பிள்ளைகளில்கூட அண்டி வெட்கை எடுப்பதுபோல் மாப்பிளையின் சகோதரிகள் ஒதுக்கினார்கள். தன் மகளின் பிள்ளைகளைக் கொண்டு போட்டுக் கொஞ்சி குலாவுவதுபோல் கிச்சிலி மகனின் பிள்ளைகளிடம் ஆச்சரியம் காட்டுவதில்லை.

தனியே குடித்தனம் ஆன கிச்சிலி மாசா மாசம் மகனிட மிருந்து தன் செலவுக்கென இரண்டாயிரம் ரூபாய் வாங்கிக் கொண்டிருக்கிறாள். கொடு மழை பெய்தாலும், கொள்ளைக் காற்று வீசினாலும், பசியோடு உழன்றாலும் மாசம் பிறந்து பத்தாம் தேதிக்குள் கிச்சிலியின் கையில் அப்பணம் வந்து சேரவில்லையென்றால் மகனுக்கு போன் பண்ணி கறால் ஆகிவிடுவாள். அவனும் வீட்டுச் செலவுக்கு அனுப்புகிறானோ இல்லையோ தள்ளைக்குக் கடமை தவறாமல் கொடுத்து விடுவான்.

வீட்டில் பிள்ளைகள் இரண்டு ஆன நிலையில் பயங்கரக் கடன் பிரச்சினை ஓமனாளுக்கு. தன் அதிகார மூப்பில் இக்கடன்களை ஏற்றாள் என்பதைவிடக் கணவனின் அன்பைப் பெற மிகவும் ஏங்கினாள். அவன் மாரில் சாய, அதில் குழைந்து பேச, அவன் கைகளைப் பற்றிக்கொண்டு நடக்க என ஏகப்பட்ட ஏக்கங்கள் இவளுக்குள்ளும் ஆரம்பகாலத்தில் நிறைய கிடந்தன. எதோ அவனுக்கு ஈடுகொடுக்கும்போது அப்படியொரு கனிவு அவனிடமிருந்து தானாகவே வருமென நினைத்தவள் மீண்டும் பெருங்கடனில் போய்ச் சிக்கினாள்.

கல்யாணச்செலவுக்காக இளையவள் மாலா பொறுப்பில் கொடுத்த இரண்டு லெட்சம் ரூபாய் கேட்டுத் தினமும்

சண்டையும் சச்சரவுமாக ஆனாள். இத்தனைக்கும் மனுவோடு எதுவும் கேட்காமல் இவளைப் போட்டு முடுக்கி எடுத்த நிலையில் அவள் கடனைத் தீத்தாலாவது அவள் தொல்லை முடியுமென வட்டிக்குப் பணம் கொடுக்கும் தாமசிடம் போய் வீட்டுப் பிரமாணத்தைக் கொடுத்துக் கடன் வாங்கினாள்.

மாப்பிளையோடு இதுபற்றிச் சொன்னால் சந்தோசப் படுவான் என்றே நினைத்தாள். பொறுப்புள்ள மனைவியாகத் தோளில் சேர்ப்பான் என்று நம்பினாள். ஆனால் அவனோ. . .

“நீயா பொறுப்பெடுத்து தாமசுட்ட போய் கடம் வாங்கி யிருக்க. . . அவன் கொள்ளை வட்டிக்காரன். நாளொரு காலம் என் வீடு மட்டும் எங்கைக்கு வராம போட்டு, அப்ப இருக்கு. . .”

உறுக்கலோடு சொன்னான். அதன் பிறகு ஓமனாளுக்கு மிகவும் பயம் கொடுத்தது. தாமஸ் கொள்ளை வட்டிக்காரன் தான். பலரின் வீடு நிலமெல்லாம் அபகரித்துக் கோடீஸ்வரனாக இருக்கிறான். வட்டிக்குப் பணங்களை வாங்கி அதிக வட்டிக்குக் கொடுக்கக்கூடியவன்தான் அவனும்.

மாப்பிளைக்காரன் செய்ய வேண்டிய பொறுப்பைத் தலையில் எடுத்துக்கொண்ட தப்பை இப்போது உணருகிறாள், என்ன பயன்? ஒழுங்காக மாசம் பத்தாயிரம் ரூபா வைத்து இவள் கையில் கொடுத்தால்கூட வீட்டுச் செலவுகளையும் பார்த்து ஒரு சீட்டோ எதாவது போட்டு அவன் கடனை அடைக்கலாம். ஆனால் மனு உதவவில்லையே. . . மாசம் ஆனால் கிச்சிலிக்கு இரண்டாயிரம். வீட்டுக்கு எதோ மூவாயிரமோ நாலாயிரமோ. . . அதுவும் ஒழுங்காக வருவதில்லை.

கடன், வீட்டுச் செலவுகளெல்லாம் அதிகரிக்க அதிகரிக்க ஓமனா பழைய நிலையில் இல்லை. எப்போதும் மாப்பிளை யோடு கருபிருவென எரிந்துவிழுவாள். வீட்டில் வந்தாலே சண்டைதான்.

“என்னத்துக்கு இப்பிடி பேய் போல ஆடிய? ஒனக்கு என்ன குறவச்சேன்? இருக்க வீடு இல்லியா? தின்ன ஆகாரம் இல்லியா? மக்க இல்லியா. . . மாப்பிள இல்லியா? எதோ கொஞ்சம் கடம் கிடக்கு. அதுக்குப் பேய்போல கிடந்து ஆடிய அண்டியாபீசுக்காரிகளைப் போல...”

ஆரம்பத்திலெல்லாம் அண்டியாபீசை இழுக்காதவன் போகப் போக இழுக்கத் தொடங்கினான். உனக்கு நான் என்ன குறைவச்சிருக்கேன்? துணிவோடு கேட்பான். எந்தக் கூசலும் இல்லாமல் நிமிர்ந்து நின்று கேட்பவனோடு என்ன பதில் சொல்ல முடியும்?

அவனைப் பொறுத்தவரை ஓமனா நல்லா தானே இருக்கிறா? அவனுக்குத் தேவையா இருக்கும்போது படுத்துக் கொடுக்கணும். பசிக்கும்போது தின்னுவா. உறக்கம் வரும் போது உறங்குவா. பிள்ளைகளைக் கவனிப்பா... சமைப்பா... சிரிப்பா... இது மட்டும்தானே வெளிப்பக்கம் தெரியும். என்ன குறை? கேட்கும்போதெல்லாம் பார்க்கும் இவள் பார்வையின் மொழியை அவன் இன்றளவும் படித்திருக்கவே இல்லை.

உன் தொடலில் முழுமையில்ல. உன் அன்பில் ரசனை யில்லை. இதெல்லாம் எந்த சபையில் சொல்ல முடியும்? சொன்னாலும் புரியுமா? அப்படி ஒரு தருணத்தில் சொன்னதை யும் நினைத்தாள்.

"எனக்குன்னு ஒரு ரசனையிருக்கு... ஆசையிருக்கு... அது எதுவுமே புரியாம..." சொல்லுகையில் அவன் எவ்வளவு நிசாரமாகச் சொன்னான் ஒரு சொல்.

"ரெண்டு பிள்ள பெத்துருக்க... நீ சந்தோசம் அனுபவிக்காமலா பெத்துருக்க?"

"பெட்டப்பட்டியும் பிள்ள பெறுது இல்லியா..." மெதுவாகச் சொன்னதைக் கேட்டவன் ஓங்கி முழங்கினான் ஒரு முழக்கம்.

"ஒனக்கு என்னை முழுக்கலன்னா, வேற எவனையும் தேடி போ... எனக்கு இப்படிதான் முடியும். மாப்பிள பெண்டாட்டியின்னா வேற என்ன வித்தியாசங்களுல நடத்துவாங்களாம்... அப்ப ஒனக்கு அண்டியாபீசுல நிறச்சி அனுபவங்கள் இருந்தோ?"

இவள் குரலை ஓங்கி ஒரு அமுக்கு அமுக்கினான். அதன் பின் இவள் வாய் திறக்கவே இல்லை. எப்போதெல்லாம் வருவானோ அப்போதெல்லாம் நிமிடங்களை மனசுக்குள் எண்ணிக்கொண்டு பல்லைக் கடித்துக் கொடுப்பாள். வேறு என்ன செய்ய?

அவன் சொல்வதுபோல் இங்கு குறைகள் இல்லாமல் இல்லை. எல்லாமே குறைதான். கலியாணம் ஆகிப் பத்து வருசங்கள் ஆன நிலையில் வீட்டின் கூரை ஓடு இன்னும் மாற்றவில்லை. வெயில் காலங்களில் அப்படியே கருகிபோகும் சூடு. உட்பக்கச் சுவர்களெல்லாம் பூசி முடிக்காமல் செங்கலி லிருந்து உதிர்ந்த மண்ணால் சுவரில் ஓட்டையோ ஓட்டை. ஓட்டைகளுக்குள் பல்லிகளும் பாச்சாக்களும்[7] தாவளம்[8] கொண்டுள்ளன... அடுக்களைப் பக்கம் கூரை உடைசலில்

---

7. கரப்பான்பூச்சி

8. வசிப்பிடம்

மழைக்காலங்களில் அப்படியே அடுக்களை நனைந்து கிடக்கும். பிள்ளைகளுக்கோ இவளுக்கோ நல்லதுபோல் உடு துணிகள் இல்லை. ஆரோக்கியமான உணவு வகைகள் இல்லை.

இந்தப் பெரும் அவஸ்தைகளில் கழியும் வாழ்க்கையைப் பற்றி எதுவுமே புரியாமல், புரிய விரும்பாமல் மகனோடு ஓமனாளைப்பற்றி குண்டணி[9] சொல்லிக் கொடுத்து வீட்டில் சண்டைகள் விழக் காரணமாக இருக்கிற கிச்சிலியின் பக்தியும், அவள் பாடும் பரவசப் பாட்டுகளும் கேட்கையில் ஓமனாளுக்குப் பிச்சிக்கொண்டு வரும் ஒரு வரத்து.

இருதய சபை[10]யில் ஒன்பது வருசங்களாகத் தலைவராக இருக்கிறவள் ஒவ்வொரு வெள்ளிக்கிழமையும் மாலை ஆராதனைக்குக் கோயிலில் போய் "நாங்கள் உமக்கு ஆறுதலளிப்போம் ஆண்டவரே" என்று நீட்டி முழங்கும் முழக்கம் ஒலிபெருக்கி வழியாகக் காதில் விழுகையில் ஓடிப் போய் அவள் தொண்டையை அமுக்கிப் பிடிக்க ஆவேசம் வரும். இப்போதும் அப்படிதான் வருகிறது... ஆனால் என்ன செய்வது? காலம் இப்போது அவளை அல்லவா ஆசீர்வதித்துக் கொண்டிருக்கிறது.

வெகுநேரம் தன் வாழ்க்கை நிலைகளை நினைத்து நின்றவளை ஈரோலி மரம் உன்னிப்பாகப் பார்த்தது. கல்யாணம் ஆன புதிதுகளில் இங்குள்ள மனிதர்களின் கோரமுகங்களில் சுருளும்போதெல்லாம் இந்த யானைப் பாறையும் இந்த ஈரோலியுமே இவளுக்கு உண்டு. அது என்னவோ பல வருச பந்தபாசம் இவர்களோடு இவளுக்கும்... சும்மா தன் போக்கில் பேசிப்பேசி இவர்களோடு ஐக்கியம் ஆகிவிட்டாள்.

9. புரணி

10. ஆலயத்தில் உள்ள இயக்கம்

3

“கிணிங்... கிணிங்...” வெளியில் கேட்ட இந்த பெல் சத்தம் இவளுக்குப் பழக்கமான சத்தம் தான். பால்காரன் ரவியே இது.

“ஓமனா... க்கா...” அவன் குரலின் நீளம் காதுகளில் விழ, மெல்ல வெளியே வந்தாள்.

“பாக்கி முடக்கம் தீக்க மனசில்லியா ஒனக்கு. மாசம் ரெண்டு கழியுது. வாங்கி குடிச்ச பாலு எப்பவோ சீரணம் ஆகி போயிருக்கும். இன்னும் அதுக்குள்ள சக்கறம் தர தோணல பாரு..”

அக்கம்பக்கம் பால் வாங்கக் கூடிய பலரும் கேட்கும்படி சொன்னவனால் தேகம் கூசியது.

“இந்த கிழமதான் வேலைக்கிப் போயிருக் காரு... எப்பிடியும் இந்தச் சனிக்கிழம தருலாம் ரவி.”

“ஆமா நல்லா தருவா. எனக்க மொவன் எப்பிடிப்பட்ட சம்பாத்தியக்காரனுன்னு ஒங்க எல்லாருக்குமே தெரியும். இப்ப இவா என்னான்னா அவனைக் குத்தம் சொல்லி, சொல்லி உம்மைக்கு உம்மையா[1] அம்படம் கொண்டு யாருக்குக் கொடுக்கியாளே என்னவோ? அவன் வேலைக்கிப் போவாமாலா இருக்கியான்? சக்கறம் கொடுக்காமலா இருக்கியான்? எல்லாம் அவத்தப்போட்டுத்[2] தள்ளியிட்டு இப்பிடி ஒரு நடிப்பு த்தூ...” பால் வாங்க வந்த கிச்சிலி காறித் துப்பினாள்.

“அன்னிக்கு அவன் பேர்சியாவுல[3] இருந்தான். அவன் பாடுபட்டதை வச்சி நீ ஓன் பெம்மக்கள

---

1. ரகசியம்
2. மறைத்து உள்ளே போட்டுவிட்டு
3. வெளிநாடு

கரையேத்துன. இவனுக்கும் மக்களுக்கும் ஒரு சம்பாத்தியமும் இல்லியே...” பால் வாங்க நின்ற தங்கம் மீண்டும் கேட்டாள்.

“ஆமா பெரிசா கரையேத்தினாலும்... அப்பிடி என்ன கொடுத்து மலத்தினான்...”

“எல்லாம் எங்களுக்குத் தெரியும் கிச்சிலியே... நானும் ஒனக்க மொவுனுக்க வெளி நடப்புகளைப் பாத்து எனக்க மொவளபோல உள்ளவளை பவுளியிட்ட சொல்லி கெட்டிக் கொடுக்க வச்சிட்டேன்”

“அதான் எல்லாரும் சேர்ந்து ஒரு அண்டியாபீசுக்காரியை எங்க தலையில சப்பியிட்டியா இல்லா”

“ஏன் அண்டியாபீசுக்காரிக்குச் சாமானம் ஒண்ணும் இல்லியா? ஒனக்க மொவனுக்கு ரெண்டு மக்களைப் பெத்து போட்டுருக்கியா இல்லா.”

தங்கம் அண்டியாபீசில் தல்லுபெரைக்காரி. தானகடுக ளெல்லாம்[4] அவளுக்குத் தேன்போல் ஒழுகும் வல்லமையுண்டு.

“ஒங்களுட்ட எல்லாம் மனுசன் வா கொடுப்பானா?” அரை லிட்டர் பாலைச் செம்பில் வாங்கிய கிச்சிலி அலங்காமல் குலுங்காமல் நடந்தாள்.

“பெத்த மொவுனுக்க மக்களும் பெண்டாட்டியும் பட்டினி போல கிடக்கம்ப அவளுக்கு ஒத்தையிக்கி அர லிட்டர் பாலு கேக்குது. இவா எல்லாம் ஒரு மனுசி” தங்கம் அங்காலியிக்க ஓமனா அவள் வாயைப் பொத்தினாள்.

“நீ போ சித்தி...”

பவுளியின் நெருங்கிய கூட்டுக்காரி என்கிற வகையில் அப்போதே இவளையும் சித்தி என்று அழைத்துப் பாசம் வைத்தாள்.

தங்கத்திற்கு ஓமனாளைப் பார்க்கும்போதெல்லாம் மனசு உருகும். சம்மந்தம் வந்தபோது இவளும் பையனுக்கு உத்திரவாதம் சொன்னாள். அது போக பவுளியின் கூட்டுக்காரி என்ற வகையில் சிறு வயதிலே இவர்களோடு நல்ல ஒரு உறவு பழக்கத்தில் ஆனவளுக்கு ஓமனாளின் எல்லாச் சுபாவங்களும் தெரியும். அதிகம் பேசாதவள், தனக்காகச் சில இடங்களில் அழகூடத் தெரியாதவள். ஓமனாளின் அழகுக்கும் சுபாவத் திற்கும் ஒரு காலத்தில் அண்டியாபீசில் சுத்திய மலையாளப்

4. கெட்டவார்த்தை

பயலுகளெல்லாம் நிறைய உண்டு. அதில் இவள் மீது பித்தன் போல் இருந்த ஓமனக்குட்டனை இன்றளவும் ஓமனாளும் மறக்கவில்லை. அவனோடு ஓடிப் போயிருந்தால்கூட இன்னிக்கு மலையாளத்துக்காரனின் பெண்டாட்டியாக இருந்திருப்பாள். ஓமனாளைப் பார்த்தப்படியே பெருமூச்சு விட்டவள், தன் கையில் இருந்த பால் செம்பை ஓமனாளிடம் நீட்டினாள்.

“இன்னா இத கொண்டு மக்களுக்குக் காச்சிக் கொடு”

“வேண்டாம் சித்தியே... நான் தேயிலை காச்சி[5] கொடுக்குலாம்...”

“காலத்த வெறும் வயித்திலே தேயிலைக்காச்சி கொடுத்து அதுகளுக்க கும்பியைப் பொட்ட வைக்காத...” ஓமனா மறுத்த போதும் அவள் வீட்டு வாசலில் பாலைச் செம்போடு வைத்துவிட்டுப் போனாள்.

தங்கம் போன திசையிலே ஓமனாளின் கண்கள் நின்றன. விவரம் வரும்போது அறிமுகமான இரண்டு முகங்களில் ஒன்று பவுளி, இன்னொன்று இந்தத் தங்கம். இவளொன்றும் பேறுபெற்ற வாழ்க்கை வாழவில்லை இன்றளவும். ஆனால் எப்போதும் சிரித்த முகத்துடன் தெரிவாள். நல்ல தைரியசாலியாகவும் இருப்பாள். இன்றளவும் இவளே உழைத்து இவளே சாப்பிடுகிறாள். நல்ல ஒரு ஆணவக்காரியும் கூட...

ஒருகாலத்தில் தல்லு பெரையில் பவுளி மெயின் மெக்காடு.[6] இந்த தங்கம் செக்கண்ட் மெக்காடு. இரண்டு பேரும் ஒருவருக்கொருவர் பிரதான கூட்டுக்காரிகள். அண்டியாபீசில் இருக்கும் தல்லுபெரை, பீலிங்பெரை, பாஸ்பெரை பகுதியில் இருக்கும் சோலிக்காரிகளை மலையாள மேசிரிக்குப் பின் வழிநடத்தும் மெக்காடுக்காரிகளில் தல்லுபெரை மெக்காடுகள் வாயாடிகளாக மட்டுமல்ல; செட்டில் அடங்காதவளை அடக்கி இருத்துவார்கள். அந்தப் பலமெல்லாம் இதே தங்கத்துக்கு உண்டு. தங்கமும் பவுளியும் நடந்து போனாலே தெரியும். அப்படி ஒரு கணக்கில் நீண்டு நிமிர்ந்து இருப்பார்கள்.

கால் வெள்ளிக்கொலுசுகளில் ஐந்து குலை முத்துகளாகப் பாதங்களில் உரசிக் கிடக்கும். சல்சல்லென நடக்கையில் அண்டித்தோடுகள் வரைக்கும் குலுங்கிப் போகும். தலைஉச்சி யில் கனகாம்பரம் ஆடும். கைகளில் சலக் சலக் வளையல்

5. பால் கலக்காது தேநீர்

6. தொழிலாளிகளை நிர்வகிப்பவள்

கிணுங்கும். அழுத்தம் திருத்தமாக நெற்றியில் குங்குமம் ஒளிரும். தங்கம் கிழமைதோறும் மண்டைக்காட்டுக்குப் போவாள். அங்கிருந்து வாங்கும் கொழுந்தை ஒரு வாரம் முழுக்கக் கூட்டுக்காரிக்கும் கொடுத்து ஓட்டுவாள். தலையில் பூ இல்லாமல் இரு பெண்களையும் பார்க்கவே முடியாது. மஞ்சள் பூசிய முகம், கை கால்களிலும் அந்த மஞ்சளின் ஒளி வீசும், இவர்கள் மட்டுமல்ல அண்டியாபீசின் தல்லுபெரையில் மஞ்சள் முகங்களாகவே பெண்கள் தெரிவார்கள். தூக்குவாளி களில் சாப்பாடுகளையும் எடுத்துட்டுக் கூட்டம் கூட்டமாகச் சாலை வெளிகளில் கல்லூரிப் பெண்களை மிஞ்சும் வகைகளில் முந்திரி மலர்கள் சென்ற அழகான காட்சிகாலம் இருந்தது. அண்டியாபீசுக்காரிகள் வருகிறார்களென்றால் அந்தப் பாதையில் எப்போதும் சத்தம் கேட்டுட்டே இருக்கும்.

“எவளுக்குச் சோலி செய்ய ஒக்கேலியோ அவளுவா வெளியில போவுலாம்...”

செட்டில் நிமிர்ந்து நின்று தங்கம் முழங்கினால் சகல சோலிக்காரிகளும் அடங்கிப்போவார்கள். மெயின் மெக்காடு பவுளி என்றாலும் அவள் குரல் இவ்வளவு கம்பீரமாக இருக்காது. தங்கம் அப்படியல்ல. கோபம் வருகையில் மேசிரிக்காரனையும் நிமிர்ந்து நின்று கெட்டவார்த்தை பேசுவாள்.

இளங்காலையையும் மீறி மனசுக்குள் தான் வேலை பார்த்த அண்டியாபீசு கம்பீரமாக வந்தது. எத்தனை எத்தனை பெண்களுக்கு வாழ்விடம் கொடுத்த இடம் அல்லவா அண்டியாபீசு. தமிழ்நாட்டு இளம் பெண்களும் மலையாளத்து ஆண்களும் புழங்கும் அண்டியாபீசில் எத்தனை எத்தனை காதல் கதைகள் அரங்கேறிக்கொண்டே இருக்கும். நினைக்கை யிலே ஆழமான பெருமூச்சு வந்தது. அது என்னவோ காதலிக்கும் அளவுக்கு இருக்கும் ஆத்மார்த்தத்தைக் கல்யாண விசயத்தில் மலையாள ஆண்களும் காட்டவில்லை. குடும்பச் சூழ்நிலையினால் தங்கள் இளமைகளோடு அண்டிக் கம்பெனியில் ஒருங்கிணைந்த தமிழச்சிகளை விரட்டி விரட்டிக் காதலிக்கும் அளவுக்குக் கல்யாணத்தில் ஆர்வம் காட்ட மாட்டார்கள். ஆனாலும் அத்தி பூத்ததுபோல் தல்லுபெரைக் காரி சரோசாளை அதே செட்டின் மேசிரி கொண்டு போனதாகக் குசுகுசுப்புக் கேட்டிருக்கிறாள். இதுபோல் லோடிங் பிரபாளை போர்மாவில் நின்ற கீர்த்தனன் கூட்டிக் கொண்டுபோனான். என்ன இருந்தாலும், பெரும்பாலான காதல்கள் கானல்நீராகவே அண்டியாபீசு பெண்களுக்கு அமைந்திருக்கின்றன.

பாஸ்பெரையில் தன்னோடு வேலைக்கு வந்த அகிலாளை நினைத்தாள்.

அவளுக்கும் பீலிங்பெரை மேசிரி முகுந்தனுக்கும் என்னே ஒரு நெருக்கம், என்னே ஒரு காதல். அடிக்கடி கம்பெனியின் பின் பக்கக் கொல்லாவிளையில் சில முத்தங்கள், அணைப்புக ளெல்லாம் கொடுத்து அவள் மனசையும், உடலையும் கலைத்தவன் ஒரு இரவோடு இரவாகக் காணாமல் சென்று விட்டான். அகிலா துடித்துப்போனாள். பின்னெல்லாம் அவனைக் கனவில்கூடக் கண்டுபிடிக்க முடிந்திருக்க வில்லை. எல்லாக் காதல் சோகங்களையும் அண்டிப்பருப்பு களோடு கண்ணீராக வடித்தாள் அகிலா.

காலையிலே அண்டியாபீசின் வனப்புகளும் சோகங்களும் மகிழ்ச்சிகளும் ஓமனாளின் மனசுக்குள் வந்துகொண்டே இருந்தன. அண்டியாபீசை நினைத்தாலே குட்டிக் கேரளத்தில் போவதுபோலவே ஆகிவிடும். அங்கே ஒலிபரப்பும் ரேடியோ நியுஸ், அலுவலகத்தில் கிடக்கும் மலையாள நியூஸ் பேப்பர், அங்கு உலவும் ஆண்கள் அணிந்திருக்கும் காவி, கருப்பு கையிலிகள், அவனுகளின் மஞ்சள் மஞ்சளான சரீர மினுக்குகள். பெண்கள் இங்கும் அங்குமாகப் போகையில் மலையாளத்தில் அடிக்கும் பஞ்சார கதைக[7]ளெல்லாம் கேரளத்தின் வாசத்தையே முகத்தில் வீசியடிக்கும். மலையாளம், தமிழ் என்பதை யெல்லாம் கடந்த ஒரு இணைப்பு ஆண் பெண் என்பதை இங்கும் மறுக்கவே முடியாது. உயிர் போன்ற பல பெண்களின் காதல்கள் இந்தத் தொழிலகத்தை விட்டு வெளியே வரவே இல்லை. உடைத்து மாற்றும் அண்டித்தோடுகளுக்கிடையில் ஒளித்து வாரிய காதல் சோகங்களை எவளும் வெளியில் சொல்லவும் இல்லை.

தங்கத்திற்குப் பருப்பு நிறுக்கும் கிளார்க் சுனேசுக்கும் அப்போது பெருங்காதல் ஒன்று இருந்திருக்கிறது. ஓமனாளும் அதை பவுளி வழியாக அறிந்திருக்கிறாள்.

தங்கத்தின் வீட்டில் இவளோடு சேர்த்து ஆறு பிள்ளைகள். எல்லோருக்கும் இவளே மூத்தவள் வருசத்திற்கு ஒன்று என்று வரிசையாக ஆறு பிள்ளைகளைப் பெற்றவளுக்குக் கடைசிப் பிள்ளை பிறந்த பிறகு இடுப்புக்குக் கீழே விளங்காமல் படுக்கையில் ஆனாள் தங்கத்தின் அம்ம. தங்கத்தின் அப்பா நல்ல சுபாவம் உள்ளவர். மெய்யல் என்னும் பெரும் கண்ட்ராக் வீட்டில் காளைவண்டி ஓட்டுவார். அதில் கிடைக்கும் வருமானம் வைத்து எதோ வயிற்றுப்பாடு கழியும்.

---

7. நகைச்சுவைக் கதை

இதுக்கு மேலான சம்பாத்தியம், உடு துணி, நல்லது கெட்டதுக் கெல்லாம் மிகவும் சிரமப்பட்ட நிலையில் தன் ஒன்பதாம் வயசிலே தங்கம் அண்டியாபீசுக்குப் போனாள். அப்போ தெல்லாம் வீடுகள்தோறும் சிறுமிகளை வேலைக்கு அழைக்க மலையாளத்து மேசிரிகள் வருவார்கள். வயசுக்கு வரும் முன்னே, தாவணி சுத்தித் தன்னை ஒரு பெரிய பெண்போல் காட்டிக்கொண்டு அண்டியாபீசுக்குப் போன சிறுமிகளில் தங்கம், பவுளியெல்லாம் அடங்கும்.

படுக்கையில் கிடந்த அம்மாக்காரி செத்தபோது தகப்பனுக்கு மண்டைக்குவெளியில்லாமல்[8] ஆனது. கோயில்கள் தோறும் அலைந்து ஒரு கட்டத்தில் ராஜாவூரில் சங்கிலியில் கட்டிப் போட்டிருந்து. அப்பா ஸ்தானத்தில் இருக்க வேண்டிய மூத்த தம்பி அவன் பாடை பார்த்து ஒதுங்கிப் போனான். இளைய தம்பிக்குத் தங்கத்தின் மீது அன்பு உண்டு. ஆனால் பொறுப்பு இல்லை. தனக்கும் கீழே உள்ள சகோதரங்களை யெல்லாம் பராமரித்து, எல்லாருக்குமாகத் தன்னைக் கையளித்த வளுக்கு முப்பது வயசு ஆனபோது அப்பங்காரன் செத்துப் போனான். அண்டித்தல்லி வளர்த்த சகோதரங்களெல்லாம் இவளைப் பெரிசாக மானிக்கவில்லை[9]. ஒவ்வொரு நாளும் கடன்களில் கழுத்து நெரிந்துபோனவள் அண்டி வருமானத்தில் வயிற்றைக் கழுவினாள். இந்த எல்லா நிலைகளையும் தெரிந்த சுனேசு தங்கத்திற்குப் பருப்பு கிலோ எழுதும் கார்டில் இரண்டு மூன்று கிலோ அதிகமாகப் போட்டுக் கொடுப்பான். ஒவ்வொரு செட்டிலும் கள்ளக்கணக்கு எழுதி அதை நம்பிக்கைக்குரிய சோலிக்காரிகளின் சம்பள கார்டில் சேர்த்துவிட்டு, சம்பள நாளில் யாருக்கும் தெரியாமல் மேசிரி வாங்கி மேனேஜரிடம் கொடுத்து அவர்களுக்குள் என்னென்னவோ கசாமுசா நடக்கும். சுனேசு கிளார்க் தங்கத்தின் கார்டில் போட்ட பைசாயை அவளிடமிருந்து வாங்காமல் இருந்தான். இந்த அன்பை மனசுக்குள் தொழவே செய்தாள் தங்கம்.

பருப்பு நிறுக்க நிற்கையில், கனமான பருப்பு அடுக்கு களைத் தூக்கி இறக்கும்போது, சுனேசும் தங்கத்தோடு சேர்ந்து இறக்கி வைப்பான். தூக்கி வைப்பான். அப்போதெல்லாம் உரசிக்கொள்ளும் தோள்பட்டைகளும், கைகளும் காதலுக்குரிய அனக்கத்தைத் தங்கத்திற்குக் கொடுத்தன. தன் சகோதரிகள் மாப்பிளைகளோடு வரும்போது இவள் கண்ணெதிரே நடத்தும் லூட்டிகளெல்லாம் கண்டும் கேட்டும் ஒரு வகையில் தங்கம் ஏங்கிப் போய்க் கிடந்த காலமது. தனக்கும் அப்படி

---

8. புத்தி பேதலித்து

9. மதிக்க வில்லை

ஆசைகள் இருக்கும் என்பதைப் புரியாத உறவுகளால் மெலிந்துபோன காலமும் அது. சுனேசின் அன்பும் அவன் உரசல்களும் தேவை என்பதை அவள் மனதைவிட உடம்பு புரிந்துகொண்டது.

அண்டியாபீசின் பக்கத்தில் வீடுகள் இருக்கும் பெண்கள் மதியம் வீடுகளில் போய் சாப்பிட்டுட்டு வருவார்கள். இப்படித்தான் தங்கம் உச்சை நேரத்தில் வீட்டுக்குப் போய் சாப்பிட்டுட்டு வரும்போது மழை பெய்தது. துணியெல்லாம் தொப்தொப்பாக நனைந்த நிலையில் அண்டியாபீசில் வந்தவள் ஈரத்தை உலர்த்தப் பருப்புகளைச் சூடாக்கும் போர்மா பகுதிக்குப் போனாள். அங்கே கணக்கெழுதியிட்டு இருந்தான் சுனேசு. இதர சோலிக்காரர்கள் சோறு தின்னப் போயிருந்தார்கள். ஈரம் சொட்டச் சொட்ட வந்தவள் சுனேசு இருப்பதைக் கவனிக்காமல் தாவணியைக் கழட்டினாள். இயற்கனவே தொட்டும் உரசியும் பழகியும் இருந்த சுனேசு தங்கத்தைக் கவனித்தான். அருகில் போனான்.

“எடி மலையாளிகள் கொலையாளிகளுன்னு ஒரு சொல் உண்டு. எப்பிடி வேணுமங்கிலும் பழகுங்க. ஆனா உடம்பை கொடுக்காதீங்க. விட்டுட்டுப் போயிருவானுவா...” கம்பெனி யூனியன் தலைவரின் வாக்கு அப்போதும் தங்கத்தின் பின் மண்டையில் சுழன்றது.

“சாறே தங்கம் ஒரு பாவப்பட்ட பெண்ணாக்கும்.”

“அது கொண்டாண்ணு எனிக்கி நின்ன இஷ்டம்... ஞான் நின்ன களையலடி என்ற பொன்னே... என்ற அச்சன் ஞான் எந்து பறஞ்சாலும் கேக்கும். அடுத்த ஆட்ச ஞான் வீட்டுக்குப் போவும். அப்பள் நம்மள் மேரஜைப்பத்தி ஞான் அச்சனுட்ட சம்சாரிக்கும். இது வாஸ்தவமான்னு.”

தங்கத்தின் தாடையைப் பிடித்துக் கெஞ்சினான். இறுகி அணைத்திருந்த அவன் கைகளுக்குள் ஒடுங்கி நின்ற உடலின் பிடிமானம் தளர்வதை உணர்ந்தாள். பூட்டிப் பூட்டி வைத்த ஆசையும் அன்பும் அப்படியே போர்மாவின் சூடில் இளகத் தொடங்கியது. இப்படி அடிக்கடி சேர்ந்தார்கள்.

தங்கத்தைக் கல்யாணம் செய்ய வீட்டின் அனுமதி வாங்குவதாகச் சொல்லிப் போனவனின் வருகைக்காக உயிரைப் பிடித்துக்கொண்டு காத்திருந்தாள் தங்கம். ஆனால் அவன் வரவே இல்லை என்பதே பேரதிர்ச்சி. தொடுவெட்டியினருகே[10] வேறு அண்டியாபீசுக்கு வேலை மாற்றம் பெற்றுப் போயிருப்பதைக் கேள்விப்பட்டவள் துடித்தே போனாள்.

10. மார்த்தாண்டம்

போர்மாவில் சுனேசும் இவளும் நெருக்கமாக இருந்ததைத் தல்லுபெரையில் உள்ள சோலிக்காரிகள் சிலர்கண்டு மேசிரிக்காரனோடு சொல்ல, மேசிரிக்காரன் செக்கரோடு சொல்ல, இவளுக்குத் தெரியாமலே அவனை இடமாற்றம் செய்தார்கள். அங்கு அப்படித்தான். ஏதேனும் கசாமுசா பரவுகிறதென்றால் இரவோடு இரவாக செக்கர் சார் இடம் மாற்றி அனுப்பிவிடுவார். அப்படிதான் சுனேசும் போய்த் தொலைந்தான். பிறகெல்லாம், கம்பெனிப் பெண்களெல்லாம் தங்கத்தை குசுகுசாகப் பார்ப்பதும், சுள்ளெனச் சிரிப்பதுமாக ஆனார்கள். தோடு மெக்காடு லீமா மிகவும் பச்சை பச்சையாகத் தங்கத்தைத் திட்டவும் செய்தாள்.

“நல்லா வச்சி கொடுத்தாளாம் இல்லியா. . . இனி வவுத்துல ஆகம்பதான் தெரியும். . .”

சொன்னதுபோலவே தங்கத்திற்குக் கரு உருவானது. அப்படியே உடைந்துபோனாள். அப்போதெல்லாம் சகல ஆறுதலுக்கும் பவுளிதான் துணையிருப்பாள்.

இருவருமாகச் சேர்ந்து அவன் வேலைக்கு நிற்கும் அண்டியாபீசுக்கு அவனைத் தேடிச் சென்றார்கள். கேட் வாசலில் சுனேசை விசாரித்தபோது இவர்களை வாட்சன் உள்ளே விடவில்லை. எப்போது ஆனாலும் அவன் வெளியே வருவானென்று இருபெண்களும் வாசலருகே காத்திருந்தார்கள். இவர்கள் எதிர்பார்த்ததுபோலவே அந்தி வாக்கில், அவன் சாயை குடிக்க வந்தான். அவனிடம் சோகமோ, வருத்தமோ இல்லை. மிகவும் நிமிர்வாக, சிரிப்பாக, இயல்பாகவே தங்கத்தைப் பார்த்தான். கொள்ளை மழையில் போர்மாச்சூட்டில் அணைத்துப் பிடித்தவளின் சூடு இப்போது அவனுக்குத் தேவையில்லை என்பது போலவே அவன் முகம் தெரிந்தது. பொது இடம் ஆனதால் அவனோடு எதுவும் கேட்கவும் முடியவில்லை. ஓங்கி அழவும் முடியாமல் துடித்தாள். பவுளி தங்கத்தின் கையை இதமாகப் பிடித்திருந்தாள். அவளே சுனேசிடம் வாயைத் திறந்தாள்.

“சாறே. . .”

“எந்தா? நிங்களெக்க அவிட உள்ள சோலிக்காரங்கள் இல்லே, எந்தா இவிட. . .” மிகவும் எளிதில் கேட்டவனை ஆவேசமாகப் பார்த்தாள் தங்கம்.

“ஒனக்கு என்னைத் தெரியலியல?. அன்னிக்கு போர்மாவுல வச்சி கொப்பனுட்ட அனுமதி வேண்டியிட்டு வாறேன்னு சொல்லி என்னை அனுபவிச்சியே ஓர்ம இல்லியோ?”

கொப்பளித்தாள் தங்கம். அக்கம் பக்கம் சிலரெல்லாம் திரும்பிப் பார்க்க, பவுளி அவளை அமர்த்தினாள்.

“சாறே பெண்ணடி துரோகம் செய்யப்பாது. எங்க தங்கத்தை நீரு கலியாணம் கெட்டுலாமுன்னு சொல்லுச்சாம் இல்லியா? அதுனால இல்லியாஅவா இப்ப கர்ப்பம் ஆகியிருக்கியா?”

“நோ. ஞான் அங்கன ஒண்ணும் அவளிடத்துப் பரிமாறி யிட்டே இல்ல. இது அவிட வறுப்புப்பெரை பாலனாகாணும். அவனுக்காணு இவளிடத்துக் கொதி.”

முகபாவமெல்லாம் முற்றிலும் மாறிப்போனவன், எனக்குத் தெரியாது என்பதைவிடப் பழியை இன்னொருவன் மேல் போடுவதைத் தங்கத்தால் ஏற்றுக்கொள்ளவே முடியவில்லை.

“லே தள்ளே தின்னவனே, உனக்கு என்ன தெரியாதால?” காளி போல் எகிறினாள் தங்கம். அக்கம்பக்கம் சூழலையும் மறந்து, அவன் சட்டையைப் பிடித்து வலித்தாள்.

“தங்கம்... நில்லு தங்கம்...”

பவுளி கதறியும் அவள் கேட்கவே இல்லை. கையில் கிட்டியவனைத் தோள் பட்டையில் கடித்தாள். அவன் ஓங்கி அவளை அறைந்தான். சுருண்டு தரையில் விழுந்தாள். சாயைக் கடையைச் சுற்றி ஆள்கள் கூடினார்கள்.

“எவன்ற கூடேயோ போய் பிள்ள மேடிச்சிட்டு இப்ப ஞானாகிட்டி நினக்கு? நாட்டுல எனிக்கி கிளிபோல பெண்ணு காத்து இருப்புண்டு. வல்ல பாண்டிக்காரியை என்ற ஸ்தலத்துக் காட்ச காணானும் தால்ப்பரியம் இல்ல.”

மூச்சிரைக்கப் பேசினான் சுனேசு. பவுளிக்குச் சங்கடம் தாளவில்லை. செய்ய வேண்டியதையும் செய்துட்டு எவ்வளவு ஆணவமாகக் கத்துகிறான். போதா நிலையில் கை நீட்டி அடிக்கவும் செய்துட்டானே...

“எல்லாத்துக்கும் தெய்வம் மாத்திறமே சாட்சி. இது சாறுக்க மனசு மட்டும் தெரியும் சத்தியமாக்கும். மனுசங்களுட்ட அந்த மனசாட்சியை மறச்சாலும் எல்லாத்துக்கும் சாட்சி யான தெய்வத்துட்ட மறுக்க முடியாது இல்லியா சாறே” தெளிவாகச் சொன்ன பவுளியைப் பார்த்தவனின் கண்களில் பொய்யை மறைக்க முடியவில்லை.

“என்ற தங்கம் பாவமான்னு சாறே.” கசிந்துவிட்டாள் பவுளி.

“ஆணும் பெண்ணுன்னு ஆகம்ப இதுபோல பலதும் சம்பவிக்கும். இதெக்க ஒரு பிரசன்னமாக்காண்டாமுன்னு பறஞ்சி கொடு அவளிடத்து” சொன்னவன் சாப்பிலிருந்து சில நூறு ரூபாய் தாளுகளை எடுத்தான்...

“எதங்கிலும் ஆஸுபத்திரியில போய் ஒண்ணு அழிச்சி விடான் பற.” சொன்னவனை பவுளி காறித் துப்பினாள். அவ்வளவுதான் செய்ய முடிந்தது அப்பெண்களால்...

பச்சிலை மருந்து கொடுக்கும் வைத்திச்சி முத்தம்மா கிழவியிடம் இரவோடு இரவாக அழைத்துச் சென்றாள் பவுளி. முத்தம்மையின் வாயைப் பொத்த இதரமாக நூறு ரூபாய் கொடுத்த பிறகும், விடியும் முன்னே முத்தம்மை பலரோடு சொல்லிவிட்டாள். பின் வந்த நாள்களில் ஊரும் கம்பெனியும் அவளை அவ்வளவு சீக்கிரத்தில் ஏற்றுக்கொள்ளவில்லை. பிள்ளை கொடுத்தவனைப் பேசாத சமூகம் அவளை மட்டும் குறைசொல்லுவதில் ஒரு வகையிலும் நியாயம் இல்லை என்றாலும் அதுதான் நடந்தது. தங்கத்தின் சகோதரங்கள் வெறுத்தார்கள். அயல்வாசிகள் தூற்றினார்கள். தல்லு பெரையில் பலரும் கிசுகிசு சொல்லி நமுக்கினார்கள்.

ஆறு மாசகாலம் மனப்பிறழ்வு கொண்டவளாகக் கிடந்தவளை பவுளி பாதுகாத்தாள். அன்புசெய்தாள். அடைக்கலம் கொடுத்தாள். அந்தத் தோழமை பவுளியிடம் கடைசிவரைக்கும் இருந்தது. ஆறு மாசங்கள் கழிந்து தங்கத்திற்கு இன்னொரு பிடிமானம் வந்ததுபோலானாள். ஆணும் உடலும் கருவும் கலைப்பும் இவ்வளவுதானா? என்பதுபோல் ஒரு தெம்பைக் கொடுத்தது. மீண்டும் எழும்பினாள். ஐந்து குலைக்குப் பதில் ஏழு குலை முத்தைக் கொலுசில் பூட்டினாள். மரிக்கொழுந்து வைக்கத் தொடங்கினாள். மஞ்சள் பூசினாள். சிரிக்கத் தொடங்கினாள். தல்லுபெரையில் மெக்காடு பொறுப்பில் வந்தாள். முன்பைவிட நிமிர்வாகச் சோலிக்காரிகளை அதட்டினாள்.

“ஒன்ன தெரியாதா?” என்று சக தொழிற்காரிகள் நக்கல் செய்யும்போது...

“எனக்குக் கிடச்ச வாய்ப்பு ஒனக்கும் கிடச்சிருந்தா நீயும் பிள்ள அழிச்சிருப்ப. மனசுக்குப் பிடிச்சவன் கெட்டிப் பிடிச்சம்ப இதுல எவளுக்கேனும் தட்டி தள்ள கெப்பாசிட்டு உண்டாட்டி? ஆமா நான் பிள்ள அழிச்சவதான். மனசுக்குப் பிடிச்சவனுக்கக்கூட அப்பிடி இருந்தவதான். அதுனால

எவளுக்கு என்ன நஷ்டம் வந்துட்டு சொல்லுங்கட்டி பங்கறயளே[11]"

ஓங்கி நின்று நடு செட்டில் கர்ஜிக்கும்போது மறுபதிலுக்கு ஒருத்தியளும் இருக்க மாட்டார்கள்.

தன்னை எதிர்க்கிறவர்களிடம் துணிந்து பேசிய தங்கத்திற்கான மவுசு மெல்ல மெல்ல ஏறத் தொடங்கியது. பின்னெல்லாம் அவள் மேசிரி அல்ல, மேசிரிக்க அப்பனா இருந்தாலும் கல்போலவே ஆகத் தொடங்கினாள். முப்பது வயசு ஆன பிறகு பவுளியின் வற்புறுத்தலில் இதே ஊரில் அவள் இரண்டாம் தாரமாக பாபு என்பவனைக் கல்யாணம் செய்திருந்தாள். பாபு மிகவும் வசதியான தேங்காய் வியாபாரி. பாபுவைக் கல்யாணம் செய்தவளுக்கு அந்த வாழ்க்கை நிலைத்திருக்கவில்லை. கல்யாணம் முடிந்த அன்று மாலையே, பாபுவின் வீட்டில் வேலை செய்யும் பெண்ணும் அவள் அம்மாவும் பெரிய புகாரோடு வந்தார்கள். அவளை இவன் ஏமாற்றிவிட்டான் என்றும், அவனால் வயிற்றில் குழந்தையென்றும். அந்தப் பெண் அழுத அழுகையைப் பார்க்கும்போது இவள் சுனேசோடு அழுத காட்சியே மனசில் வந்தது. அன்றைக்கே வீட்டிலிருந்து இறங்கினாள். பின் தாயின் ஊருக்கும் போகவில்லை. வாடகைக்கு ஒரு வீடு எடுத்து இதே ஊரில் வாழ்ந்தாள். பின் அண்டியாபீசுக்குப் போனாள்; சம்பாதித்தாள். தனக்காக ஐந்து செண்ட் சொத்து வாங்கினாள்; வீடுவைத்தாள்.

"என்ன இருந்தாலும் கெட்டினவனை விட்டுட்டு வந்திருக்கக் கூடாது."

ஊரில் இப்படிதான் சொன்னார்கள். பின் வந்த நாள்களில் கேன்சர் வந்து அந்த பாபு செத்தபோது அவனைப் பார்க்க போயிருந்தாள். அவள் கண்ணிலிருந்து ஒரு சொட்டுக் கண்ணீர் வரவில்லை. அவன் சாகும்வரையிலும் அவன் கட்டிய தாலி கழுத்தில்தான் கிடந்தது.

தங்கத்தைப் பற்றிய இன்னொரு கிசுகிசுப்பு ஊரில் உண்டு. கம்பெனியின் முன் பக்கம் மரக்கறி கடைபோட்டிருக்கும் சத்தியனுக்கும் அவளுக்கும் தொடர்பு உண்டு என்று. சத்தியனுக்கு மனைவி ஒரு மகன் உண்டு. அந்த இடையில் இவள் எப்படி அவன் மனசில் போய்ச் சேர்ந்தாள் என்பதெல்லாம் ஓமனாளுக்குத் தெரியாது. ஆனா யாருக்காவும் அழாதவள் கலங்காதவள் சத்தியனுக்காகப் பலமுறை அழுதிருப்பதை ஓமனா கவனித்திருக்கிறாள்.

---

11. சீர் கெட்டவர்களே

"ஒரு பெட்டச்சி அவா சாகிறதுக்கு முன்ன இப்பெரும் உலகத்துல ஒரே ஒரு ஆணையங்கிலும் மனசார பார்த்திருக்கணும். அப்பிடி நான் பாத்தவன்தான் என் சத்தியன்." அடிக்கடி ஓமனாளோடு இப்படி சொல்வாள் தங்கம்.

சத்தியனின் மனைவி டீச்சருக்குப் படித்திருந்தாள். அவள் குடும்பம் ஏழைக் குடும்பம். பெரிய தொகை எல்லாம் கொடுத்துக் கல்யாணம் பண்ணிக்கொடுக்க முடியாத சூழலில் வாழ்ந்தவளை சத்தியன் தொகை பேசாமல் கல்யாணம் செய்துகொண்டான். அதற்கு ஒரு சின்ன காரணமும் இருந்தது. அவன் வலது கால் முட்டுக்கும் கீழே தேய்மானம். நடக்கும்போது கால் சரிந்துபோகும். தொடையில் வலது கையை ஊன்றி சரிந்து நடப்பவனைக் கல்யாணத்தின்போதே கலாளுக்குப் பிடிக்கவில்லை. வீட்டின் நிலைமையைக் கருதிக் கல்யாணம் முடித்தவள் சிறிதளவு பாசத்தையும் சத்தியனுக்குக் கொடுக்கவில்லை. கலியாணத்திற்கு முன்னே காதலித்த சுனில் என்பவோடு கலியாணத்திற்குப் பிறகும் பழக்கத்தில் ஆனாள். இதை அறிந்து சத்யன் கேட்டபோது "இது பற்றி என்ன கேட்டாலும் ஒண்ணி விசம் குடிச்சி சாகுவேன். இல்லன்னா அவன்கூடப் போயிருவேன்" என்று மிரட்டினாள். அவனும் மிரண்டுபோனான். பிறந்து வளர்ந்திருக்கும் மகன் சுஜித்கூட அவளின் காதலனுக்குப் பிறந்தவன் என்றுதான் குசுகுசாகச் சொல்லுவார்கள். சத்தியனுக்கும் இது தெரியும். மகனுக்குப் பதினான்கு வயசு ஆகிறது. அவன் நடக்கும் சாய்வில், சிரிக்கும் சைசில் சுனில்தான் தெரிவான். விதியை என்ன சொல்வது? தனக்கான ஒத்தடம் இல்லாதவனுக்குத் தங்கம் ஒரு பாக்கியவதிபோலவே தெரிந்தாள்.

இப்படியாக அவன் சோகங்களைச் சொல்லிச் சொல்லி ஆரம்பித்த பழக்கம் இவளும் தன் வாழ்க்கையைப் பகிர்ந்த பாசம் நாளடைவில் ஒருவருக்கொருவர் லயித்துப்போனது. ஒரே ஒரு முறை போர்மா சூட்டில் காதலென்ற பெயரில் இடறிப்போன தேகம் அதன் பின் தனக்குத் தானே போட்டு வைத்த பத்தியமெல்லாம் சத்தியனின் கரு மீசையில், உருளும் கண்களில், அழகான அவன் சிரிப்பில், உரிமையெடுத்து அவன் கேட்கும் விசாரிப்பில், கரிசனையான அன்பில் மெல்ல மெல்ல விலகிப்போனது. அவனின் அமிர்தமான அன்பில் சூம்பிய காலும் தெரியவில்லை. தன்னைவிடக் கௌரம்[12] குறைந்ததும் தெரியவில்லை. அவனோடு தன்னை ஐக்கியப்படுத்திக்கொண்டாள். அக்கம்பக்கம் இது பற்றி பேசிய போது தங்கம் ஒன்றும் பதறிக்கொள்ளவில்லை.

---

12. உயரம்

அண்டியாபீசு

"மனசுக்குத் தெரியுதோ இல்லியோ தனக்கானவன் யாருன்னு நம்ம உடம்புக்குத் தெரியுமுட்டி. அப்பிடி தெரிஞ்சவன்தான் சத்தியன். என் சாவுக்கு அவன் வரணும். அது ஒண்ணுதான் என் பிரார்த்தன... வேற ஒண்ணுமில்ல..."

சத்தியனைச் சொன்னாலே கலங்கிப்போவாள் தங்கம். தங்கத்தைப் பார்க்கும் போதெல்லாம் மாபெரும் பிரமிப்பு வரும். தங்கம்போன திசையிலே பார்த்து நின்ற ஓமனா தன்னை உலுக்கிக்கொண்டு அவள் நினைப்பிலிருந்து விடுபட்டாள்.

4

தங்கம் கொடுத்துட்டுப் போன பாலைக் காய்ப்பதற்காகக் கழுவி கமத்தி வைத்திருந்த காப்பி பாத்திரத்தை எடுத்தாள். வீட்டில் நல்ல முறையில் சாயை காய்த்தே சில நாள்கள் ஆன நிலையில் பால் பாத்திரம் கமத்தி வைத்த இடத்திலிருந்து கறுத்த எறும்புகள் ஊர்வலமாக ஊர்ந்துகொண்டிருந்தன. பாத்திரத்தை எடுத்து உதறினாள். எறும்புகள் அவ்வளவு எளிதில் போகவில்லை. வெள்ளம் ஊற்றிக் கழுவ யத்தனித்தவள் ஒரு நொடி தயங்கினாள். வெள்ளத்தில் அடிபடும் எறும்புகள் கணப்பொழுதில் மரித்துவிடுமே...

"சும்மா ஒரு எறும்பு தானேன்னு நிசாராம நசுக்குலாம். ஆனா அந்த உயிருக்கும் ஒரு கணக்கு இருக்கு ஈஸ்வரனின் முன்னிலையில். அழிக்கும் உயிரை அதுபோல நமக்குப் படச்ச முடியாது."

தங்கம் சொல்வது மனசில் எழும்பியது. உடுத்தியிருந்த சீலையின் முந்தியால் காப்பிப் பாத்திரத்தை மிதமாகத் துடைத்தாள். எறும்புக ளெல்லாம் போன பிறகு வெள்ளம் ஊற்றிக் கழுவி அடுப்பில் வைத்தாள். அடுப்புக் குப்பையில் ஈரம் நசநசப்பது தெரிய மோட்டைப் பார்த்தாள்.

"சீற்று கீறி கிடக்கு. அடுக்கள ஒழுவுது. அவுச்சிப் பறக்க[1] வழியில்ல... சீற்றை மாற்றி தாரும்"

கடந்த ஆறேழு மாசமாக மாப்பிளையோடு சொன்னாலும் அவன் காதுகளில் போய்ச் சேரவே இல்லை. நேற்றிரவு தூத்திய மழையின் ஈரம் அடுப்புக்குள் இறங்கி நிற்பதைப் பார்க்கையில் எரிச்சல் மூண்டது. அடுக்களை சரியில்லாத பெண்ணால் எதையுமே செய்ய முடியாது. இனி ஈரக் குப்பையை வார வேண்டும். பேப்பர் போட்டு

---
1. சமையல் செய்ய

அடுப்பின் ஈரத்தை ஒப்ப வேண்டும். அதன் பின்னேதான் காபி காய்ச்ச முடியும். வெறுப்பாகிப் போனவள் அடுப்படியில் இருந்த காலி கேஸ்குற்றியைப் பார்த்தாள்.

"நீக்கெம்பெடுத்த ஒலகத்துல அவுச்சி தின்னிய சாமானத் துக்கும் இன்னா பிடியின்னு இல்லியா விலை கூடிப்போச்சு" காலிகுற்றியைச் சவுட்டினாள். டங்கெனச் சத்தமெழும்பியது.

பிள்ளைகளில் மூத்தவள் தின பூசைக்குப் போயிருக்கிறாள். பூசைக்கு ஒழுங்காகப் போகிற பிள்ளைகளுக்குச் சாமியார் படமோ, மிட்டாயோ, உத்தரியம் செபமாலையோ கொடுப்பார். இதுக்காகவே வீட்டின் பக்கத்தில் உள்ள பல பிள்ளைகள் தின பூசைக்குப் போவார்கள். திருவிழாவில் பிறையிசும் கிடைக்கும் என்பதால் ஆர்வமாக மூத்த மகள் பூசைக்குப் போகத் தொடங்கியிருக்கிறாள்.

"காலையில உறக்கம் எழும்பிப் பழகுறது நல்லதுதான்" என்று ஓமனாளும் எழுப்பிவிடுவாள். மகள் வந்ததும் "அம்மோ வவுறு பொவுச்சுது..." என்பதுதான் முதல் குரலாக இருக்கும். நேற்றைக்கே காலையில் காபிபோட்டுக் கொடுக்கவில்லை. அதற்கான சீனி இல்லை, ஒரு கிலோ சீனி நாற்பத்தியாறு ஆன நிலையில் நாலைந்து பேர் உள்ள வீட்டில் எத்தனை நாள் ஓட்ட முடியும்? அறக்கடைக்காரி கனியம்மாளின் கடையில் கொஞ்சம் கொஞ்சமாக வாங்கி கூட்டிய சாமான்களின் கடன் எண்ணூற்றி சில்லறைக்குக் கிடக்கு. போன வாரமே அவள் வந்து கேட்கத் துடங்கியாச்சி. கூட்டி விட்டிருக்கும் கடனில் எதோ கொஞ்சமேனும் கொடுத்தாலே இனி அவள் கடையில் போய்ச் சாமான் வாங்க முடியும். மேல் வீட்டு யமலியிடம் ஏற்கெனவே இரண்டு கிளாஸ் சீனி, ஒரு குப்பி தேங்காய் எண்ணெய் வாங்கியிருக்கும் நிலையில் அங்கும் கேட்க முடியாது. தங்கம் அடிக்கடி இப்படியெல்லாம் செய்கிறவள், அவளை ஒத்திரிக்க² முடியாது. என்ன செய்ய என்று நினைத்தப்படியே ஈர அடுப்பின் குப்பையை வாரினாள். கையில் ஈரத்தோடு, பிசுபிசுப்பாகக் கிளுகிளுவென ஒட்டிப் புரண்ட, சளுக் பீயின் மொச்சையில் பசிந்து கிடந்தது. அடிவயிற்றிலிருந்து ஓங்காளம் முட்டி தொண்டையில் வந்தது. வாயிலிருந்து வெள்ளம் ஊறியது. கக்கலுக்காக வாயைப் பிளந்தவளின் அரவம் கேட்டு, மூடு துணிக்குள் கிடந்த ரீனா தலையைத் தூக்கி அடுக்களையைப் பார்த்தாள்.

"ம்மோ..."

---
2. தொந்தரவு

வாயைப் பொத்திக்கொண்டு பின் பக்கம் ஓடியவள் ஈரோலியைப் பிடித்துக்கொண்டு "ஒக்... ஒக்..." நூலாக வாயிலிருந்து வெள்ளம் வழிந்தது. மூடுதுணியை உதறிக் கொண்டு ரீனா பின்பக்கம் வந்தாள். அவள் வாளுவா பாச்சலின் வெளுத்த மீசை, வாயோரம் உலர்ந்து தெரிந்தது. கீற்று கிழிந்த பெற்றிக்கோடுக்குள் கிடந்த ஜட்டி துணியின் எலாஸ்டிக் பொட்டி போய் நிக்கர் இறங்கிக் கிடந்தது அக்குழந்தைக்கு...

"ஏம்மா... கக்கிய..."

ஓமனாளின் காலைப் பிடித்து மருகிய ரீனாளை எரிச்சலோடு பார்த்தாள்.

"போ அந்தாக்கில... சாமானத்த வீட்டுக்குள்ள ஏத்தா தீங்கன்னு சொன்னா கேட்கணும். இப்ப பாரு அடுப்புக்குள்ள தூறிதூறி போட்டிருக்கு"

கிச்சிலி அவள் மகளின் குடும்பத்திலிருந்து கொண்டு வந்த இந்த வரிப் பூனைமீது ஓமனாளின் பிள்ளைகளுக்குக் கொள்ளைப் பிரியம். தின்னும் வகைகளின் நச்சாப்பிச்சைகளைப்[3] போட்டுப் பழக்கிப் பழக்கி, இவர்கள் கொடுக்கும் பாசத்தில் லயித்த பூனை ஓமனாளின் வீட்டை விட்டு விலகுவதே இல்லை. இங்கு நல்ல பச்சம் ஆன பூனையை கிச்சிலி தன் வீட்டில் சேர்த்துக்கொள்வதேயில்லை. அங்கு போனாலும் அடித்துத் துரத்தி ஜாடை பேசுவாள்.

"என்னதான் ஒன்ன கழுவி பறக்கி செல்லம் தந்து வளத்தாலும், நீ அந்தக் கூறு கெட்ட அண்டியாபீசுக்காரியிட்ட போய் சேர்ந்துட்ட இல்ல. இனி அங்கியே போ..." துரத்தியடித்த பூனை ஓமனா வீட்டு வறுமையில் பங்குகொண்டு இவள் பிள்ளைகளின் உறக்கப்பாயில் சுருளத் தொடங்கியது.

"கிடந்து தொலயட்டுன்னு பாத்தா அடுப்புக்குள்ள தூறி போட்டுருக்கு. எல்லாம் நீங்க வச்சி கொடுத்த எளக்கம்தானே. என்னைப் பழிவாங்கணுமுன்னே இப்பிடியொரு பூச்சையைக் கொண்டுவந்தாபோல"

கிச்சிலியைத் திட்டினாள். கையை யானைப்பாறையில் தேய்த்துக் கழுவினாள். ரீனா பரிதாபியாக நின்றாள்.

"இப்ப ஒண்ணும் தெரியாததுபோல நிக்குதியே..."

---

3. மிச்சம் மீதிகளை

மகளின் தோளைப் பிடித்துத் தள்ளினாள். ரீனா அழத் தொடங்கினாள். இது எதுவும் தெரியாத பூனை அடுக்களை வாசலில் வாலை உயர்த்தி அழ, ஆவேசம் மூண்டவளாக யானை பாறையில் அடுக்கி வைத்த தெங்கம்மட்டையை உருவிப் பூனையை அடிக்கத் துரிதப்பட்டாள் ஓமனா.

"அம்மோ சைனி பாவமும்மா..."

"ஆமா பெரிய சைனி கிடக்கியது பாம்பட்டினி... அதுல வளக்கிய பூச்ச சைனியாம் பெரிய சைனி..."

வீறு கொண்டவளாகப் பூனையை அடிக்க விரைந்தாள். ரீனா தாயின் சீலையைப் பிடித்து இழுத்தாள். கலவரம் புரியாத பூனை ஈரோலி மரத்தில் ஏறியது. அதன் கிளைகளில் இருந்த பறவைகள் சலசலத்தன. . .

இங்கு நடப்பவற்றையெல்லாம் கூர்மையாகக் கேட்ட கிச்சிலிக்கு வெப்புராளம் தாங்கவில்லை. தன்னை அடிக்க முடியாதவள் பூனையை அடிக்க ஆவேசம் கொள்கிறாள் என்பது போல் நினைத்து, டிவியின் சத்தம் குறைத்தாள்.

"என்னை அடிச்சணமுங்கி அடிச்சி தீத்துக்க வேண்டியது தானே... வாவுடா[4] மிருகத்தை என்னத்துக்கு அடிச்சணும்..?"

"கொண்டுவந்த சாமானத்த வீட்டுல வச்சி வளக்க தெரியாதோ? "

"நீயும் மக்களும்தானே அதப் பிடிச்சி சாமனத்துக்க இடையில ஏத்துனியா. அண்டியாபீசுக்காரியிட்ட சேர்ந்தது பின்ன இனி எப்பிடி வளருமாம்? ஒன்னப்போல சீலையைக் கெழத்தியிட்டுத்தான் வளரும். த்தூ"

கிச்சிலியோடு எதையுமே அனுசருணையாகப் பேச முடியாது. கத்தியெடுத்துக் குத்திவிடுவாள் வார்த்தையில். அதன் முனைகளில் அசிங்கம் தடவியிருப்பாள்.

"இஞ்ச வர துடங்கம்பே அதைப் பிடிச்சி வச்சிருக்குலாமே. நல்ல காலத்தில அடுப்பு பத்தவச்ச வழியும் வாய்ப்பும் இல்ல. இதுல அதுபோய் தூறி வச்சிருக்கு. இனி பூச்சையை அதுல கண்டா அப்ப இருக்கு."

ஓமனா உறுக்கிப் பேசுகையில் ரீனாளின் உயிர்க் கூடு துடித்தது. பூனையை யாரும் அடித்திரக் கூடாது. அதை இனி இங்கே சேர்த்துக்கொள்ளாமல் அம்மாக்காரி ஆகிவிடுவாளோ?தன்னை எதிர்த்துப் பேசும் மருமகளைப்

4. வாய்பேசாத

பர்க்கப் பார்க்கப் பூனையின் மீது வெப்புராளம் பொங்கியது கிச்சிலிக்கு. வெளிப்பக்கச் சுவரில் சாய்த்து வைத்த தோட்டக் கம்பை எடுத்தாள். ஈரோலி மரத்தில் ஏறிய சைனி பூனை எதையும் உள்வாங்கவில்லை. அதற்குள் தோட்டையின் கவுளில் பூனையின் கழுத்தை இடுக்கிக் கீழே இழுத்தாள்.

“அய்யோ... எனக்க சைனியே...”

ரீனா கதறினாள். கிச்சிலியோ தோட்டைக் கொழுவில் மாட்டிய பூனையை ஆவேசம் பிடித்தவளாகக் கையில் எடுத்தாள். அசை கட்டியிருந்த கயிறை இழுத்துப் பூய்த்து எடுத்துப் பூனையின் கழுத்தில் போட்டு முடிப்புப் போடுகையில் ஓமனாளின் அடி வயிறு அரண்டது. ரீனா சத்தம் போட்டு அழத் தொடங்கினாள்.

“அவளுக்க வீட்டுக்குப் போகவா ஒன்ன நான் மெனக்கெட்டுக் கொண்டுவந்தேன்? அவா என்னை அடிச்சியதா நினச்சி ஒன்ன அடிச்சியா? இனி அவா வீட்டுக்கு நீ போவாண்டாம்.”

சொல்லிச் சொல்லி பூனையின் கழுத்துக் கயிறை இறுகை யில் அதன் கண்கள் வெளிவரத் தொடங்கியன. அதுவரைக்கும் பூனையால் எகிறிய ஓமனா பதறிபோனாள். தன் கண்ணெதிரே பூனை சாகடிக்கப்படுவதைப் பார்க்கும் வலிமை அவளுக்கு இல்லவே இல்லை.

“அய்யோ கொலவாதம் செய்யிறாளே... ஆரங்கிலும் ஒண்ணு வாருங்கோ...”

கிச்சிலி, பூனையைக் கொல்ல முயற்சிப்பாள் என்று யார் நினைத்தது? தன் பிள்ளைகளைப் போலவே சைனி பூனையிடம் ஓமனாளுக்கும் கரிசனம் உண்டு. அதற்கென்று சின்ன வட்டப் பாத்திர மூடி ஒன்றில் சாப்பாடு வைப்பாள். அங்கும் இங்கும் நடக்கையில் காலைத் தேய்க்கையில் அப்படியென்றும் அவள் பூனையைத் திட்டுவதில்லை. ஒரு காப்பி காய்க்கவே ஈரம் இல்லாமல் வறளும் அடுக்களையில் பூனையின் பீ உருளும் வலியின் நிராசை, அது போக மாசா மாசம் விழும் ரேசன் சீனியின் ஒன்றரை கிலோவில் முக்கா கிலோவை அளந்து வாங்கும் கிச்சிலியின் கடுமை மனம் இதெல்லாம் ஓர்மையைக் கசியவைக்க, வந்த ஆத்திரத்தில் பூனையை அடிக்க மட்டை எடுத்தது உண்மைதான். ஆனால் அது சாவுக்கான கோபமே இல்லை. ஓமனாளும், ரீனாளும் அழும் சத்தம் கேட்டுப் பக்கத்து வீட்டு யமலி என்னவென்று எட்டி பார்த்தாள்.

"அங்கேரு யமலி, பூனையைச் சுருக்குப் போட்டுக் கொல்லியா. ஒண்ணு விலக்கேன்..." அவளையறியாமல் கண்ணீர் இறங்கியது.

"கிச்சிலியக்கா..." யமலியின் குரலில் கடுமை தெரிந்தது.

"நீ என்ன காரியம் செய்யுறன்னு தெரியுதா ஒனக்கு?"

கேட்டவள் கையில் இருந்த அலைபேசியைத் திறந்தாள். கிச்சிலியையும் பூனையின் கழுத்தை நெரிக்கும் செயலையும் போட்டோ எடுத்தவள், விர்ரென கிச்சிலியிடம் நடந்தாள்.

"ஒரு மரத்த முறிக்கிறதே கொலைன்னு கெவர்மெண்ட் அறிவிச்சிருக்கு. இதுபோலதான் மிருகங்களைக் கொன்னாலும் கெவர்மெண்ட் சும்மாவிடாது..."

யமலியின் கோபமான பேச்சு கிச்சிலியைத் தளர்த்தியது.

"பூச்சையை விடுதியா? இல்ல இந்த போட்டோயைக் கொண்டு போலீசுல போட்டா?"

யமலியின் மாப்பிளை கோர்ட்டில் எதோ வேலை பார்க்கிறான். எதங்கிலும் ஒண்ணு இடக்கு மடக்கு செய்து விடுவாளோ? பயத்தில் பூனையை விட்டாள். சுருக்கைப் பிரித்தாள். இதுதான் சமயமென்று பூனை தப்பிப் பிழைத்து ஓமனாளின் அடுக்களைக்கு வந்தது. கிச்சிலி இறுக்கிய இறுக்கில் மோளூ சாடியிருக்கிறது; பீச்சல் கசிந்திருக்கிறது பூனைக்கு. எதையும் பார்க்காமல் கண்ணீரோடு ரீனா பூனையைத் தன் கிழிந்த போர்வையில் பொதிந்தாள். சற்றும் யோசிக்காமல் எங்கோ தன் ஜீவன் தனக்கே திருப்பிக் கிடைத்ததுபோல் மகளோடு சேர்ந்து பூனையை அணைத்தாள் ஓமனா.

5

சீனி போணியை வழித்தெடுத்துச் சாயை போட்டுப் பிள்ளைகளுக்கு ஆத்தினாள். சுவரில் சரிந்து கிடக்கும் கடிகாரத்தைப் பார்த்தாள். மணி ஏழு எனக் காட்டியது. இன்னும் ஒரு மணி நேரத்திற்குள் பிள்ளைகளைப் பள்ளிக்கு அனுப்ப வேண்டும். அரசாங்கப் பள்ளியில் படிப்பதால் மதிய உணவுக்கான பரபரப்பு வேண்டாம். ஆனால் இன்று ஒரு பரபரப்பு மனசில் அரித்துக்கொண்டே இருக்கிறது. பள்ளி ஆண்டு விழாவில் இரு மகள்களும் நடித்த நாடகக் காட்சிகள், குழு போட்டோக்கள் வாங்கச் சொல்லிவிட்டு ரெண்டரை வாரங்கள் ஆன பிறகும் அவற்றுக்கான இருநூற்றி முப்பது ரூபாயைப் புரட்ட வழியில்லை. இன்று நாளை யெனப் பிள்ளைகளைச் சமாளித்துச் சமாளித்து இன்னிக்கே இறுதிநாள்.

பூனைக்கு நடந்த கொடுமையில் பூனையோடு லயித்து அதற்கொரு ஆதரவாக ஆன பிள்ளை களுக்கு இப்போது ஞாபகத்தில் இல்லை. ஆனால் பள்ளிக்குக் கிளம்பும்போது ஞாபகம் வராமல் இருக்குமா? அப்படியே பள்ளிக்குப் போனாலும் ஆசிரியர் வீட்டுக்கு அனுப்பி வைப்பார் என்றும் நேற்று உறக்கப்பாயிலே மூத்த மகள் சொன்னாள். இருநூற்றி முப்பது ரூபாய்க்கு என்ன செய்ய? கெவர்மெண்ட் போடும் மாசம் ஆயிரம் ரூபாயைக்கூட இதுபோன்ற செலவுகளுக்கென எடுக்கமுடியாதபடிக்கு தாமசின் பலுசை நெக்கைப் பிடித்து இறுக்கிவிடுகிறது.

“இப்பிடி அஞ்சிக்கும் பத்துக்கும் தெண்டிய நேரம் நாட்டுல சோலியா இல்ல? எதம் கடையில போய் நின்னாலும் மாசம் ஆறாயிரம் ஏழாயிரம்

ருபா கிட்டும். இன்னும் காலம் கெட்டுப் போகல, அங்கங்கே மிசியன்தையல் படிச்சிக் கொடுக்குணுமே, அதையாவது படி. டிசைனோ கிசையனோ இல்லாத சும்மா ஒரு பிளவுஸ் தச்சக்கும் எம்பது ருபா உள்ளூரிலே வாங்கியாவளுவா. பின்ன டிசையன்வச்சி தச்சா. நூறு நூத்தியம்பதுமுன்னூறு ஐநூறுன்னு ரேட்டு இருக்கு. எதோ கிழமைக்கு ரெண்டு ஜெம்பர் தச்சாலும் மீம்பாட்டுக்கு ஓடாது? இன்னும் எத்ர நாளு ஒனக்க மாப்பிளையை நம்பி சீவிப்ப சொல்லு..." தங்கம் அடிக்கடி சொல்வது பல நாள்களாக மனதில் சுழன்று கொண்டிருக்கிறது.

"பெண்ணு சம்பாத்தியம்தான் பெரிய சம்பாத்தியம் மக்கா. ரெண்டு பெட்ட மக்காளாக்கும் ஆண்டவன் ஒனக்கு தந்திருக்கியது. அதுவா இன்னான்னு சொல்லக்கும் முன்ன வளரும்."

தங்கத்தின் வார்த்தைகள் மனசிலிடிக்க, சாயையை ஆத்தியபடியே மக்களைப் பார்த்தாள். யானைப்பாறையருகே ஈரோலி மரத்தின் தாழ்ந்த கிளை நிழலில், பிதப்பை சுருட்டி பஞ்சுபோல் வைத்து அதில் பூனையைக் கிடத்தி ஒருவருக்கொருவர் ஆறுதலும் தாலோலிப்புமாக[1] இருப்பதைக் கவனித்தாள். எவ்வளவு தூய்மையான அன்போடு என் பிள்ளைகள் இருக்கிறார்கள்?

"மக்களே, இன்னா சாயை..." ஓமனா தன் பிள்ளைகளின் இருப்பைப் பார்த்தாள். பதறினாள்...

"கீதா..."

இறுவலோடு அழைத்தவள் அடுத்த கணம் தன் சத்தம் குறைத்தாள்.

துணியை ஒழுங்கா போடு. சொல்ல வந்த வார்த்தையை விழுங்கினாள். வெறும் ஒன்பது வயசுதான் ஆகுது மூத்த மகளுக்கு. அதற்குள் பவுன் பூசி விட்டதுபோல் சரீரம் முழுவதும் மினுமினுப்பு. அன்ன ஆகாரம் ஒழுங்காகப் போய்ச் சேராவிட்டாலும் பிள்ளைகளின் தேகம் இறைவனால் வளர்க்கப்பட்டுக்கொண்டிருப்பதை உற்று நோக்கினாள். இப்படியே போனால் கீதா சீக்கிரத்தில் வயசுக்கு வருவாள். சரீரத்தில் இன்னும் ஒரு பொடிகூட நகையில்லை; பிறந்த நேரம் சித்திக்காரி போட்டுவிட்ட முக்காபவுன் செயினும் கழட்டி அடகுவைக்கும் நிலைவந்தது. நகைநட்டுகள் இல்லாவிட்டாலும் கிழியாத நிக்கர் துணி பிள்ளையளுக்கு இல்லையே என்பது

---

1. தாலாட்டு பாட்டுமாக

ஓமனாளுக்கு அதிக வருத்தம். அண்டியாபீசின் வெளிப்பகுதியில் நூறு ரூபாயுக்கு மூன்று என விற்கும் ஜட்டித் துணிகளைத் தங்கம் அவ்வப்போது எடுத்துக் கொடுப்பாள். அதெல்லாம் ரெண்டு முறை அலசும் முன்னே எலாஸ்ற்றிக் பொட்டி நூல் அறுந்து போய்விடும். குத்தவைத்து இருக்கும் இரு மகள்களின் முன் பக்க கிழிசல் வழியே தெரிந்த பெண்மையைப் பார்த்துக் கதறல் வந்ததை அடக்கினாள்.

“ரெண்டு பேரும் அதுலண்டு எழும்புங்க. பள்ளிக்கி நேரமாச்சி.”

ஓமனாளின் உள்ளும் புறமும் கலங்கியது; தடுமாறியது. வெளிவேலைகளுக்குப் போக ஏன் மனசு இல்லை என்பதையும் இப்போது ஓர்மித்தாள். பள்ளிவரைக்கும் கொண்டு விடுவது. சாயங்காலம் வர காலம் தாழ்த்தினால் தேடிப் போவது. சுகமில்லாமல் பிள்ளைகள் வீட்டில் இருந்தால் துணையாக இருப்பது; பிள்ளைகளை விட்டுவிட்டு எங்கேயும் மனக்கூடு இருப்பதில்லை. போன வாரம்கூட இதே யமலியின் இளைய பிள்ளையை ஆரோக்கியம் கிழவன் நுள்ளிவிட்டான் என்று யமலி கேஸ் கொடுக்கப் போனாள். அவள் மாப்பிளைதான் அவளைத் தடுத்தான்.

“நம்ம பிள்ள வளந்து வாற பிள்ள. அதை ஒரு கிழவனை வச்சி கேசு கொடுத்தா, நாளைக்கி அவா எதிர்காலம் எதுக்கு ஆகிறது?”

உறுக்கலோடு சொன்ன அவள் மாப்பிளை, இரவோடு இரவாகச் சிலரை ஏற்பாடுசெய்து ஆற்றங்கரையில் இருக்கும் அவன் வீடு தேடிப்போய் இருட்டு அடி கொடுத்தார்கள். பள்ளிக்குப் போய்விட்டு வந்த பிள்ளைக்கு முட்டாய் வாங்கிக் கொடுத்து அதை தன் மடியில் வைத்து நுள்ளி விட்டான். நுள்ளலின் வெப்பத்தில் இரத்தம் கசிந்த அவள் மகள் மிட்டாயைக் கக்கிவிட்டு யமலியிடம் எல்லாமே சொல்லிவிட்டாள்.

அதுபோல் ஒரு நிலை என் பிள்ளைகளுக்கு வந்தால் கேட்க எந்த நாதி உண்டு? இருட்டடி பட்ட பிறகும் ஆரோக்கியம் என்கிற நுள்ளிக் கிழவன் எங்கு திருந்தினான்? அவனொன்றும் திருந்தவில்லை. அவன் இப்போது வழிப்பாதையில் போனால் என்ன ஆகும்? இப்படியெல்லாம் நினைக்கவே பதறியவள்...

“மக்களே அதுலண்டு எழும்புங்க. ரெண்டு பேரும் என்ன இருப்பு மக்கா இருக்குதியா? அம்மிணிகளைக் காட்டியிட்டு”

ஒரு விதச் சிரிப்போடு சொன்னாள்.

"போம்மா..."

வெட்கமும் நளினமுமாகச் சிரித்த மகள்களுக்குத் தங்கள் உடல்களின் விகாரம் தெரியவில்லை. அது தெரியக் கூடிய வயதும் இல்லை.

அசையில் கிடக்கும் துணிகளை இழுத்து மாற்றிப் பள்ளிக்குப் போடும் சீருடைகளையும், போடக்கூடிய ஜட்டித் துணிகளையும் எடுத்தாள் ஓமனா. அதில் கிழிபட்ட நிக்கர் துணிகளை நூலால் கோர நினைத்து ஊசியும் நூலும் எடுத்தாள். குளித்து முடித்து வீட்டுக்குள் வந்த பிள்ளைகள் தள்ளையின் கையில் இருக்கும் தங்கள் ஜட்டிகளைக் கலவரமாகப் பார்த்தார்கள்.

"எம்மா... நீ எப்பிடி தச்சாலும் அதொன்னும் சரியாகாது. நீ இப்ப தச்சி தருவ பள்ளியில பெய் எழுத இருக்கம்ப சர்ன்னு இன்னும் கீறிப் போகும். ஏம்மா புதுசா எடுத்துத் தரப்பாதா?" மூத்தவள் பெரிய மூப்புக்காரிபோல் கேட்டாள்.

"கொப்பன் என்னங்கிலும் தந்தாதானே எனக்கும் என்னங்கிலும் செய்ய முடியும்? நம்ம வீட்டு நில ஒங்களுக்குத் தெரியாது மக்களே. கொப்பன் அவனுக்கு நல்ல ஏலும் பெலமும் இருக்கம்ப எல்லாத்தையும் அவன் சகோதரிகளுக்கும் தள்ளைக்கும் கொடுத்தான். இப்ப அவனுக்க மக்களுக்குப் போட்டுட்டுத் திரிய நல்ல ஜட்டித்துணிகூட இல்லன்னு அவனுக்கு எங்க தெரியும்?" பிள்ளைகளின் காதில் விழாத படிக்கு முணுமுணுத்தாள். குழந்தைகளுக்கு அவள் தங்கள் தகப்பனைத் திட்டுகிறாள் என்பது புரியாமல் இல்லை.

"சும்மா நீ அப்பாய பறையாதம்மா"

"கொப்பன் நல்ல கொப்பன்."

மகள்களின் தலையை ஒன்றை மாற்றி ஒன்றைத் துடைத்தபடியே சொன்னாள்.

"எங்க கிளாசு மினாசிக்க அம்ம நூட்டிக்குப் போறாங்கம்மா."

கொஞ்சமும் எதிர்பார்க்காமல் இளையவள் படக்கென சொல்ல, ஒரு கணம் மகளையே பார்த்தாள்.

"ஆமம்மா. எங்க கிளாசுலேயும் அபிதா, மான்சி, நந்தனனுக்க அம்மா எல்லாம் பேக் போட்டுட்டு நூட்டிக்கிப்

போவாங்களாம். பிள்ளைகளுக்குப் பண்டம், துணி, செருப்பெல்லாம் அவ்வியாதான் வாங்கிக் கொடுப்பாங்களாம்."

மிரண்டாள் ஓமனா.

"அவ்விய அப்பாயும் வேலைக்கித்தான் போவாங்களாம். ஆனாலும் பைசா தெவையாதுன்னு அம்மாக்களும் போவாங்களாம்."

"அப்பிடி என்ன வேலைகளுக்குப் போவாங்களாம்?"

"அபிதாளுக்க அம்ம எங்க பள்ளியிலே சீச்சரு. நந்தனுக்க அம்ம நேள்சி வேலைக்கிப் போவாங்களாம். ஏம்மா நீயும் ஒரு சீச்சராட்டோ நேள்சியாட்டோ போம்மா."

மூத்த மகள் கையைப் பிடித்துக் கெஞ்சுவதுபோல் கேட்கையில் மிகவும் அதிர்ந்தாள் ஓமனா.

பிள்ளைகளின் மனநிலை காலத்திற்கேற்றப்படி எவ்வளவோ மாறியிருக்கிறது. பள்ளி விட்டு வீட்டுக்குப் போகும் போதெல்லாம் சித்தி வீட்டில் இருக்க மாட்டாளா? என ஏங்கிய எவ்வளவோ நாள்கள் உண்டு. அப்படியொரு நிலை பிள்ளைகளுக்கு வந்துவிடக் கூடாதே என நினைத்தால் பிள்ளைகள் மாற்றி யோசிக்கிறார்களே!

"நான் ஒண்ணும் ஒங்க கூட்டுக்காரங்களுக்க அம்மை களைப் போல படிக்கல. எனக்கொன்னும் அந்த மாதிரி வேலைகளுக்குப் போக முடியாது."

"ஏன் நம்ம தங்கம் பாட்டி போற வேலைக்கிப் போவுலாமே ஒனக்கு?"

மகள்கள் இவ்வளவு நாளும் மனசில் வைத்திருந்ததைக் கொட்டுவதைக் கண்கள் மூடாமலே கேட்டாள்.

"நான் வீட்டுல இல்லன்னு ஆனா அப்ப தெரியும் ஒங்களுக்கு. வேலைக்கிப் போனா இதுபோல ஒங்கள ஓமுனிச்சிட்டு[2] நிக்க நேரம் கிட்டாது. சுகமில்லன்னு வீட்டுக்கு ஆளு விட ஒக்காது. மழை பெஞ்சா குடையும் எடுத்துட்டுப் பள்ளிக்கி வருவேனே அதெல்லாம் ஒக்கவே ஒக்காது. அந்திக்கி வரம்ப அம்ம ஒங்கள தேடியிட்டு வீட்டுல இருக்க மாட்டேன்."

"அதுக்கென்னம்மா. நீ இராத்திரியங்கிலும் வீட்டுல வரதானே செய்வ? இல்லியா தங்கச்சி..." பொறுப்புக்காரியாகச் சொன்னாள் கீதா.

2. கொஞ்சி

"நீ வரக்கு பிந்தினா நீ வரும் வரைக்கும் நாங்க டியுவிசன் அக்கா வீட்டிலே இருப்பம். எங்க லீவு நாளுகளில பகல் டியுவிசன் போயிருவோம்"

வீட்டின் கஷ்டங்களைக் கண்டு வீட்டுக்காகத் தங்களை அர்ப்பணம் செய்த கோமாளித் தலைமுறைகளெல்லாம் இப்போது இல்லையென்பதைப் பெருமையோடு பார்த்துச் சிறுமையில் சிரிப்பதா என்று தெரியவில்லை. பவுளி தனி மனுசியாகக் குடும்பத்தை ஓட்டுவது கண்டு எல்லாவற்றையும் விட்டுட்டுச் சித்திக்காரியோடு அண்டியாபீசு போன தன் பலவீனம் கண் முன்னே வந்தது. வேலைக்குப் போனாலே சகோதரர்களின் வாழ்க்கை வளம் பெறும், சித்தியின் தோளின் பாரம் குறையுமென நினைத்துக் குடும்பத்தைத் தோளில் சுமக்க மனமுள்ள பிள்ளைகளாக அவதரித்த நிலை இன்று இல்லை. எங்களை வாழவைக்க நீ எங்கேனும் வேலைக்குப் போ. நாங்க எங்களைப் பார்த்துக்கொள்ளலாம்... எவ்வளவு அழகாகத் திருத்தமாகச் சொல்லுகிறார்கள்.

"நுள்ளி கிழவன் என்னங்கிலும் வந்தா என்ன மக்கா செய்வியா?"

"அதெல்லாம் எங்க பள்ளியில சொல்லி தந்துருக்கும்மா குட் டச், பேட் டச்செல்லாம் சொல்லித் தருவாங்க இல்லியா அக்கா?"

"நீயும் வேலைக்கிப் போனாதானே அம்மா, நமக்கும் ஒரு ஒழுகாத வீடு வச்ச முடியும்? நம்ம வீட்டுல வாற கடன்காரங்களை நிறுத்த முடியும்"

சொன்ன கீதாளைப் பார்க்க வலுவில்லாமல் ஆனாள் ஓமனா.

"நாங்க மட்டும் படிச்சி முடிச்சி வேலைக்கிப் போனோமுன்னு வை..."

சின்ன மகள் விரலை நிமிர்த்திச் சொல்லுகையில் வாழ்க்கை வானம் விரிந்து வருவது போலவே இருந்தது. மகள்களைக் கட்டியணைத்தாள்.

பிள்ளைகள் பள்ளிக்குப் போய் வெகுநேரம் ஆன பிறகும் மனசின் பிடைப்பு நிற்கவே இல்லை. வெறுமனே கையை மூடி வைத்தால் ஆகாது என்பதைப் பிள்ளைகள் சொல்லிக் கொடுத்த விதம் பிடித்திருந்தது. ஆனால் கல்யாணம் பேசும்போது இப்படி யாரும் சொல்லவில்லையே.

“இவ்வளவு காலம் அண்டியாபீசுல உருக்குலஞ்ச ஒனக்க வாழ்க்கை இனி அமைதியா இருக்கப் போவுது. ஒன்ன பொன்னபோல பூவபோல பாக்க ஒனக்குன்னு ஒரு மாப்பிள வரப் போறான். ஒனக்குன்னு நல்லது கெட்டது செய்ய ஒரு துணை வர போகுது”ன்னு சொல்லித் தானே கலியாணம்செய்து கொடுத்தார்கள். இவள் சிந்தனை ஓட்டத்தை உள்வாங்கியது போல் ஈரோலி தன் கிளைகளை அசைத்தது.

“நீயா வேலைக்கிப் போனா ஒங்கையில பத்து பைசா வரும். ஒனக்கு எது தேவையோ அதை ஒங்காசுல வாங்கி பாரு. அப்ப வரும் ஒரு தன்றேடம். கெட்டுனவன்தான் எல்லாம் தரணுமுன்னு அவன் பின்னால நிக்கியது போக்கு கெட்ட சீவிதம் மக்கா.” தங்கம் அடிக்கடி சொல்வாளே இப்படி.

“இங்க பாரு அவன் செரியில்லன்னு நீ இன்னும் வேல கீலன்னு இறங்கி பத்துப் பைசா சம்பாரிக்கிறதா அவனுட்ட காட்டியிராத. பிறகு குடும்ப பாரம் முழுக்க ஒன் தலையில இறக்கி வச்சிட்டு அவன் ஹா... யா இருந்துடுவான். என் நிலமை இப்ப இப்படிதான் ஆகிபோச்சு.” அண்டியாபீசில் வேலை செய்யுகையில் நெருங்கிய தோழியாக இருந்த சிந்தாமணி யோடு பேசுகையில் அவள் இப்படிதான் சொல்லுவாள். என்னதான் செய்ய? மூளையைக் கசக்கினாள்.

“வீட்டுல ஆளு இருக்கா?”

முன்பக்கம் சத்தம் கேட்டது.

பலுசைக்காரன் தாமஸ் நின்றிருந்தான். கிருதா வரைக்கும் நரைத்திருந்தது அவனுக்கு. தோட்ட போல் உயரம் கொண்டவனின் முன் தலையின் வழுக்கை தன் முகத்தில் எதிரொலிப்பது போலிருக்க விலகி நின்றாள். நீண்ட உடம்பில் தொங்கும் சதைகளில்லை. மீசையின் நரையில் மை அடித்திருக்கிறான் என்பதை அதன் பளபளப்பிலே பார்க்க முடிந்தது. பிச்சிப் பூ செண்ட்டை எடுத்து ஊற்றியிருப்பான் போலும். அது என்னவோ இக்கணத்திற்கு நாறியது ஓமனாளுக்கு. வந்திருப்பது தாமஸ்தான் என்பது தெரிந்ததும் வாசலுக்கு வெளியே வராமல் உள்ளேயே நின்றாள். அவன் தொண்டையைக் கனைத்தான்.

“ஒன் மனசுல அப்பிடி என்னதான் நினச்சிருக்கிய என் பணத்தை ஒனட்ட தந்துட்டு இப்ப நான் இரப்பாளி போல இரந்துட்டு ஒன் வீட்டுல வாறேன்”

“அவ்வியளுக்கு வேல ஒழுங்கா இல்ல.”

"அதுக்கு நான் என்ன செய்யணும்"

"எல்லாம் என் மயினிக்காகத்தான் வேண்டினேன்."

"ஒன் சொந்த கத, சோக கதையெல்லாம் எனக்குத் தேவையில்ல. நீயே பலுசை நோட்டை எடுத்துப் பாரு, எத்ர மாசம் முடக்கிப் போட்டுருக்கேன்னு. இப்பிடியே போச்சுன்னா ஒரு ஒப்பந்தம் உண்டே தெரியுமா?" நிமிர்ந்தாள்.

"வீட்ட எழுதி தந்துர வேண்டியதுதான். நீ அப்பிடித்தான் எழுதிதந்து வேண்டுன பணத்த."

"இல்ல. இல்ல அப்பிடியெல்லாம் ஆகாது. நானும் எதங்கிலும் வேலைக்கி போலாமுன்னுதான் இருக்கேன். ஒமக்க முடக்கமெல்லாம் தீத்துருலாம்."

ஓமனாளின் பேச்சைக் கேட்டுப் பரிகாசமாகச் சிரித்தான் தாமஸ்.

"என்ன சோலிக்கிப் போய் எனக்கக் கடனை மீட்டுவ? ஒனக்கு ஆக கூடி அண்டியாபீசு வேலைதானே தெரியும். அங்க வாரம் முழுக்கக் கடுச்சிப்பிடிச்சா அப்பிடி என்ன முக்கியிருவ" அக்கம்பக்கம் பார்த்தான்.

"என் வீட்டுல எடுபிடியா என்னஙகிலும் செய்ய வாறியா? அவா கிடப்பாய் ஆகி மாசம் பலவாச்சி."

கண்களில் சிவப்பு கூடியிருந்தது அவனுக்கு. சுண்டு இழுத்த இழுப்பில் மோகம் மலிந்து தொங்கியது. உடல் கூசியவளாக இன்னும் சுருங்கினாள் சுவரோடு.

"அதுல வந்தியங்கி பலுசையும் வேண்டாம். முதலும் வேண்டாம்; எல்லாம் ஒனக்க சௌரியம். ஆனா இப்பிடியே போட்டு இழுத்தடிச்சா நீயும் மக்களும் பெறத்த[3] இறங்கித் தர வேண்டியதுதான்."

தீர்க்கமாகச் சொன்னவன் "கிச்சிலியக்கோ..." என்று மாமியாக்காரியை அழைத்துக்கொண்டுபோனான். அவளிடமிருந்து வாங்கிவிட்டிருக்கும் லெட்சத்திற்கான வட்டியை இவள் கண் காணவே அவன் கொண்டு கொடுக்கையில் மனசில் எழும்பும் பிரளயத்தை ஓமனாளுக்கு அடக்கவே முடியவில்லை. ஆனால் அடக்கித்தான் ஆக வேண்டும். இளமையும் பொலிவும் ஆரோக்கியமுமாக இருந்தபோது

---

3. வெளியே

மனு உழைத்த உழைப்பை உறிந்து வட்டிக்குக் கொடுத்துக் கொழுப்பாக வாழ்கிறாளே... பெருமினாள். நெஞ்சு அடைப்பது போலவே இருந்தது.

தாமஸ் போன பிறகும் நடுக்கம் தீரவில்லை. என்ன மாதிரி சொல்லிவிட்டான் வீட்டுல எடுபிடிக்கு வா என. அவன் பெண்டாட்டி கிடப்பாய் ஆகி பல மாசங்களாச்சாம். அதுக்கு என்னை விளிச்சியான். கெட்டினவன் ஒணப்பா⁴ இருந்திருந்தா ஒரு பன்னக் கிழவனுட்டண்டு இந்த வேளம் கேக்கணுமா? கேக்கணுமா? மனம் பெருமினாள்.

செல்பில் கிடக்கும் போனில் கண்கள் போயின. நல்ல நல்ல ஆன்ராய்டு போன்கள் மலிந்த இக்காலத்தில் இவளிடம் கிடக்கும் பன்ன போன் அடிக்கடி கழன்றுபோகும். சுச் ஆஃப் ஆகும், ஒரு போதும் சார்ஜ் நிற்காது. எப்போதும் கரண்ட்டில் கிடக்க வேண்டும். இப்படியெல்லாம் உபாதைகள் கொண்ட போனில் மாப்பிளை அவ்வளவாகப் பேசுவதில்லை என்பதுதான் முக்கியமான உண்மை.

கல்யாண வாழ்க்கைக்குரிய கரிசனையைத் தான் பெறவே இல்லை என்பதை ஓமனா அடிக்கடி நினைப்பாள். மேல வீட்டு யமலியின் மாப்பிளை குமார் காலையில் பணிக்குப் போகும்போது மனைவி மக்களைத் திரும்பி பார்த்து, பார்த்து டாட்டா சொல்லிவிட்டுப் போவான். அலுவலகத்தில் போய்ச் சேர்ந்ததும், போன் பண்ணுவான். முடிந்தால் மதியமும். சாயங்காலம் டூட்டி முடிந்து வரப் பிந்தினால் அப்போதும் போன். அவன் வீட்டுக்கு வருகிறான் என்றால் மனைவியும் பிள்ளைகளும் வாசலின் வெளிப்பக்கம் காத்து நிற்பார்கள். வீட்டுக்கான வகைகளை வாங்கியிட்டு வருகிறவன் தினம் பார்க்கும் மனைவி பிள்ளைகளென்றாலும் அணைத்து முத்தி வீட்டுக்குள் போகும் காட்சியை ஓமனாளும் பிள்ளைகளும் பல நாள்கள் பார்த்து பரிதவித்துப்போவதுண்டு.

"ஏம்மா, நம்ம அப்பா மட்டும் ஏன் யமலி ஆண்ட்டிக்க அப்பாபோல இல்ல" என்று கேட்பார்கள். இவள் என்ன பதில் சொல்லுவாள்.

தன்னோடு பேசாவிட்டாலும் தன் பிள்ளைகளோடாவது பேசிச் சிரிப்பானென்றால் அதுவும் இல்லை. இவன் என்ன பிறவியோ? எரிச்சல் முட்டியது. சார்ஜரில் கிடக்கும் போனை உருவினாள். மனுவின் நம்பருக்கு அழைப்பு கொடுத்தாள். ரிங் நீண்டு போய் அணைந்தது. இவளாகவே நான்கு நாளைக்கு

---

4. நல்ல முறையில்

அண்டியாபீசு

முன் அழைத்துப் பேசியது. அதன் பின் இதுவரை அவனும் அழைக்கவில்லை. இவளும் பேசவில்லை. கடைசியாகப் பேசியபோது இளைய மகளுக்கு இரண்டு வாரமாக இருக்கும் இருமலைப் பற்றி, இரவுதோறும் வரும் காய்ச்சலைப் பற்றி, கெவர்மெண்ட் ஆஸ்பத்திரியில் கொண்டு போய் மருந்து வாங்கியும் குறையாததைப் பற்றி, தாமஸின் கடன் பற்றி, அறக்கடை கனியம்மாளின் பற்று, கேபிள் கட்டாதது. கேஸ் தீர்ந்தது, பாலுக்காரன் பணம் கேட்பதெனச் சகலமும் சொன்னாள். ம்... ம் என மூணிமூணிக் கேட்டவன் இன்னும் மறுபதில் பேசவில்லை.

"ஆணா பிறந்தவன் இப்பிடியா இருப்பான்? அவனவனுக்க பெண்டாட்டி தும்பும் துருவுமா இருந்தாகூட வச்சி ஓம்பி ஓம்பி[5] பொன்னே பூவேன்னு பாக்கியானுவா. இவனுக்கெல்லாம் பெண்டாட்டியா ஒரு பெண்ணுமே அமஞ்சிருக்கக் கூடாது"

வெறுப்பு முட்ட மீண்டும் போன் அழைத்தாள். ரிங் நீண்டு போய் முடியும் கட்டத்தில்...

"அலோ... அலோ..."

மனுவின் இந்த அலோ கேட்பே ஓமனாளைப் பொசுக்கி விடும். மனைவியின் நம்பர் இவனுக்குத் தெரியாதா என்ன? எதோ தெரியாத ஆளுபோல அலோ... அலோ கேட்கும் போதே சொல்லவந்த சகலமும் மறந்துபோகும். அடுத்து ஒரு வாக்குக்கூடப் பேச மனசின்றி போகும். அவனவன் மனைவி யின் நம்பரை இதய குறியிட்டு டியர், டார்லிங், மனசு என்றெல்லாம் பதிவிட்டு இதயத்தில் அந்த எண்களைப் பதித்து வாழும்போது இவனுக்கு இவன் பெண்டாட்டியிக்க நம்பர் கூட அந்நிய நம்பர் ஆயிட்டு.

"போன அடிச்சி வச்சிட்டு வாயுல சாமானத்தையா வச்சிருக்கிய? என்ன எழவுன்னு சொல்லித்தொல"

அவன் இப்படித்தான் பேசுவான். பெண்டாட்டி என்ற இங்கிதமோ பெண் என்ற இனிமையோ ஒருபோதும் இவளிடம் அவன் வெளிப்படுத்தியிருக்கவில்லை. கலியாணம் ஆன புதிதில் இவளுக்கென்று தனியாக ஒரு போன்கூட வீட்டில் யாருமே கொடுக்கவில்லை. கிச்சிலிக்கு வரும் போன், அவள் பேசி அவன் சகோதரிகளெல்லாம் பேசி இவள் கையில் கொடுப்பார்கள். அதுவும் கிச்சிலி அருகிலே நிற்பாள். மனசில் இருப்பதைச் சொல்லவும் முடியாமல் மாப்பிளையென

---

5. கொஞ்சிக் கொஞ்சி

உரிமைகொள்ளவும் முடியாமல் அய்யய்யோ... அப்போதே அவனிடமான பல வார்த்தைகள் ஓமனாளுக்குத் தீர்ந்துபோயின.

"சிந்தாமணி இவனுக்கெல்லாம் நான் ஒரு விசயமே இல்லட்டி. ஒரு ரசனைகூட இல்ல அவனுட்ட. எப்ப தேவையோ அப்ப வருவான் தூக்கியிட்டு"

"ஒனக்கு அவனை வசப்படுத்த தெரியல. ஒனக்க மாப்பிள ஒரு காட்டான் கணக்குலதான் வளந்திருக்கியான். அவனுக்க தள்ளையும் தங்கச்சியாமாருவளும் அப்படி அவனை ஆக்கி விட்டுட்டாளுவா. அவனுக்க நல்ல காலத்தில ஒரு காதல் கீதல் பண்ணியிருக்க மாட்டான். காதல் அனுபவமும் இல்லாம, நேரா ஒனட்ட வந்து சேர்ந்தவனை அவன் போக்குல விடாம நீதான் ஒன் அன்பால அவனை மாத்தணும்"

சிந்தாமணியின் அறிவுரைகளால் மட்டுமல்ல, ஒரு பெண்ணா தனக்குள் கிடக்கும் பல ஆசைகளையும் கணவனாலே தீர்க்க முடியும். அவனிடமே தன் காதலை வெளிப்படுத்தவும் முடியுமென ஓமனா எடுத்த எல்லா முயற்சிகளுமே ஒரு வகையில் வீண்தான்.

இதுவரைக்கும் அவன் கைப்பிடித்து நடந்ததில்லை. கண்களை மூடிக்கொண்டு முத்தங்களை வாங்கியிருக்கவில்லை. மடியில் படுத்திருக்கவில்லை. கட்டிப் பிடித்துத் தூங்கியிருக்க வில்லை. கிசுகிசுவாகக் காதோடு பேசியிருக்கவில்லை. கல்யாணம் முடிந்து முதல் விருந்துக்குப் போய்விட்டுக் காரில் வந்து இறங்கியபோது, முன் இறங்கியவனின் கையைப் பிடித்துக் கொள்ள முயன்றாள். அவனோ கையைத் தட்டியதோடு இல்லாமல்...

"இன்னும் பச்சப்பிள்ளபோல என்னது இது?"

பலரும் பார்க்கும்படி சொன்னான். அவமானத்தில் முகம் தொங்கியது. ஆனாலும் பார்த்துக்கொண்டிருந்த சொந்த பந்தங்களுக்கு எதிரில் வலிக்கவில்லை என்பதுபோல் சிரித்து மழுப்பினாள். இளைய மகள் பிறந்த நாப்பத்தியொன்றுக்குப் பிள்ளையும் தள்ளையும் கொண்டு விட்டுட்டுப் போன அன்னிக்கு மனசு வெகுவான துன்பத்தில் கிடந்தது. சித்திக்காரிக்கு அப்போதே உடல் நலமில்லை. போதா நிலையில் இரண்டு பிள்ளைகளும் ஆப்ரேசன், குழந்தை கட்டுப்பாடு இதெல்லாம் உடலைப் பலவீனமாக்கிவிட்டிருந்த நிலையில் ஆக கூடிக் கிடைக்கக்கூடிய ஒரு ஆசுவாசம் கணவனிடமிருந்து என்னும் நிலையில், தோள் சாய முனைந்தவளை அப்படியே தள்ளினான்.

அவன் தள்ளியதைச் சன்னல் வழியாகப் பார்த்த கிச்சிலி ஓமனாளைப் பார்த்துப் பரிகாசமாகச் சிரித்த சிரிப்பு நெஞ்சில் குத்தி இறங்கியது.

அவன் பிள்ளைகளை அறுவை சிகிச்சையால் கீறிப் பிளந்த வயிறை அவன் இன்றளவும் பார்த்திருக்கவில்லை. அதில் தன் கண்ணீரைச் சிந்தி முத்தியிருக்கவில்லை. எவ்வளவு நன்றி கெட்டவன்.

உண்மையிலே இவன் மனுசனா? இவனுக்குள் என்ன இருக்கு? என்றெல்லாம் பலமுறை ஆய்வுசெய்திருக்கிறாள். கிச்சிலியோடு சிரிக்கத் தெரியும். வேலையிலிருந்து வந்ததும் சகோதரிகளின் வீட்டுக்குப் போகத் தெரியும். நாலுமுக்கு ரோட்டில் சாயை குடிக்கப் போகுகையில் நியாயம் பேசத் தெரியும். அரசியல் ஓட்டங்களை மணிக்கணக்கில் ஜாலம் பேசத் தெரியும். நவீன சினிமா கதைகளை நேரம் மறந்து பேசுவான். இத்தனைக்கும் சினிமா நாயகர்களை வாய்கிழியப் பேசுவான். காதல் பாட்டுகளை முணுமுணுப்பான். ஓமனா உற்றுப் பார்க்கையில், அவனுக்கு எல்லாமே தெரிகிறது இவளைத் தவிர.

“லே மோனே மனு, ஓமனாளுக்கு நீ தாமுல உண்டு. அதுட்ட கொஞ்சம் அனுசருணை காட்டு...”

தங்கம் அவனோடு சொல்வதுண்டு.

“ஏன் நான் அவளை ரோட்டுலா பிடிச்சி தள்ளி யிருக்கேன். அவளுக்கு என்ன குற வச்சிருக்கேன். இருக்க வேண்டிய இடத்துல பெண்டாட்டியை இருத்தணும். இல்லியங்கி தலையில ஏறி நின்னு சவுட்டி பிதுக்குவாளுவா. பெண்டாட்டி தாசனா இருக்க எனக்க ஒக்காது.” இப்படியொரு பதிலைச் சொல்லுகிறவனால் ஓமனா வெடவெடத்துப் போவாள்.

மனுசியாக மதித்தால், பேணினால், அன்பு செய்தால் அவனின் ஆண் முனை ஒடிந்துவிடுமென யாரோ எப்போதோ பயிற்றுவித்தை மூளையில் எப்போதோ ஏற்றிவிட்டான். ஒரு தப்பளையனாக இருந்தால்கூட மனம் அனுசரித்திருக்கும். திட்டமிட்டே ஓமனாளின் உணர்வுகளை மிதித்து நசுக்கி சந்தோசிக்கிறான். அடி மனதில் இவள் தன் அடிமை என்கிற ஆணவம் புரையோடிக் கிடக்கிறது.

“அலோ போனை வச்சிட்டு என்னத்தட்டி யோசிச்சிய?”

"அவன்தான் ஒனட்ட அன்பா பேசாம இருந்தாலும் நீயங்கிலும் பேசணும். சுகமா இருக்குதியா, மனசு எப்பிடி இருக்கு, சாப்பிட்டியா? ஒன்ன பாக்க ஆசயா இருக்குன்னு. நீயாவது ஒன் மனச ஒன் அன்ப வெளிப்படுத்தணும் மக்கா." தங்கம் சொன்னதை இப்போதும் நினைத்தாள். அவனைக் குறித்த எரிச்சலைத் தூரமாக வைக்க முயன்றவள்...

"சுகமா இருக்குதா?"

"எனக்க சுகத்துக்கு என்ன குறச்சல்? செல்லு என்னத்துக்கு போன் பண்ணுன?"

கேட்டுவிட்டேனே சுகத்தை. நாக்கைத் தனக்குத் தானே கடித்தாள். மறுபதில் அவன் கேட்கவில்லையே நீ சுகமா என.

"காலத்த என்னத்த தின்னுச்சு?"

"வவுத்துக்கு என்ன தேவையோ அத தின்னாச்சி." அப்போதும் கேட்கவில்லை நீ என்ன தின்ன என.

"பிள்ளைகள் ஒம்மள தேடுது..."

"ஒ, தேடுவுனம்..."

இனி என்ன பேச? மனசும் வார்த்தைகளும் வறண்டன. கோபம் உருண்டு உச்சியில் ஏறியது.

"வீடு கூடு இருக்குண்ணு ஓர்ம உண்டா? மக்கா எப்பிடி கெடக்குதுவான்னு ஒரு அன்னளம்[6] உண்டா? ஆணடியில்லா வீட்டுல நானும் மக்களும் ஒத்தெயிக்கி கிடக்கியமோ, ஒரு விசாரிப்பு உண்டா? நீரெல்லாம் என்னத்துக்கு ஓய் பெண்ணு கெட்டுச்சி?"

"காலத்தே வாரி கெட்டியிட்டு போன் பண்ணுனது இதுக்கா?"

"பலுசைக்காரன் வந்துட்டுப் போறான். பாலுக்காரன், மீனுக்காரனெல்லாம் வீட்டுல வந்துட்டுப் போவுனம்."

"இப்ப நான் என்னத்த செய்யக்குச் சொல்லிய? நானும் ஒரு மனுசன்தான். எனக்கும் ரெண்டு காலும் கையும்தான் இருக்கு. பதினாறு வயசிலே மழையிண்ணும் இல்லாம; வெயிலுண்ணும் இல்லாம குடும்பம் குடும்பமுன்னு பாடுபட்டுக் கொடுத்தேன். இனி எனட்ட ஏலும்பலமும்[7] இல்ல."

---

6. விசாரிப்பு

7. உடல் வலிமை

“அப்ப என்னத்துக்கு நீரு பெண்ணு கெட்டுச்சி?”

“அறியாப்பிழையா கெட்டியிட்டேன்...”

“இந்த மாதிரி கை கழுவியதுபோல பேசினா எம் பிள்ளைகளுக்கு என்ன வாழ்க்கையிருக்கு?”

“உண்டாக்கிவிட்ட தெய்வம் அதுவள வளக்கும்”

“தெய்வமா ஓய் காலும் கையுமா எனட்ட வந்துது”

“அண்டியாபீசுக்காரிக்க வாயுல எதங்கிலும் நல்ல வேளம் வருமா? போனை வச்சிட்டு போட்டி.”

மனு போனை கட் செய்தான். ஓமனா புகைந்தாள். அவன் இப்படி போகக் கூடாது. இன்னும் அவன் அதிகமாகத் தர்க்கங்கள் சொல்லணும், அப்போதுதான் மனசில் கிடக்கும் பலதும் பேச முடியும். மீண்டும் போன் அடித்தாள். அவன் கட் செய்துவிட்டான். கோபம் பொங்கியது. ஒரு பக்கம் அழுகை மீறியது. சுண்டை இறுக்கிக் கடித்தாள். இரத்தம் கசிந்த மொச்சை நாக்கில் புரண்டது.

ஓமனா ஒன்றும் மதிப்பு கெட்டவளில்லை. மனிதனை அன்பு செய்யத் தெரியாதவளில்லை. இந்தப் பெரும் கடன்களில் அவன் உழைப்பு ஈடுகொடுக்க முடியாததுகூட வருத்தமில்லை.

“நான் இருக்கேன் கூடவே கடனெல்லாம் தீக்குலாம்.”

இந்த ஒரு வாக்கைத்தான் கேட்கிறாள். நம்ம பிள்ளை களுக்கு நான் இருக்கேன் என்று சொல்லாமல் கை விடுவது பெரிய துன்பமாக ஆகிவிடுகிறது. மீண்டும் மீண்டும் போன் அடிக்க தொடங்கினாள். ஒரு கட்டத்தில் இவள் போனின் சார்ஜர் இறங்கி சுச் ஆஃப் என்றது. போனைத் தூக்கித் தூரமாக எறிந்தாள். சுவர் மூலையில் பட்ட போன் இரண்டு துண்டாகப் பிளந்தது...

“எடி ஓமனே ஞான் நின்ன பொன்னபோல நோக்காமுடி.”

அண்டியாபீசில் ஓமனக்குட்டன் அடிக்கடி சொல்லும் காதல் வார்த்தைகள் ஞாபகத்தில் வர நெஞ்சம் எகிறியது. இப்போது சில நாள்களாக மனதில் ஓமனக்குட்டன் வருகிறான். அவன் நீட்டிய காதல் நாள்கள் ஓர்மையில் கசிகின்றன. அவனுக்கும் இவளுக்குமான காதல் பாட்டுகள் கேட்கத் தோணுது. ஏன் இப்படியெல்லாம் நினைத்துத் தொலைக்கிறேன்.

அண்டியாபீசிலிருந்து கலியாணத்திற்கென ஒருங்கி எல்லோரிடமும் விடைபெற்று வருகையில் வாட்சர்

செட்டில் கண்கள் சிவக்க நின்ற ஓமனக்குட்டனை எப்படி மறக்க முடியும்? ஒரு ஓணம் பண்டிகையின்போது போனஸ் துண்டைக் காட்ட ஆபிஸ் ரூம் போனபோது மெல்லமாக நெற்றியில் முத்தியவனின் முகத்தை அடிக்கடி நினைக்கிறாளே இப்போது. அந்த முத்தத்தைக் கொடுக்கும்போதும் அவன் கைகள் இவளை அணைத்திருந்த விதம், அதில் தெரிந்த பாதுகாப்பு, கரிசனம் ஏன் இப்போதும் நெஞ்சை நெருக்கிக் கொல்லுகிறது.

முதல் நாள் இரவு மனுவோடு உடலும் மனசும் தோத்துப் போன அந்த நொடிகூட...

"அழகோவியம் உயிரானது" என்று இவளை வருணித்துப் பாடும் அவனைத்தான் நினைத்தாள். இப்போதும் தோற்றுப் போகும் பெண்மையில் அவனைத்தான் ஓர்மித்து ஆசுவாசம் கொள்ளத் துடிக்கிறது மனசு. ஏன் அவனை இழந்தேன்? "வேண்டாம்..." தலையை உதறினாள். "எனக்குக் கலியாணம் முடிஞ்சி. எனக்கு பிள்ளைகள் இருக்காங்க; ஓமனக்குட்டன் வேற... வேற..."

"மோளே... ஓமனா" தங்கத்தின் குரல் கேட்டதும் தன்னை இயல்புக்குக் கொண்டுவர முயன்றாள்.

"செறுதுவா[8] பள்ளிக்கிப் போச்சா மக்கா"

"ம்..."

தன் கண்ணீரையும் கலவர முகத்தையும் துடைத்தவள், சிரிப்பதுபோல் முகத்தை வைத்துக்கொண்டாள்.

"ஒனக்க போனை ஒண்ணு தா மோளே. எனக்கதுல பைசா தீந்துபோச்சி. சத்தியனுக்கு ஒரு போன் பண்ணணும்"

கேட்டவளின் முகத்தில் களைப்புக் கிடந்தது.

"எனக்க போனைப் பாரு"

தரையில் பிளந்து கிடந்த போனைக் காட்டினாள்.

"ஏமுட்டி உடஞ்சா போச்சி"

"அது என்னிக்கி நல்லதா இருந்துருக்கு"

கீழே கிடக்கும் போன் துண்டுகளை எடுத்துப் பொருத்திப் பார்த்தாள். மேலும் கீழுமாகத் தல்லி இறுக்கினாள். மெயின் சுச்சை அமுக்கினாள். டிங் டாங் என வெளிச்சம் பரவியது திரையில்...

---

8. சிறு பிள்ளைகள்

“ஆயிரம்தான் போட்டு அடிச்சாலும் அப்படியொன்னும் செணம் செத்துப் போகாது”

தங்கத்தின் அருகில் போய் இருந்தாள்.

“ஏன் ஒனக்க மூஞ்சியெல்லாம் ஒரு மாதிரி இருக்கு. இன்னிக்கி இன்னும் வேலைக்கிப் போவாம இருக்கிய?”

“சத்தியனுக்குச் சோமில்ல அதான்...”

சொல்லும் முன்னே கண்ணீர் பொல பொலவெனச் சாடியது.

எதற்குமே ஓங்கி நிற்கக் கூடியவள் ஒரு ஆணின் காதலுக்கு முன் இப்படி உடைந்துவிடுகிறாளே.

“ஏன் என்ன செய்தாம்?”

“அவனுக்கு மஞ்சநோவு முத்திப்போச்சாம். கவனிச்சாம கொண்டுகொண்டு திரிஞ்சிருக்கியான்.”

“ஒனக்கும் தெரியாதா?”

“ரெண்டூணு வாரத்துக்கும் முன்னே நல்ல பரானமா[9] இருக்குன்னு சொன்னான். நானும் அஞ்சாறு குல கருக்கு, ஆரஞ்சி பழமெல்லாம் வேண்டி கொடுத்தேன். எனக்கு இந்த அய்ப்பிராயம் இல்லாம போச்சி”

“பிறவு எப்பிடி கண்டுபிடிச்சிருந்தாம்?”

“முந்தினாத்து அந்திக்கி அண்டியாபீசு விட்டுக் கடையில போனேன் இல்லியா? அப்ப அங்க வச்சி ஓர்ம இல்லாம விழுந்துட்டான். அப்பதான் கையைப் பிடிச்சி பாக்கியேன். உள்ளங்கை வரைக்கும் மஞ்ச, நகமெல்லாம் மஞ்ச. கண்ண நெளிச்சி பாத்தா மஞ்ச. நெஞ்சு முடிவரைக்கும் மஞ்ச”

“பிறவு...”

“கிட்ட சாயைக் கடையில நின்ன ஆளுவா எல்லாம் கூடி வேர்க் கிளம்பி ஆஸ்பத்திரிக்கிக் கொண்டுபோச்சுனம். இப்ப அவசர வார்டுல கிடக்கியான்.”

“நீ போவேலியா?”

“என்னை எங்க மக்கா ஏத்துவுனம்”

கமந்து சொன்னவளின் சங்கடம் பார்க்க முடியவில்லை.

---

9. படபடப்பாய்

“எம்புடுதான் உயிரும் உயிருமான சினேகமா இருந்தாலும் அதுக்குன்னு ஒரு அடையாளம் இல்லண்ணா அந்தப் பாசமெல்லாம் கள்ள உறவாதானே சொல்லியாங்க. சத்தியனுக்க வீட்டுல எனக்கும் அவனுக்குமான இசுக்கமான காரியமெல்லாம் மனசுலாகி போச்சி... ஆரம்பத்தில பெரிசா கண்டுக்கல. ஆனா இப்ப கெடுபிடி கூடிப் போச்சி. அவன் கடையும், வீடும் ரோட்டுக்க கிட்ட இருக்கியதுனால கள்ளவிலைக்கி வித்தாலும் சில கோடிகளுக்குத் தேறும். இது போக பரம்புவிளை, தோப்புண்ணு கிடக்கியதெல்லாம் எனக்க பேருக்கு எழுதி வச்சிருவானோண்ணு குசுகுசா பேச்சு ஆரம்பமாச்சி. இயற்கனவே பிறந்திருக்கியதும் இவனுக்கு உள்ளது இல்ல. எங்க மனசு மாறி எல்லாத்தையும் எனட்ட தந்துருவனோன்னு குடும்பத்துல எல்லாருக்குமே பேடி[10]”

“அவனுக்கக் கோடிகளையெல்லாம் எடுத்துட்டு அவனை மட்டும் எனட்ட தந்தா போரும் மக்கா. எனக்க ஒரு மொவனைப் போல எனக்க ஜீவனப் போல சத்தியன பாப்பேன். அண்டியாபீசுக்காரிக்க சினேகம் சத்தியனுக்கு மட்டும்தான் தெரியும். இப்பவரைக்கும் அவன் கைகாசை நான் வேண்டினதே இல்ல. நான்தான் என் சம்பள நாளுல அவனுக்குப் பிடிச்ச கடல முட்டாய் வேண்டி கொடுப்பேன். போன ஓணத்துக்கு ரெண்டு கையிலி வேண்டி கொடுத்தேன். எனக்கு அவன் காட்டுற சினேகமே போதுமுட்டி. அதுக்கு என்னத்துக்குக் காசு பணம் சொல்லு. ஓடிபோய் அவன் ஒரு எட்டு பாக்குலாமுன்னு சொன்னா, அங்க என்னை யாருமே ஏத்த மாட்டாங்க. எனக்க போனு நம்பரு அவளுகளுக்குத் தெரியும். அதான் ஒனக்க போனுல ஒருக்கா அடிச்சி பாத்தா என்னன்னு ஒனட்ட வந்தேன்.”

தங்கத்தின் சூழலில் தன் நிலையை மறந்தாள் ஓமனா. எப்படித்தான் என்றாலும் எதோ ஒரு காதலில்தான் வாழ்க்கை கட்டப்பட்டிருக்கிறதுபோலும்.

“இப்ப என்ன பண்ணணும்?”

தங்கத்தின் கையைப் பிடித்துக் கேட்டாள்.

“நான் பெய் பாத்துட்டு வரட்டா?”

“ஒனக்கு ஆஸுத்திரி தெரியுமாக்கும்?”

“இதுல தெரியக்கு என்ன இருக்கு?”

---

10. பயம்

“வேண்டாம் மக்கா. ஒன்னையும் சத்தியனுக்க பெண்டாட்டிக்கி நல்லா தெரியும். நீ என்னத்துக்கு வந்தேன்னு கேட்டா? அதெல்லாம் விடு. அவன் நம்பருக்கு ஒரு போனை அடிச்சி பாரு. ஓர்ம வந்துட்டான்னு அறியணும்.”

சத்தியனின் எண்களை மனப்பாடமாகவே சொல்லிக் கொடுத்தாள். ஓமனா அடித்தபோது எதிர்முனையில் ரிங் போனது. இவள் மனசும் படக்படக் என ஆனது.

“போனு போவுது போவுது” தங்கத்திடம் கொடுத்தாள். போனை வாங்கியவளின் விரல்கள் நடுங்கின.

“அலோ...” உருகினாள் தங்கம்.

எதிர்முனையில் அவன் பேசியிருப்பான்போலும். பேச முடியாமல் இவள் உதடுகள் விம்மின. ஓமனா இவள் முதுகை இதமாகத் தடவிக் கொடுத்தாள்.

“நான்... நா... ன் காத்திருக்கியேன்... நீரு வாரும்.”

இதுக்கு மேல் எதுவும் பேச முடியாமல் ஓமனாளிடம் போனைக் கொடுத்தாள். இந்தக் காதலில் என்ன அசிங்கம் இருக்க முடியும்? இதில் ஒருவருக்கொருவர் என்ன லாபம் கிடைத்துவிடப்போகிறது என்று ஓமனா நினைத்தாள்.

தன் முகம் முழுவதும் ஒழுகி வழிந்த கண்ணீரை இறுக்கித் துடைத்தாள் தங்கம்.

“எனக்கு அதிய பிரார்த்தனை ஒண்ணும் இல்ல மக்கா. நாளொரு காலம் எனக்கொரு சாவு நடக்கம்ப சத்தியன் அங்க நிக்கணும். எல்லாரும் எவளோ ஒருத்தி செத்தான்னு கூடி நிப்பாங்க. ஆனா என் சத்தியன் மட்டும் எனக்கு வேண்டி கரைவான். நாம சாகம்ப நமக்காக அழ ஒரே ஒரு காதலு நம்மளுட்ட இருக்கணும் மக்கா.”

தங்கம் சொல்லிகொண்டுபோனாள். ஓமனாளுக்கு அது ஒரு வித குடைச்சலைக் கொடுத்தது.

இந்த ஓமனா செத்தா என் மாப்பிளை அழுவானா? அவனுக்க கண்கள் கலங்குமா? இப்படி நினைக்கவே அருவருப்பாக இருந்தது. வாழும்போது அன்பு செய்யாத வர்கள் சாவுக்குப் பின் எப்படி அழ முடியும்? காதல் இல்லாமல் வாழும் மாப்பிளை பெண்டாட்டி வாழ்க்கை எவ்வளவு கொடுமையானது. நினைத்தவள் கையில் இருந்த

போனை மீண்டும் பிதுக்கினாள். மாப்பிளைக்கு அழைப்பு கொடுத்தாள். அவன் மனசை பிளந்து பார்க்கும் ஆவேசம் வந்தது. அங்கு ஒட்டியிருக்கும் மெல்லிய நரம்புகளில் எங்கேனும் இவளுக்கு இடம் இருக்கா? பார்க்க ஆசையா இருந்தது.

"அலோ அலோ..." அவன் குரல் கேட்க...

"ஒமக்குத் தோணுனதுபோல போனைக் கட்டு செய்துட்டுப் போவுதே... உன்மையிலே ஒமளுட்ட இருக்கியது மனசா? இல்ல கல்லா? வாழ்க்கையில யாரையாவது மனசறிஞ்சி காதலிச்சிருக்குரா ஓய் நீரு? நான் ஒமக்க பெண்டாட்டியின்னு என்னிக்காவது தோணியிருக்கா? கூட இருக்கிய ஆணுங்க எல்லாம் வீடுகளுல எப்பிடி பரிமாறியானுவான்னு கேட்டுப் பாரும் ஓய்."

"இப்ப ஒனக்கு என்னட்டி பிரச்சன?"

"வீட்டுலண்டு பெய் எம்புடு நாளாச்சின்னாவது ஓர்மை யிருக்கா?"

"ஒனக்குத் தோணுதங்கி நான் என்ன செய்ய ஒக்கும்? பெட்டச்சியின்னா அம அடக்கம் வேணும்..."

அப்படியே சுருங்கினாள் ஓமனா. கொஞ்சம் இறங்கிப் பேசினாலும் அது உடலுக்கு என அவனாகவே முடிவெடுத்து விடுவான். ஏன் எனக்கு உடலும் இருக்குதானே. அதுக்கும் ஒரு தேவை இருக்கும்தானே; அதை மாப்பிளையிட்ட தானே கேக்க முடியும்? பொருமியவள் வெறுப்போடு போனை கட் செய்தாள்.

மனசும் உடலும் விரக்தியில் சுருண்டன. பின்பக்கமிருந்து வீசிய ஈரோலி மரத்தின் காற்று தேகத்தை வருடியது. இனம் புரியாத சங்கடம் பீறிட மரத்தின் கிளைகளைப் பார்த்தாள். உச்சிக் கிளைகள் வரைக்கும் மினுமினுவாகக் காய்கள் கொத்துக் கொத்தாகத் தொங்கின. சீக்கிரம் பழுத்துவிடுங்களென்ற அறிவிப்போடு குருவிகள் பலதும் குரலெழுப்பித் திரிந்தன. மரத்தின் பச்சைக் காய்களும் இலைகளும் பலவித உற்சாகத்தை இவளுக்கு எழுப்பிவிடுவது போலவே இருக்க, மரத்தின் அருகே போனாள்.

"வாழ்க்கை ஒண்ணும் பெரிய சோகமில்லை; பெரிய துக்கமில்லை; இங்கே எதுவுமே நிரந்தரமும் இல்லை. கொஞ்சம் சந்தோசப்பட்டா என்ன குறஞ்சி போயிருவ நீ?"

மரத்தின் மனம் பேசுவது போலிருக்க, கைகளைத் தூக்கி முறுவலித்தாள். கிளைகள் தலையசைத்து இவளை உற்சாகப் படுத்தின. அந்தக் கிளைகளின் இடைவெளிகளுக்குள் தென்பட்ட மேகங்களின் வடிவங்களில் ஓமனக்குட்டனின் முகம் தெரிந்தது. கண்களைப் படக்கென விரித்தாள். மேகங்கள் கலைந்தன. இப்போது கணவனின் கோர முகம் தெரிந்தது. கண்களை இறுக்கமாக மூடினாள்.

6

ஓமனாளின் வீட்டினருகே உள்ள யமலி தையல்காரி. அவளுடன் மிசியன் தையல் பயிலக் கேட்டு வைத்திருந்தாள். தையல் கற்று முடித்ததும் சங்சனில் வாடகைக்குக் கடை எடுத்து அதில் இருவருமாகத் தையல் தைக்க வேண்டும் எனவும் பேசி முடிவுக்கு வந்திருந்தார்கள். முன்புபோல் சவுட்டுமிசியன் இல்லை. வெட்டுவதற்கும் ஒழுங்காகத் துணிகளைத் தைத்து எடுப்பதற்கும் படித்தாலே போதுமானது. சில நாள்களாக வெட்டுத்துணிகளோடு யமலியிடம் தையல் படிக்கப் போக ஆரம்பித்தாள் ஓமனா.

யமலியின் வீட்டு முன்பகுதியைப் பழைய கால வராண்டா வடிவில் கட்டியிருப்பார்கள். அதன் முன் பக்கம் அழிபோல் ஓட்டைகளோடு கட்டி விட்டிருக்கும் செங்கல் துளைகளில் வெளிப்பக்கம் நிற்கும் பிங்க்நிற தாளு பூக்கள்[1] முகத்தை நீட்டி நீட்டி அசைந்தன. அது வழியாக வரும் காற்று தலைமுடியை அசைக்கும்போதெல்லாம் ஓமனாள் ஏனோ மகிழ்ந்தாள். விரித்துப்போட்ட கோரம்பாயில் துணிகளைப் பரத்திப் போட்டு வெட்ட இருக்கையில் அவளையறியாமல் விரல்கள் கோணித்தான் போகின்றன.

“பருவத்தே பயிர் செய்யுன்னு சும்மாளா பழமொழி இருக்கு. அஞ்சு வயசில முடியாதது அம்பதுல எப்பிடி முடியும்? என் மூளை முழுக்க அண்டிப்பருப்புகளுக்க வகைகளும் சைசுகளும் அதோட வடிவங்களும்தான் பதிஞ்சிபோய் கிடக்கு.”

---

1. செந்தாழம் பூ

ஓமனாளின் கண்கள் வெளிப்பக்கம் பூத்துக்குலுங்கிக் கிடக்கும் செம்பங்கியின் வெண்ணிற பூக்களின் மேல் போய் நின்றன.

"ம், அந்தப் பூக்களைப் போலவே இருக்கும் எங்க பாஸ்பெரையில வரும் வெள்ளைப்பருப்பு."

அண்டியாபீஸ் வேலைக்குப் போகும்போது பாஸ்பெரை யில் தட்டிப்போட்டு மறித்த வெள்ளைப்பருப்புகள் மனசில் மிதந்து குவிந்தன.

"ஒங்க எல்லாருக்கும் அண்டியாபீசுன்னு மட்டும்தான் தெரியும். வெள்ளைப்பருப்புல மட்டும் எத்ர வக சைசுண்ணு நினைக்கிற. எல்லாத்தையும் கவுண்ட் செய்து வகைப்படுத்தி எடுக்க இப்பளத்த படித்தக்கார பிள்ளைகளுக்குக்கூட முடியாது. நானெல்லாம் பாஸ் வேலை படிக்க ஆறு மாசம் ஆயிட்டுத் தெரியுமா? தங்கம் என்னை முதலில தல்லு பெரைக்குத்தான் கூட்டியிட்டுப் போனா. அங்க எல்லாம் என்னால ஒக்கவே இல்ல யமலி."

"ஏன் தல்லுபெரை வேல கஷ்டமா?"

"அண்டியாபீசிலே சைசு வகை இல்லாத வேலை தல்லுபெரை வேலைதான். வறுத்துப்போட்டிருக்கிற அண்டியை வகையா எடுத்து, அதுக்குண்ணு ஒரு தட்டோடி கம்பு இருக்கும், அது வச்சி மூக்குப் பக்கமா தட்டி உள்ள இருக்கிய பருப்பு உடையாம எடுக்கணும்."

"அது எப்பிடி உடையாம இருக்கும்?"

"சில அண்டி தோடுகள் நல்லா வெந்து கருஞ்சி போயிருக்கும். அதெல்லாம் தட்டினா பொளுபொளா பருப்பு வரும். சில அண்டிகளெல்லாம் பக்குவமா வேகாம இருக்கும். அதைத் தல்லுனா சதஞ்சிபோயிரும். எப்பிடிதான் பக்குவமாச் செஞ்சாலும் துண்டும் பொடியும் வரத்தான் செய்யும். தல்லு சோலிக்காரிகளுக்கு பருப்பை ஒரு சையிசுல, பொடியை இன்னொரு வகையில போடுவுனம்."

"அப்ப ஒனக்கும் அங்கப் போயிருக்கலாம் இல்லியா?"

"தல்லுபெரைக்காரிகளுக்க கையைப் பாத்துருக்கியா? அட்டக்காச்சுன தேயிலை காப்பிக்க கடுப்புக்க[2] கணக்குல இருக்கிறத. அண்டியை இடது கை விரலிடுக்குளுல வச்சிட்டு

---

2. கடும் நிறம்

வலது கையால தல்லம்ப தெறிக்கிற பாலுக்க கசிவு விரலெல்லாம் ஆகிப்போகிறப்ப எனக்குத் தொலியே பிஞ்சதுபோல ஆயிடும். அது போக அங்க குத்தவச்சிட்டுக் காலையிலிருந்து அந்திவரைக்கும் இருக்கணும். நான் அப்ப சின்னப்பிள்ளையா இல்லியா இருந்தேன்... பிறவு எப்படியோ பாஸ் பெரையில போய் பருப்பு வகைகளுக்க சைசெல்லாம் படிச்சி அங்க உள்ள மெயின் சோலிக்காரியா ஆகி போனேன்."

பாஸ் வேலையின் வகைகளைச் சொல்லும் ஓமனாளின் முகத்தின் பிரகாசத்தை யமலி கவனித்தாள்.

"சும்மா குனிஞ்சி இருந்துட்டுப் பிச்சாத்தி வச்சி எளச்சி[3] அந்தந்த வகை பருப்புகளை வீசுனா அதுக்கான சைசுல போய் விழுமுண்ணா பாரேன். அப்படி வகைப்படுத்திய விரலுகளுல துணி வெட்டி எடுக்கிற வளைவு வரவே இல்ல. எல்லாத்துக்கும் ஒரு வயசு இருக்கு யமலி."

"ஆமா பெரிய வயசு இவளுக்கு. வயசு என்கிறது மனசுல இருக்கு. எழுபது வயசுல சாதிக்கிறாங்க. நம்ம நாட்டுல தலைவர்களா இருக்கிறவங்களுக்க பாதி பேருக்க வயசும் எழுபதுக்க மேலதான் இருக்கும்."

"நீ இவ்வளவு தூரத்துக்குப் போய் விளக்க வேண்டியது இல்ல யமலி".

"நீ துணிய வெட்டிப் பாரு. நான் இப்ப வாறேன்." யமலி வீட்டுக்குள் போனாள். பிளவுஸ் ஒன்றுக்கான கழுத்தை வட்டமாக வெட்டிக்கொண்டிருக்கும்போது வீட்டிற்குள் போன யமலியிடமிருந்து சத்தம் கேட்டது. அடுக்களையில் ஏதேனும் பாத்திரம் விழுந்திருக்கும் என்றுதான் நினைத்தாள். ஆனால் நேரம், போகப் போக யமலியைக் காணவில்லை. அரவமும் இல்லை. தேடிப்போய்ப் பார்த்தால், யமலி நினைவிழந்து கிடந்தாள்.

யமலிக்கு ஓர்மை திரும்பவே இரண்டு நாள்கள் ஆகி விட்டன. அட்டாக் வந்திருக்கிறது. யமலிக்கு இப்படி வருமென யாருமே நினைக்கவில்லை. அக்கம்பக்கம் யாருக்கு என்னவென்றாலும் ஓடியோடிப் போய் நிற்பாள். சிரித்துக் கொண்டே வாழ்க்கையை நகர்த்தும் அழகிய பண்புக்காரி. ஓமனாளுக்குப் பல நேரங்களில் பக்குவமான ஆறுதலைக் கொடுப்பவள் இப்படிச் சரிந்ததும் நொடிந்துபோனாள்.

---

3. தோல் நீக்கி

இனி பழையதுபோல் மிசியன் தையல் பயிற்சி, போட்டிருந்த கணக்குப்படியான கடை வாடகை எடுப்பெல்லாம் நடக்குமா?

“எல்லாம் மாறும் ஓமனா. ஒனக்கு இவ்வளவு கடன்தானே பிரச்சன. பாத்துக்குலாம்” என்று சொன்ன யமிலி பிழைத்து வந்ததே பெரிய விசயமாக இருந்தது.

விடியற்காலை மணி இரண்டு. கிடந்தபடியே திறந்து கிடக்கும் சன்னல் வழியே பார்த்தாள் ஓமனா. வெளியே மழை தூத்திக்கொண்டிருந்தது. குளுத்தியைச் சுமந்த காற்று சன்னல் துணிகளை எளக்கித் தேகத்தில் உரசியது. பாளி மட்டுமே பொருத்திய சன்னல் அளிகளில் இதுவரை சன்னல் போட்டிருக்கவில்லை. அதன் இரு நுனிகளில் கட்டிப் போட்டிருக்கும் துணி காற்றுக்கு ஈடுகொடுக்காமல் கௌத்திக்கொண்டிருந்தது.

“அம்மோ பேய்...” இரவு வேளைகளில் காற்றிலாடும் சீலை துணியைப் பார்த்துப் பிள்ளைகள் பதறி அழுகையில் ஓமனாளும்பயந்துபோயிருக்கிறாள். மாப்பிளையோடு இதுபற்றிப் பல நாள்கள் சொன்னபோது சிரிக்கவே செய்தான்.

“ஒங்களுக்கெல்லாம் நீக்கம்பட்டி. பேயாம் பேய்...”

மழையும் குளுத்தியுமாக உள்நுழைந்த காற்று உடலை உருட்டி மறிக்க, இதமான சூடு ஒன்று தேவையாக இருந்தது ஓமனாளுக்கு.

இந்தத் தேவையை நான் நினைக்க முடியுமா? மாப்பிளை யின்னு ஒருத்தன் இருந்தும் என்ன பிரயோசனம் நினைத்தாள்.

“மனச அலைபாய விட்டா பின்ன அது ஒருபோதும் நம்ம கிட்ட திருப்பி வராம போயிரும் மோளே” சின்ன வயதில் சித்திக்காரி சொல்லி வளர்த்த உபதேசம் மனதில் தொங்கியது. சுவரில் பொருத்தி வைத்திருக்கும் இயேசுவின் திரு இருதயப் படத்தின் முன்பக்கம் இண்டிகேட்டரின் சிவப்பு வெளிச்சத்தில் வேளாங்கண்ணியிலிருந்து வந்த சிஸ்டர் கொடுத்த நீலநிற செபமாலை மின்னியது. மெல்ல எழும்பினாள். அதைக் கையில் எடுத்தாள்.

“மரியாளின் மாசற்ற இதயமே, என்மேல் இரக்கமாயிரும்.” முத்துகளை உருட்டினாள். ஏதுமறியாத குழந்தைகள் தாயை இன்னும் அதிகமாக இறுக்கிக்கொண்டார்கள். சன்னலின் திரைச்சீலையை மீறிச் சாரல்கள் தெறித்துக்கொண்டேயிருந்தன.

கோயிலில் விடியற்காலை ஐந்து மணிக்குத் திரிந்தாலும் மணி அடித்து முடித்ததும், வழக்கமாகவே எதோ ஒரு தெருநாய் ஊளையிடுவது வழக்கம். அவ்வழக்கம் இன்றும் கேட்டது. அதிகாலையும், மிதமான இருளும் மழையின் தணுப்பும்[4] இந்த ஊளையும் ஒரு வித பீதியைக் கிளப்பிகொண்டது. சித்திக்காரி சாவக் கிடக்கையிலும் இதுபோல் மழை, காற்று, பட்டி ஊளையென மனம் அக்காலத்தின் சூழலுக்குள் போனது. இவ்வேளையின் கலவரத்தைத் தணிக்க அருகே ஒரு அன்பு வேண்டும்போலவே மனசு தவித்தது.

அதெல்லாம் கிடையாது, இல்லையென மாப்பிளை உணர்த்திய பிறகும் இது ஏன் இந்தத் தேடல். தன்னோடு மல்லு புரிந்தாள்.

இப்போது நாயின் ஊளை பழக்கமாகியிருந்தது. அதன் ஊ ஊ என்கிற அடியாழத் தொண்டையின் குரலில் எதோ ஒரு தாபம், எதோ ஒரு கோபம்; எதோ ஒரு தேடல்; என்னவோ ஒரு எழவு. அக்குரலைப் பற்றிக்கொண்டு கண்ணயர முயன்றாள். கதவை யாரோ நெருக்குவதுபோல் இருந்தது. யாரோ? உறக்கத்தலத்தில் கிடந்தபடியே தலையைத் தூக்கினாள். பழக்கப்பட்ட நெருக்கு என்பது தெரிந்தது. பழக்கப்பட்ட ரூபம்தான். மாப்பிளை மனுதான் வந்திருந்தான். காலையில் பேசும்போதுகூட வீட்டுக்கு வருவேன் என்று சொல்லவில்லை. அவன் சொல்ல மாட்டான் என்பது ஓமனாளுக்கும் தெரியும். வாசலருகே வந்துட்டு "ஓமனா" என இதுவரை அழைத்திருக்கவும் இல்லை.

மனு வீட்டுக்குள் வந்ததுமே ஆண்முரடு[5] மூக்கில் ஏறியது. தோளில் போட்டுட்டு வந்த பையைச் சுவர் அருகே வைத்தான். மனைவி மக்கள் படுக்கும் இடத்தை எத்திப் பார்த்தான்.

"அப்போ..." உறக்கப்பாயில் சுருண்ட மூத்த மகள் எழும்பினாள். அவனிடம் ஓடிபோய் அணைந்தாள்.

"தொங்கச்சி ஒறக்கமா?"

"இல்லப்பா" கண்களைக் கசக்கினாள் இளையவள்.

"என்ன வேண்டியிட்டு வந்துரு?"

"சஞ்சியில போய் பாரு."

---

4. குறத்தி

5. ஆண் வாசம்

அண்டியாபீசு

தகப்பன் இறக்கி வைத்த பேக்கை உருவினாள் கீதா.

சன்னல் ஓரத்தில் தொங்கவிட்டிருக்கும் போணியில் கையைப் போட்டு உமிக்கரியை வாரினான். உமிக்கரி இல்லண்ணா பல்லு தேய்ப்பு இல்லாதது போலவே இப்போதும் இவனுக்கு. நாள் கணக்கில் உமிக்கரி போணி கையளாமல் இருந்த படியால் அதன் மேல் பக்கம் வலை தொங்கியது. கையால் அதைத் தள்ளினான்; உமிக்கரியை வாரினான். பின்பக்கக் கதவைத் திறந்தான்; லையிட்டைப் போட்டான்.

"அம்மோ..."

கிச்சிலியின் வீட்டில் அதிகாலை மூன்று மணிக்கே விளக்கு எரிந்தது. மகள்கள் இங்கு வருவதாக நேற்றுமுன் தினமே யாரிடம் போனில் பேசிக்கொண்டிருந்தாள். ஒருவேளை மாப்பிளைக்காரன்கூட அதற்காகத்தான் வந்திருப்பான் போலும். என்னங்கிலும் விசேசமோ? எழும்பாமலே யோசித்தாள்.

"அங்க என்னத்த செய்யியம்மா?"

"மாவு வறுக்கியேமுல... அப்பந்தான் வேளா வேளைக்கி தின்ன ஒக்கும்?"

"குட்டியா எப்ப வருமோ?"

"காலத்த பத்து மணி வாக்குல வந்துருவுனம். உச்சைக்கி ரெண்டு மணிக்கெல்லாம் வேன் வந்துருமாம்."

தள்ளையும் மகனும் உரையாடுவதைக் கேட்டுட்டே கிடந்தாள்.

"லீலாளுக்க பயலுக்கு வவுத்துல ஒரு நொம்பலம் இருந்து இல்லியா. ஒஞ்சத்தியமா வேளாங்கண்ணி மாதாவுக்கு ஒரு நேச்சை போட்டா... அந்தாக்கிலே எல்லாம் போச்சி. அதான் உடனே நேச்சதீக்கத் திரும்பினா. அப்பிடியே போம்ப அவளுக்க ரெண்டு மயினியாமாருவளையும், அவா மாப்பிளைக்க மூத்த தமையனுக்கக் குடும்பத்தையும் விளிச்சிருக்கியா. பின்ன நமக்க மாலாளுக்கக் குடும்பமெல்லாம் வருது. அதான் ஒன்னையும் ஒரு வாக்கு விளிச்சா... நீ வருவியோ என்னதோன்னுதான் சொன்னா."

"நான் வராம பின்ன யாரு வருவா?" உமிக்கரி கரியைத் துப்பினான்.

ஓமனாளுக்கு இந்தப் பேச்சு வயிற்றில் நெருப்பைக் கொட்டியது.

தகப்பன் வாங்கியிட்டு வந்த பச்சைத்தோல் ஆரஞ்சிப் பழத்தைப் பல்லால் வலித்துத் தின்னும் கீதாளை ரெண்டுஅடி வைக்கலாம்போல் தோன்றியது. பறட்டைத் தலையும் சளுவா வாயும் முன்பக்கம் கிழிந்த பெற்றிக்கோடுமாக மகள் இருக்கும் கோலம் இன்னும் அதீத வெப்புராளத்தைக் கிளப்பியது.

குடும்பம் முழுவதும் தன்னையும் பிள்ளைகளையும் புறக்கணித்துவிட்டு எங்கோ புண்ணியத்தலம் போகிறார்கள். அதில் முதல்ஆளாக மாப்பிளைக்காரன் நிற்கிறான் என்பதை எந்த மனைவியால் தாங்க முடியும்?

எழும்பினாள். கீதாளின் கையில் இருந்த ஆரஞ்சுப் பொதியைப் பிடுங்கிப் பின்பக்கம் முற்றத்தில் எறிந்தாள். ஈரோலி மரத்தருகே முகத்தைக் கழுவிக்கொண்டு நின்ற மனுவின் முன் தலையில் ஒரு பழம் விழுந்தது. சிலதுகள் அவன் கால் வழியே உருண்டு கிச்சிலியின் முற்றத்தில் போய் விழுந்தன.

"நீ எனட்ட பேசினா அவளுக்க ஈரக்கொல அத்து விழுந்துருமே."

"அவளுக்கு அத்து விழியதெல்லாம் விழட்டு. பன்னபெலயாடிக்குக் கொழுப்பு. வேலசோலியும் இல்லாம மக்களுக்குன்னு அடுத்தவனுட்டண்டு கடம் வச்சி வேண்டி யிட்டு வந்த வகையை வேண்டி தூர எறிஞ்சிருக்கியா?" மனு ஓமனாளைத் திட்டினான்.

பழம் பறிக்கப்பட்ட வெப்புராளத்தில் வாயை பிளந்து அழத் தொடங்கினாள் கீதா.

"இப்ப என்னத்துக்குண்ண கரைய? கொம்ம செத்துப் போனாண்ணா கரைய? அப்பிடியே செத்துப்போனாலும் ஒனக்க பாட்டியாரு உடனே கொப்பனுக்கு என்னைவிட மிச்சமா ஒரு கெவர்மெண்ட் சோலிக்காரியைக் கெட்டி வச்சி ஒங்களுக்கெல்லாம் கொம்மையா தருவா."

அதிகாலையை மீறிய கோபம் மனசில் உருண்டு உடலில் பரவியது ஓமனாளுக்கு.

"நல்லதுபோல தின்னுகுடிச்சி எத்ரயோ நாளாச்சி. கடங்காரா வீட்டைப் போட்டு அரிச்சி கொல்லியாங்க. அவனுக்க ஒருபுளிச்ச ஆரஞ்சியைக் கண்டாலும். அலந்தா[6] கிடக்கியா நீ"

---

6. அத்தப் பசி

மகளிடம் சீறினாள்.

"அவளைப் பணத்தோட வச்சி பூத்துல." கிச்சிலி சொல்வது காதில் விழுந்தது.

"அவள முதல்ல பூத்து. அதான் நேத்தும் அனுப்பி விட்டியே ரெண்டாயிரம் ரூபா"

"எனக்க அம்மைக்கி நான் கொடுக்கியத கணக்குப் பாக்காதேன்னு பல நாளு ஒனட்ட சொன்னாச்சி இல்லண்ண"

கையில் இருந்த செம்பைத் தூரமாகப் போட்டுட்டு வீட்டில் எத்திச்சாடினான் மனு. அவன் வேகத்தில் ஓமனாளை அடிக்கும் துரிதம் இருந்தது.

"வேண்டாமப்பா..." கீதா ஓடிப் போய்த் தகப்பனைப் பிடித்தாள்.

"கொம்மயாலதான் வீட்டுக்கு நான் வாறதேயில்ல. எப்பப்பாத்தாலும் அவளுக்குப் பணம் வேணும். போனு எடுத்தாலும் இதுதான் அவளுக்க வெப்புராளம். நேரில கண்டாலும் இதுதான் சோத்தியம்[7]. வீட்டுக்கு வந்த மாப்பிளைக்கி ஒரு கிளாஸ் வெள்ளம் குடுப்பம்; நாலு நல்ல வார்த்தை பேசுவேன்னு நினப்பாளா?"

"எனக்க அகத்தைச் சாக வச்சப் பிறகு, நான் என்னசெய்ய ஒக்கும்? அடுக்களையில போய் பார்த்தா தெரியும். அங்க உப்பிருக்கா? மிளகிருக்கான்னு. நல்லதுபோல எனக்க பிள்ளையளுக்கு ஒரு தேயில வெள்ளம்கூட காச்சி கொடுக்க வக்கில்ல எனக்கு. இதுக்கெல்லாம் காரணப்பட்ட நீ எனட்ட நல்ல வேளம்[8] பேசுனியா? எனக்கொரு ஆறுதல் சொன்னியா? வாழ்க்கைக்கு நம்பிக்கை தந்தியா?"

"இவா சின்னப்பிள்ள நான் இவளுக்க கையைப் பிடிச்சிட்டு கொஞ்சிட்டு நிக்க. மாப்பிளைக்க சரீர பலம், சூழ்நிலையெல்லாம் புரிய தெரியிறவாதான் பெண்டாட்டி. பதினாறு வயசிலே குடும்ப பாரம் எடுத்துத் தேஞ்சிபோன எனக்கு இப்பிடிதான் தர ஒக்கும்."

சொல்லி முடிக்கும் முன்னே பள்ளை[9] எலும்புகள் பிடைக்க இருமினான்.

---

7. கேள்வி

8. வார்த்தை

9. விலா

“இந்த மாசம் ஆறாயிரம் ரூபா தந்துருக்கு. போன மாசம் ஐயாயிரம். அதுக்க முந்தின மாசம் நாலாயிரம். மூணு பேருக்க வாழ்க்கைப்பாடுக்கு இவ்வளவு போருமா? இதுபோக மாச பலுசை வைக்கணும். உடுக்க பாக்கணும், மருந்து மை பாக்கணும். பாலு மீனு பாக்கணும்.”

“எங்களிவுக்குத்தான் நான் தர ஒக்கும்.”

“களிவு இருக்கம்ப எல்லாருக்கும் பாடுபட்டு கொடுத்துரு இல்லா... அப்பளே நாலு காயி சம்பாரிச்சி வச்சிருந்தா நானும் மக்களும் இப்பிடி கஷ்டப்பட்டிருப்போமா? நான் கொண்டு வந்த வகைகளையும் அழிச்சி பறக்கி தள்ளியாச்சி. நீரு ஓமக்க தொங்கச்சியிக்கிக் கொடுக்க வேண்டிய தொகைக்கு வேண்டி இல்லியா எனக்க தாலி மாலையைக் கழத்தினேன். சொந்தமா ஒரு கலியாணம் எடுக்க வக்கில்லாம ஆகிபோன ஓமக்க வீட்டை அடகு வச்சி கடங்காரி ஆனேன். இப்ப அவளுகளுக்க கூட என்னையும் மக்களையும் கழிச்சி வச்சிட்டு டூரு போவுரு இல்லியா? அவளுவளுக்கக் கூடச் சுத்தக்கெல்லாம் காசு பணம் இருக்கு இல்லியா? புழுத்துப்போன ஆரஞ்சி பழம் போதுமா எனக்க பிள்ளையளுக்கு?”

“பெண்ணே, ஒருக்கால கிணாட்டாம[10] இருந்தா கொள்ளாம். நான் ஒண்ணும் எனக்க சக்கறத்துல கோயில் டூருக்குப் போவேல. அதெல்லாம் மூத்தவாதான் பொறுப்பு. ஒரு அண்ணனாட்டுக் கூட வாண்ணு விளிச்சா, நான் வந்தேன்.”

“அண்ணனுக்க பெண்டாட்டிக்கி இடம் இல்லாத இடத்துல ஓமக்கு என்ன பெரிய வேல? நானோ பிள்ளைகளோ ஓமக்க ஆளு சனத்துக்கு வேண்டாம். அங்கெல்லாம் நீரு போவுரு இல்லியா?”

“ஓனக்க புத்தியிக்க லெச்சணம் கண்டுதான் அவளுவா ஒதுங்கிப் போறது.”

இங்கு நடக்கும் விவாதங்களைக் கேட்டு கிச்சிலி ஊமை சிரிப்புச் சிரித்தாள்.

“நல்லவன்னா என் பெண்டாட்டி பிள்ளைங்களையும் விளியிங்கன்னு சொல்லியிருப்பான்.”

“அண்டியாபீசுக்காரிக்கெல்லாம் எங்ககூட இடமில்ல...” கிச்சிலி சொன்ன சொல் ஓமனாளை வந்தடைந்தது.

---

10. பெருமை காட்டாமல்

"அப்ப இந்த அண்டியாபீசுக்காரியை ஒதுக்கி விட்டுருங்கா. நான் போட்டுட்டு வந்த உருப்படிகளையும், சீர்சினத்திகளையும் என் சித்தி தந்த தொகையும் தந்து திருப்பி விட்டுட்டு மொவுனுக்கு நல்ல சோலிக்காரியைப் பாத்துக் கெட்டி வைங்க."

ஓங்கிக் குரல் கொடுத்தவளைச் சீறினான் மனு. தன் காலருகே பற்றுதலோடு நின்ற கீதாளைத் தள்ளினான்.

"கொம்மையிக்க வங்குல போ."

குழந்தை ஈ என அழத் தொடங்கியது மீண்டும். ஒரு விதமாகத் தலையைச் சொறிந்து கொண்டே வீட்டின் முன் பக்க சிட் அவுட்டில்போய் இருந்தான் மனு.

வீட்டுக்குள் கிடந்து பொரிந்தாள் ஓமனா. எல்லா அரவங்களையும் கேட்டுக் குழந்தைகள் அழ ஆரம்பித்தார்கள். அழும் மகளுகளை அரவணைத்து விசும்பலோடு அவர்களை ஒண்டி வைத்தாள் ஓமனா. கண்களை மூடினாள்.

"நின்ன ஞான் பொன்னுபோல நோக்கான் ஓமனே."

பாஸ் பெரையில் பருப்பு அட்டிப்போட்டிருக்கும் ட்ரேயில் சாய்ந்து நின்று காதல் சொன்ன ஓமனக்குட்டன் இப்போதும் மனசில் வந்தான். படக்கெனக் கண்களைத் திறந்தாள். உலக மூலையில் எங்கேனும் இருந்துகொண்டு என்னையே நினைக்கிறானோ இந்த ஓமனக்குட்டன். அவனுக்கும் எனக்குமான காதல் எங்கோ இன்னும் வாழ்ந்துகொண்டுதான் இருக்கிறதோ? ம், மயிரு வாழுது. அந்த நேரம் தைரியமா ஒரு முடிவு எடுக்காம இருந்துட்டு இப்ப போய் வல்லாததை[11] நினச்சி என்ன பிரயோசனம்? மகள்களின் கூராந்த[12] முகத்தை முத்தினாள்.

"எம்மா எப்பவும் நீயும் அப்பாயும் சண்ட போடுதியா? ஏன் அப்பும்மா கிச்சிலிகூட நீ பேசாம இருக்க? மாமிக ளெல்லாம் எங்களை ஏன் வெறுக்கிறாங்க?"

கிச்சிலியைப் பற்றி மாமிகளைப் பற்றியெனப் பல விசயங்கள் ஓமனாளின் நெஞ்சில் வந்தது.

"அவங்க எல்லாம்..." ஓங்கிவந்த அத்தனை விசயங்களையும் அப்படியே விழுங்கினாள்.

---

11. தேவையில்லாததை

12. சோர்ந்த

குழந்தைகளின் மனசு கிளைத்துப்போட்டிருக்கும் விளைச்சலுக்கான நிலம் போன்றது. அதில் வீசும் விதைகள் பக்குவமாக வளர்ந்துவிட்டால் பின் அவற்றை மாற்றிக் களைக்க முடியாது.

"அவங்க எல்லாம்..." மகள் முகத்தைப் பிடித்துக் கேட்டாள்.

"ரொம்ப நல்லவங்க மக்கா. ரொம்ப படிச்சவங்க..."

சொல்லி அமுக்கினாள். மனசு அமுங்கவில்லை. நேரம் விடியற்காலை ஐந்தரை ஆகியிருந்தது. குழந்தைகள் சூழலின் பீதியால் தவிக்க, அவர்களோடு படுக்கையில் ஆனாள். பிள்ளைகளைத் தட்டிக்கொடுத்தாள். குழந்தைகள் கண்ணயர்ந்துவிட்டார்கள் என்பது புரிய, அவர்களைக் கை அணைப்பிலிருந்து பிரித்துப் படுக்கவைத்தாள். பீத்தபிதப்பை இதமாக மூடினாள். திறந்து கிடக்கும் சன்னல் வழியே வானம் தெரிந்தது. மழையின் கனத்தை உள்வாங்கி ஊர்வலம் போகும் கருமேகங்கள் அவ்வப்போது விடியல் நிலாவைத் தங்களுக்குள் பிடித்து ஒளித்துவைப்பதும், அவற்றுக்குள் நீந்திக்கொண்டு பாதி நிலா முகம் காட்டுவதுமான காட்சியைப் பார்த்தபடி படுத்தாள். இருள் ஒன்றும் நிரந்தரமில்லை என்பதை நினைக்கையில் மனசின் மூலையிலிருந்து மின்னல் ஒன்று எழும்பியது. அந்த நம்பிக்கையைப் பிடித்துக்கொண்டு கண்களை மூடினாள்.

காலருகே எதோ பிருபிருக்கக் கண்களை வெடக்கெனத் திறந்தாள். காலிலிருந்து தோண்டினான் மனு. அருவருப்பு எழும்பக் கோபத்தில் எழுந்தாள்.

"இப்ப என்ன வேணும் ஒனக்கு?" கைகளைத் தூக்கிக் கேட்டவளின் வாயைப் பொத்தினான். கையை மடக்கினான். அலந்து வருமே பட்டி, அதுபோலவே அவன் முகம் தொங்கியது.

"இங்க பாரு, பெட்டச்சியிக்க மனசு ஒனக்குத் தெரியல. எனக்கு மனசும் தேகமும் இரண்டல்ல; இரண்டும் ஒண்ணா கெடக்கு. என் மனசுகூட ஒரு நாளுகூட நீ பேசல; அதுகூட என்னா ஏதுண்ணு கேட்கல; நீ எதோ ஒரு கள்ளனைப் போல வழிப்போக்கனைப் போல இதுக்கு மட்டும் வந்தா ஒன்ன நான் கொன்னேபோடுவேன்."

எகிறினவளை ஒரு பொருட்டாகப் பார்க்கவே இல்லை மனு. நீ எனக்க பெண்டாட்டி. எனக்க அடிமை. எனக்குத் தேவைப்படும்போது அதுக்கு ஆயத்தமா இருக்கிறதை விட்டுட்டு என்ன பெரிய வியாக்கினம் உனக்கு என்பது போலவே

காட்டுமாடு போல் ஓமனாளை அமுக்கினான்; அவளின் மனசு பிடைத்துத் துடித்தது உடலாக.

"பெண்டாட்டியின்னாலும் அவா விரும்பணும்..."

உதடுகள் முனகின, கண்ணீர் வழிந்தது, அவன் முடித்திருந்தான்; வியர்வையோடு எழும்பினான். சிறிது நேரத்தில் குறட்டை கேட்டது. ஈரோலி மரத்தின்மேல் கிளையில் வழி தப்பிய ஒற்றைப்பறவையொன்று ஈனமாக அழுத அழுகை தனக்குரியது என்றே நினைத்தாள் ஓமனா.

7

காலையிலேயே கிச்சிலியின் வீட்டிற்கு மகள்கள் வந்துவிட்டார்கள். கிச்சிலியின் இருதய சபை கூட்டுக்காரிகள் குளோறி, சினேகப்பெல்லாம் சமையல் செய்துகொண்டிருந்தார்கள். அவியல், சாம்பரெல்லாம் இங்குவரைக்கும் மணத்துக் கொண்டிருந்தது. மனுவும் அங்கேதான் அதிக நேரம் போனான். பிள்ளைகள் எவ்வளவோ அழுதும் அவர்களை அழைத்துக்கொண்டு போக மனுவும் சம்மதிக்கவில்லை. ஓமனா அவர்களைக் கட்டாயப்படுத்திப் பள்ளிக்கு அழைத்துக்கொண்டு போனாள். இவர்களெல்லாம் போவதைப் பார்க்க வீட்டிற்கு வர வேண்டாமென, அப்படியே சித்திக்காரியின் ஊருக்குப் போய் அவள் கல்லறையருகே சிறிதுநேரம் அமரப் போனாள்.

பவுளியோடு வாழ்ந்த ஆரம்பகால வாழ்க்கை முழுவதும் அப்படியொரு வறுமை இருந்தாலும் வாழ்க்கை மிகவும் அழகாக, சந்தோசம் நிரம்பியதாகவே இருந்தது. வீட்டில் சகோதரிகள், சித்தியின் பிலிப்ஸ் பெட்டி, வீட்டின் முன் படப்புப்[1] பிடித்து நிற்கும் கனகாம்பரச் செடியின் பூக்கள், அதோடு வரிசையாக நிற்கும் மேரிகோல்டு[2], வீட்டிலுள்ள சிமி, சைனி பூனைகள், அம்புரோஸ் அந்தோனி பட்டிகளென வாழ்க்கை எதோவொரு சந்தோசத்தைக் கொடுத்துட்டே இருக்கும். சம்பள நாளான சனி அந்தி என்பது சொர்க்கம்போலவே இருக்கும்.

அண்டியாபீசின் முன் பக்கம் ஆரானின் அப்பா போட்டிருந்த சாயைக்கடையிலிருந்து

---

1. புதர்
2. கேந்திப் பூக்கள்

உள்ளிவடை, உளுந்து வடை, உண்ணியப்பம் சகிதமான பண்டங்களைச் சோற்றுப் பாத்திரங்களில் வாங்கிவைத்து வீட்டுக்குக் கொண்டுவருவதும், ஜோசிகா துணிக்கடையில் பற்று வைத்து எடுக்கும் ஜெம்பர் துணிகளின் மணமுமாக அடுக்களையில் எல்லோரும் கூடியிருந்து பண்டமும் காபியுமாக ஒருங்கிணையும்போது சித்தியின் பிலிப்ஸ் ரேடியோவின் பாட்டுக் கொடுத்த சந்தோசம் ஏன் இப்போது கிடைக்கவே இல்லை. ஊருக்கு வரும்போதெல்லாம் பஸ் இறங்கும் இடத்திற்கே வந்துவிடுவாள் பவுளி. அண்டியாபீசுக்கு லீவு போட்டுட்டு மீனு மரக்கறியெல்லாம் வாங்கிப்போட்டுச் சோறுபோடுவாள். இன்னிக்கி அப்படி ஒருத்தி இல்லை யென்பது எவ்வளவு பெரிய துயரம்.

பவுளி இறந்தபோது அவளை ஒருக்கி நல்லடக்கம் செய்யக்கூடக் கையில் பணமில்லை ஓமனாளுக்கு. மாப்பிளையோடு இதுபற்றிப் பேசகூட அவன் வாய்ப்புக் கொடுக்கவில்லை. கடைசியில் தங்கம் பொறுப்பெடுத்தாள். அண்டியாபீசில் உள்ள சக தொழிலாளிகளோடு வசூல்செய்து அவற்றை வைத்துச் சவப்பெட்டி வாங்கிக் கடைசி பயணத்திற் கான சகலமும் நடத்தினாள் தங்கம். வெறுமனே அழ மட்டுமே முடிந்தது ஓமனாளுக்கு. அந்தக் குற்றஉணர்வு இப்போதும் அமுக்கிப் பிடித்தது. வரும்போது வாங்கிவந்த மெழுகுவர்த்தியைச் சேலை சுருட்டியிலிருந்து எடுத்தாள். வெறுமனே பத்து ரூபாயுக்கான மெழுகுவர்த்திக் கூடும், பத்து ரூபாயுக்கான ஊதுபத்தியும், யமலியின் வீட்டிலிருந்து பறித்த தெற்றிப்பூவுமாகப் பவுளியின் கல்லறையை அணுகினாள், மோடு கரைந்து, கரைந்துபோய் மண்ணோடு ஆகிக் கிடந்தது. அதைக் கட்டியெழுப்பவில்லையென்றால் இன்னும் சிறிது காலத்தில் மண்போலவே ஆகிவிடும். அம்மண்ணைக் குனிந்து முத்தினாள்.

“சீவிதமொன்னும் அதிகத் தொலைவில்லன்னு எனக்கும் தெரியும் சித்தியம்மோ... ஆடிப்பாடி களிச்சிகரஞ்சி முடிக்கிற வாழ்க்கையில வாழ்ந்தேண்ணு சொல்ல ஒரு பெண்ணுக்கு ஒரு ஆணுக்க சினேகமும் ஒரு ஆணுக்கு பெண்ணுக்க சினேகமும் வேணுமுன்னு ஒனக்கும் நல்லாவே தெரியும். அதுல நீ எப்பிடி நஷ்டப்பட்டியோ அதுபோலவே மாப்பிளை இருந்தும் நான் நஷ்டப்பட்டேன். அதையெல்லாம் தூக்கி தூரமா எறிஞ்சிட்டு ஓமனா தன்றேடமா[3] வாழ மட்டும் ஆசபடியேன்”

---

3. துணிச்சலாக

குழி மண்ணில் இவள் கண்ணீர் விழுந்துகொண்டிருந்தது. அருகே நின்ற கொல்லாவின்[4] கிளைகளில் தொங்கிய கொல்லாம்பூக்கள் சில பொட் பொட் எனத் தலையில் ஆசீர்வாதமாக விழுந்துகொண்டே இருந்தன.

சித்தியோடு வாழ்ந்த வீட்டைப் பார்த்தாள். சுவரில் தெரிந்த கறுப்பு வெள்ளைப் புகைப்படத்தில் கண்கள் நின்றன. சித்திக்காரியின் அப்படத்தை உருவிக் கையோடு வீட்டுக்குக் கொண்டுபோக ஆசைப்பட்டவள், போட்டோவை உருவியபோது அதன் பின்பக்கத்தில் ஒட்டி வைத்திருந்த வாலிபனின் படம் ஒரு கணம் மாபெரும் அதிர்வைக் கொடுத்தது. அக்காலத்தில் தல்லுபெரை மேசிரியாக நின்ற சாரங்கன். அவனை ஓமனாளுக்கு நல்லாவே தெரியும். சிறு பெண்ணாக அண்டியாபீசுக்குப் போகும் வேளையில் வெள்ளம் குடிக்க விடும் இடைவேளைகளில் கடலை முட்டாய், இஞ்சி முட்டாயெல்லாம் இவளுக்குக் கொடுப்பான்.

"ஓமனே, நின்ற சிற்றப்பனாக்கும ஞான்."

சொல்லிச் சிரிக்கையில் பெரிதாகப் புரியவில்லை. ஆனால் இப்போது புரிகிறது பலதும்.

சாரங்கன் மேசிரி வேலைமாற்றம் ஆகிப்போன அந்த நாள் பவுளி அழுத அழுகை, தங்கம் கொடுத்த தேற்றரவு. மாசக்கணக்கில் சிரிக்காத அவள் முகம்; இளையராஜாவின் பாட்டு ஒலிக்கையிலெல்லாம் முந்தானையால் முகம் துடைப்பது எல்லாமே பவுளிக்கும் சாரங்கனுக்குமான காதல் என்பதை இப்போது ஓர்மித்தாள்.

"எல்லாத்தையும் விட்டுட்டுப் போக முடிஞ்சா போ, அதுவாஅதுவளுக்க விதியில பிழைக்கும்." தங்கம் சொன்னது இப்போது பின்மண்டையில் அடித்தது.

"எப்பிடி எல்லாத்தையும் விட்டுட்டுப் போக சொல்லிய? வருவி ஒத்தெய்க்கி வாண்ணுதான் அவனும் விளிச்சியான். என்னால எம்பிள்ளைங்களைப் போட்டுட்டுப் போக முடியாது தங்கம்..."

தங்களுக்காகத் தன் காதலைத் தியாகம் செய்திருக்கிறாளே பவுளி சித்தி. அந்தப் பூவும் அப்படியென்றால் பூத்திருக்கிறதே? முந்திரித் தோட்டத்தில் மலராமல்போன பெண்கள் யாராகத்தான் இருக்க முடியும்? சாரங்கனை உற்றுப் பார்த்தாள். புகைப்படத்தோடு சிரித்தாள்.

---

4. முந்திரி மரம்

அண்டியாபீசு

"சிற்றப்பன்" உதடு மறிந்தது. உடைந்த சுவரிலிருந்து பல்லியொன்று நச் நச் என்றது.

காலை நேரம். ஈரோலி மரத்தினருகே பல் தேய்த்து முகம் கழுவிக்கொண்டிருந்தாள் ஓமனா. மரத்தின் மேல் கொம்புகளில் பச்சையாகப் பிடித்திருந்த காய்களில் நிறம் மாறிவருவதைப் பார்த்தாள். வாழ்க்கை மாறும் என்பதை ஒரு மரத்தின் பல நிலைகள் விளக்குவதை உணர்ந்தவளுக்கு மனதில் இனம் புரியாத சந்தோசம் பரவியது.

"மக்களே நம்ம ஈரோலி இனி செணம்[5] பழுக்கும்"

வீட்டை நோக்கிக் குரல் கொடுத்தாள். இவள் தகவலை முடிக்கும் முன் பிள்ளைகள் ஓடி வந்தார்கள். மரத்தைப் பிடித்து உலுக்கினார்கள்.

"பழுக்கம்ப தானா விழபோவுது. அதுக்க முன்ன என்ன அவசரம்?" பிள்ளைகளை விலக்கினாள்.

"பள்ளிக்குப் போக்கு நேரமாச்சி இல்லியா. பல்லு தேய்ங்கா" என்று துரிதப்படுத்தினாள்.

தெரு பைப்பில் வெள்ளம் வந்து சில நாள்கள் ஆன நிலையில் யமலியின் கிணற்றுக்குப் போகத் தயரானாள் ஓமனா.

யமலியின் வீட்டுக்கு வெள்ளம் கோரப் போவது ஓமனாளுக்கு பிடித்த ஒன்று. அவள் வீட்டுப் பூக்களைப் பார்க்கலாம்; வெளிப்பக்கம் வரிசையாக நட்டு விட்டிருக்கும் சப்போட்டா மரங்களோடு ஏதேனும் பேசலாம். காம்பவுண்ட் வரைக்கும் படர்ந்து கிடக்கும் முல்லையின் வாசம் முகரலாம். கிணற்றருகே குமுறி நிற்கும் குரோட்டன்ஸோடு சிரிக்கலாம். தனிமையின் சுகம்போலவே விருப்பமாகக் கிணற்று வெள்ளத்திற்குப் போவாள்.

குடமும் நடையுமாகப் போனவள் யமலியின் வீட்டுப் படிக்கட்டோடு உரசி நிற்கும் சப்போட்டாக் கிளையின் மினுப்பைப் பார்த்தப்படியே படிகளில் இருந்தாள். இந்தப் படியில் இருக்கும்போதெல்லாம் அண்டியாபீசு தல்லுபெரையின் முன்பக்கப் படிகள் ஓர்மையில் வரும். அப்படிகள் வழியாகவே தல்லுபெரைக்குப் போகணும். கக்கூஸ் போகணும். காலை பத்து மணி, உச்சைக்கி பன்னிரண்டரை, மாலை மூன்று மணியென விடும் இடைவேளை நேரங்களில் தல்லுபெரை

5. சீக்கிரம்

பெண்களெல்லாம் ஒன்றுகூடி இதுபோன்ற படியில் அமர்ந்து நடத்தும் ராஜாங்கம் இருக்கே; அதெல்லாம் ஓர்மையில் சாடியது.

அண்டியாபீசிலே தல்லுபெரை கலாட்டாவும் கச்சேரியுமான ஒரு பகுதி. அங்குள்ள பெண்களுக்கு வேலைகளுக்கான துயரம் உடல் முழுவதும் ஒட்டிக் கிடந்தாலும் கலகலப்பில் ஒரு போதும் சளைக்கவே மாட்டார்கள் என்பதை நினைத்தாள். காலைமுதல் மாலைவரைக்கும் தலையைக் கவிழ்த்துத் தொடையோடு இடுக்கித் தல்லி பிதுக்கும் அண்டியிலிருந்து தெறிக்கும் அண்டியின் பால் ஒழுக்கு கை விரல்களில், சேலையை ஒதுக்கிவைக்கும்போது வெளிப்படும் கால் பகுதிகளில், கழுத்து, வயிற்றிடையெனத் தெறித்துப் போகும். அண்டியின் திரவம் படும் இடமெல்லாம் நாள்படப் பிடிக்கும் கறையால் தல்லுபெரைக்காரிகளின் கை காலெங்கும் அடர் நிறத்தில் தொங்குவதை நினைத்துப் பார்த்தாள்.

ஒவ்வொரு இடைவெளி நேரத்திலும் களிமண், அடுப்பு குப்பை, சலவைச் சோப்பு, சுண்ணாம்புப் பொடியென சேர்த்துத் தண்ணீர் குழப்பி கை கால்களில் விரவித் திருகிக் கழுவும்போது மண்களின் கீறலில் சில பெண்களின் விரல்களிலிருந்து இரத்தம் கசியும். அடிக்கடி இப்படிக் கழுவிக் கழுவி எடுக்கும் கை கால்களின் மென்மை மெலிந்து போகப்போகக் கரும்பாறைபோல் ஆகிவிடுவதை ஓர்மிக்கையில் பவுளி, தங்கம் இன்னும் இவர்களின் கூட்டுக்காரிகள் பலரின் கைகள் ஓமனாளின் மனசில் வந்தன. எந்தப் பொதுவெளிச் சமூகத்தில் போனாலும் தல்லுக்காரிகளின் உடலில் ஒட்டிக் கிடக்கும் அண்டிக்கறையால் பலரும் ஒதுக்கிவைப்பார்கள்.

சித்திக்காரி பவுளியின் கைகளை நினைத்துப் பார்த்தாள். வாந்தலும் பிடுங்கலுமான அவ்விரல்களில் ஒட்டிக்கிடக்கும் கறையிலிருந்து வீசியடிக்கும் அண்டி மொச்சையில் ஏழு உலகம் மணத்தை அன்போடு நினைத்தாள். வெளிப்புற சமூகம் ஒதுக்கினாலும் அண்டியாபீசுக்காரிகளின் ஆர்ப்பரிப்பு பொங்கி வழியும் தல்லுபெரையின் ஓர்மையில் கசிந்தவளின் மனசில் ஓமனக்குட்டன் வந்தான்.

தல்லுபெரைக்கு இறங்கிப் போகும் அழகான படிகளில் வைத்துத்தான் ஓமனக்குட்டனை முதன்முதலாகப் பார்த்தாள். தல்லுபெரைக்காரிகளை ரசனையோடு பார்த்தபடியே நேரம் போவது தெரியாமலே அமர்ந்திருந்தவளைக் கலைத்தவனை ஆழமாக நினைத்தாள்.

"ஆரையானு கண்டுமுட்டான் இவிட காத்திருக்குன்னு?"

சப்போட்டா இலையின் திளுப்பு போன்ற மினுக்கான முகத்தோடு வந்து நின்ற ஓமனக்குட்டன் அப்போதுதான் கம்பெனிக்குப் புதுசு.

புதியவன் என்ற முறையில் அன்று அவனோடு எதுவும் பேசவுமில்லை சிரிக்கவுமில்லை.

"எடி ஆரையானூ நீ காத்திருக்குன்னூ?" அவன் குரலில் கடிமம் கூடியபோதும் கண்களில் தெரிந்த ஒளியை அணைக்கவே முடியவில்லை.

"நீரு யாரு?" கோபமாகத் திருப்பி அவனிடம் கேட்டதை ஓர்மித்தாள்.

"ஞான்நின்ற மேசிரி. பாஸ்பெரைக்குப் புதுசாயிட்டு வந்த மேசிரி ஓமனக்குட்டன்"

கம்பெனிக்குப் புதிதாக இருக்கிறவனிடம் என்ன பதில் சொல்ல வேண்டியிருக்கு என்னும் கோபத்தில் நீ யாரெனக் கேட்டால், அவன் உன் மேசிரி என்று சொன்ன போது கால் முதல் தலைவரைக்கும் ஏறிய பீதியை இப்போதும் புதிதுபோல் உணர்ந்தாள்.

எப்போது புதிய மேசிரி[6] வருவான்; பழைய மேசிரி மாறுவான் என்பதெல்லாம் யாருக்கும் தெரியவே தெரியாது. மதியம் வரைக்கும் நிற்பவன் மதியத்திற்குப் பிறகு காணாமல் இருப்பான். அந்திக்கு மேசிரி என்று நிற்பவன் காலையில் போய்ப் பார்த்தால் வேறு ஆளாக இருப்பான். இதுபோல்தான் காலை இடைவேளை வரும்வரைக்கும் நின்ற கோபால பிள்ளை மேசிரி அதற்குள் எப்படி மாறினார் என்ற திகைப்போடு ஓமனக்குட்டனை இமைக்காமல் பார்த்த அந்தப் பார்வையை நினைத்தாள்.

கோபால பிள்ளை மேசிரிக்கு அப்போதே அறுபது வயசு இருக்கும். நம்பியாரின் உடல் வாகு அவருக்கு. முதுகில் சின்னதாக ஒரு வளைவு. பாஸ் செட்டில் உள்ள பெண்களின் சல்லியங்கள் தாங்க முடியாமல் அடிக்கடி நெஞ்சுவலி வரும். பாஸ்பெரையில் உள்ள சிறுமணிக்கும் கோபால பிள்ளைக்கும் வேலைநேரத்தில் ஒருபோதும் பொருந்தவே பொருந்தாது. பாசாக்கி வைத்திருக்கும் பருப்புகளை மெக்காடிடம் ஒப்படைக்கும்போதெல்லாம், குற்றப்பருப்புகளைத் திருப்பி கொடுக்கும் மெக்காடுக்காரிக்கும் சிறுமணிக்கும் ஆரம்பிக்கும்

6. வேலை நடத்துகிறவன்

சண்டை கோபால மேசிரியில் முடியும். ஒரு கட்டத்தில் சிறுமணியின் சத்தம், அழுகை. கெட்டவார்த்தை இவையெல்லாம் அடங்காமல் கூடிக் கூடிப் போகுகையில் கோபால பிள்ளை பல நாள்கள் தன்நெஞ்சில் தானே அடித்துச் சத்தம் போடுவார். அவர் நெஞ்சில் தல்லி அழுவதை நினைத்தவளுக்குத் தன்னையும் மீறி இப்போதும் சிரிப்பு பொங்கியது. கோபால பிள்ளை அப்பாவி மேசிரி. செட்டில் பெண்கள் அடங்கிப் போகாமல் இருந்தால் கம்பெனி மேனேஜர் செக்கர், மேனேஜர் எல்லாருமே மேசிரியைத்தான் சாடி மோதுவார்கள். அந்தப் பயத்தில் கோபால பிள்ளை அழுது நெஞ்சுவலியும் பெருக்கிக் கொள்வார்.

ஒருமுறை சிறுமணியோடு சண்டையிட்டு கோபால பிள்ளை மயங்கி விழுந்தார். அவ்வளவுதான்; சிறுமணியின் வாய்அடங்கியது. கோபால பிள்ளையைத் தன் மடியில் போட்டு அழுதாள். வெள்ளம் கோரி முகத்தில் தெளித்தாள். அவரோடு ஆட்டோவில் ஆஸ்பத்திரிவரைக்கும் போனாள். அடித்தாலும் பிடித்தாலும் சிறுமணியும் கோபால பிள்ளையும் நல்லவொரு அன்புக்காரர்கள் என்பது எல்லோருக்கும் தெரியும். போகப்போக அவருக்கு நெஞ்சுவலி, இருமலென ஆகி அவரே வேலையை விட்டுவிடுவதாகச் சொன்னார். செட்டை அமைதியாக்கும் வலிமை இல்லாமல் ஆகும் மேசிரியைக் கம்பெனி நிர்வாகமே மாற்றிவிடும். கோபால பிள்ளை மாறிப் போன பிறகு சிறுமணியின் முகமும் மனமும் சுருங்கிப்போனதை நினைத்துப் பார்த்தாள்.

பாஸ்பெரையில் வரும் எஸ்ற்றபிளி பருப்பு தின்பதற்கு இதமாக இருக்கும் என்பதால் பலரும் மேசிரியைக் காணாமல் ஒளித்து மறைந்து வாயில் போடுவார்கள். ஆனால் இந்தச் சிறுமணியோ ரொம்ப தைரியமாக எஸ்ற்றபிளி பருப்பை வாயில் போட்டு, “அண்டி தின்னாளாம்; குண்டி பருத்தாளாம்” என்று சத்தம்போட்டுப் பாடுவாள். இவளது குண்டிப்பாட்டைக் கேட்டு கோபால பிள்ளை தன் தலையில் தானே அடித்துக்கொள்வார்.

“ஏன் மேசிரி இதுக்குப் போய் தலையைத் தட்டுது. இஞ்ச எல்லாளுவளுக்கும் குண்டி பருத்துத்தான் கிடக்கு” என்று கூச்சமின்றிச் சொல்வாள். அது என்னவோ, அண்டிப்பருப்பு தின்றால் குண்டி பருக்கும் என்ற பாட்டு ஒவ்வொரு செட்டிலும் கிடக்கும். இயல்பிலே குண்டி பருத்துப் போயிருந்தாலும் அது அண்டிப் பருப்பு தின்று என்று கிண்டலடித்துப் பாடுவார்கள். தன் குண்டியை நைசாகத் தொட்டுப் பார்த்தாள். சிரிப்பாக வந்தது.

யமலியின் வீட்டுப் படிகளில் இருந்தாலே அண்டியாபீஸ் வாழ்க்கை அலைபோல் எழும்பி வந்துகொண்டிருந்தது. முதன் முதலில் சந்தித்த சுனிப் மேசிரி, அதன்பின் மாதவன் என்ற மேசிரியின் காலத்தில் இவள் தாவணிப் பெண்ணாக இருந்தாள். அந்த மேசிரி புழுக்குத்து வெட்டிப் படித்துக் கொடுத்த பாசத்திற்காக கன்னியாகுமரிக்கு டூர் போனபோது கதவுகளில் போடும் சிப்பி வாங்கிக் கொடுத்தாள். அவர் மாறிப் போகும்போது மொத்த செட்டுமே அழுதது. முக்கியமாக மெக்காடக்கா கனகம் பல மாதங்கள் அழுததை நினைத்தாள்.

மாதவன் மேசிரிக்குப் பின் ராஜேஸ், கோபு, அஜயன் என மேசிரிகள் பல வந்தும் போயுமாக இருந்தார்கள். மேசிரிகளின் இயற்பெயரை மீறி அந்தந்த செட்டுக்காரிகள் ஒரு பெயரை மேசிரிக்குத் தெரியாமல் சூட்டி மகிழ்வார்கள். அப்படித்தான் ராஜேஜைசப் பயில்வான் என்றும், கோபுவை இஷ்ட மச்சான் என்றும், அஜெயனை குருமிளகு என்றும் குசுகுசாச் சொல்லிச் சிரிப்பார்கள். கோபால பிள்ளையை "நம்பியார்" என்று அழைத்து வந்த காலத்தில் "நான் தான் இனி உங்க பாஸ்மேசிரி" என்று வந்து நின்றானே ஓமனக்குட்டன். அவனை ஆழமாக நினைக்கப் போனவளைக் கலைத்தபடி காட்டுக்குளத்திலிருந்து குளித்துவிட்டு வந்துகொண்டிருந்தாள் தங்கம்.

"என்ன மக்கா? எதோ யோசனையில இருக்கிய?"

"ஆம சித்தியே. நம்ம மனசுக்குண்ணு பிடிச்ச சில பக்கங்கள் உண்டு இல்லியா. அதுகளை நினச்சியேன்."

"ஓ, அந்த ஓர்மைகள் மட்டும்தானே நமக்க சொந்தம்"

ஏற்றம் ஏறி வந்த எரைப்பை முட்டைப் பிடித்து ஆசுவாசப் படுத்திக்கொள்ள முயன்றாள் தங்கம்.

"ஒனக்க மத்தவியா எல்லாம் டூருக்குப் போயிருக்காமே, ஒன்னையோ மக்களையோ விளிச்சேல இல்லா?"

"நானும் மக்களும் அவங்களுக்கு யாரு சித்தியே? எங் கதையை விடு. ஒனக்கு கம்பெனிக்குப் போவாண்டாமா?"

"போணும்... போணும்."

"சித்தி..." மெதுவாக அழைத்தாள்.

"அங்க ஒருக்கா, ஓமனக்குட்டனுன்னு ஒரு மேசிரி இருந்தாரு இல்லியா? அவரப்பத்தி யாரங்கிலும் என்னங்கிலும் சொல்லுவுனுமா?"

மனசில் பெருமிய ஓமனக்குட்டனைக் கேட்டேவிட்டாள். உலக மூலையில் எங்கோ ஒரு திசையில் எவளோ ஒருத்தியின் மாப்பிளையாகச் சில பிள்ளைகளின் தகப்பனாக வாழாமலா இருப்பான்? அதை அறிவது ஒன்றும் தப்பு இல்லையே." கேட்டவளைத் தங்கம் பார்த்தாள்.

"இன்னும் ஒர்ம இருக்கு இல்லியா? சினேகத்துக்கு நாடு தெரியுமா? மொழி தெரியுமா? அன்னிக்கி ஒனக்கும் தைரியமில்ல; எங்களுக்கும் நம்பிக்கையில்ல. ஆனா அவன் காதலு இப்பவரைக்கும் உண்மையா இருக்குன்னு சொன்னா நீ நம்புவியா?"

"எப்புடி எப்புடி உண்மா?" வாய் குழறியது.

"ஓமனக்குட்டன் இப்பவரைக்கும் கலியாணம் களிச்சேல"

"ஏன்... ஏன்?"

"தெரியாது"

சொன்ன தங்கம் நடக்கத் தொடங்கினாள்.

"சித்தி... நில்லு." இடையில் போய் மறித்தாள்.

"ஆரு சொன்னா ஒனட்ட?"

"அவனுக்க கூட்டுக்காரன் டிரைவர் ரவியின்னு ஒருத்தன் இப்பவும் நம்ம கம்பெனிக்கு அடிக்கடி வருவான். அவன்தான் சொன்னான்."

"என்னான்னு?"

"இப்பவரைக்கும் கலியாணம் களிச்சிட்டு இல்ல; அவன் மனசு தமிழ்நாட்டுல ஆகிப்போயின்னு"

இம்மண்ணில்தான் இன்னும் அவன் மனசு கெடக்கா? சர்வேசுரா.

"அதையெல்லாம் நினச்சி ஒன் மனசை நீ இன்னும் வேதனையாக்காத. எனக்குத் தெரிஞ்சி ஓமனக்குட்டன்தான் இப்பிடி இருக்கான். எல்லாம் விதி."

இவள் மனக்குளத்தில் பெரும்பாறையொன்று விழுந்தது போலவே ஆனது. வெள்ளம் கோரவும் மனசற்றுப் போனாள்.

பாத்திரங்களைச் கழுவியபடியே இருந்தவளுக்கு வழிபாதையில் பெண்களின் சலசலப்பு கேட்டது. தங்கம்,

அன்னக்கிளி, பாலாமணி, கிறிஸ்டியென அண்டியாபீசுக்குப் போவதைக் கவனித்தாள். தாவணிப் பெண்களாக, சேலை கட்டிய இளம்பெண்களாகக் கைகளில் வட்டப் பாத்திரமும், ஒலிக்கும் சலங்கைகளும் மஞ்சள் பூசிய நிலாக்களுமாகச் சிரியும் களியுமாக அன்று போவார்களே அதுபோன்ற ஒரு அழகு இப்போது இவர்களிடம் குறைபடுவதைக் கண்டாள் ஓமனா.

தலைமுடிகள் குண்டிக்கும் கீழ்வரைக்கும் கருகருவாக, மினுமினுவாகக் கிடந்தாடும் அன்று. இன்றோ உச்சிவரைக்கும் வெளுத்துப்போய்த் தெரிந்தது. வேகமும் வீராப்புமாக நடந்த கால்களின் குழைவைக் கவனித்தாள். தேகத்தில் இளமையும், மினுக்குமான பெண்களில் இப்போது மங்கிப்போன பொலிவுகள். ஆனால் அன்னிக்கும் இன்னிக்குமான இவர்களில் அன்றுள்ள அதே சிங்காரச் சிரிப்புகளோடு தெரிந்தார்கள்.

இதே அன்னக்கிளி பவுளின் ஏக கூட்டுக்காரிகளில் ஒருத்தி. அதோ அந்த பாலாமணி பவுளியின் இடது கைபோல் இருக்கக் கூடியவள். இவர்களோடுதான் சித்திக்காரியும் ஒருகாலம் பயணப்படுவாள். பவுளியின் கூட்டுக்காரிகள் என்கிற முறையில் இவர்களும் ஓமனாளின் சித்திமாருகளே.

சிறுமிப் பருவத்திலே குடும்பநிலையைக் கண்டு அண்டியாபீசில் உழைத்தவர்கள் இருபத்தியெட்டு, முப்பது வயசு வரைக்கும் தனக்கும் சேர்த்து உழைத்துவிட்டு, கல்யாணம் ஒரு இளைப்பாறுதலைத் தருமென ஒதுங்கிப் போனவர்கள் மீண்டும் ஏன் அண்டியாபீசில் போனார்கள்? மீண்டும் ஏன் கை கால்களில் அண்டிக்கறைகளை வாங்கினார்கள்? கல்யாணம் இவர்களை மீட்கவில்லையா? வாழ்வளிக்கவில்லையா?

“பாலாமணி சித்தியே...”

எல்லோரையும் கண்டதும் மனம் உயிர்த்தது.

“வாருங்கா எல்லாரும் சாயை குடிச்சிட்டுப் போலாம்.”

“நேரமாச்சி மக்கா.”

“சும்மா ஒருக்கா வாருங்கா.”

இவள் அழைப்பை யாருக்கும் தட்ட முடியவில்லை.

“அவாவா வீட்டுல விலையும் தலையுமான ஆள்கள் வருவுனம். இஞ்ச என்னான்னா அண்டியாபீசுக்காரிகள் வாறாங்க”

கிச்சிலி இப்படித்தான் திட்டுவாள்.

"இனம் இனத்துக்கு அழும். கூதறநாய்[7] சோத்துக்கு அழும் எம்பாங்க. அதுபோலதான் இவளும்."

இப்போதும் சாடை பேசினாள் கிச்சிலி. மாமியாரின் வார்த்தைகளைக் கேட்காதவள்போல் ஆனாள் ஓமனா.

"வாருங்கா எல்லாரும்."

சொந்த சித்திக்காரி மணம் தன்னைச் சூழ்வதுபோலவே இருந்தது. பாண்ட்ஸ், சேண்ட்டல், அது இதுண்ணு பவுடர் போட்டிருந்தாலும் எல்லாவற்றையும் மீறி உள்ளொளி ஆன்மா போல் அவர்களிடமிருந்து எழுந்த அண்டி வெக்கையை மறைக்கவே முடியவில்லை.

அண்டியாபீசுக்காரிகளின் உள்ளாடைகள் வரைக்கும் அந்த வெக்கை[8] கறையும் படிந்தே கிடக்கும். தலைமுடியின் உள்கட்டுகள்வரைக்கும் முந்திரிப்பருப்பின் மொச்சை வீசியிட்டுதான் இருக்கும்.

"சோலியெல்லாம் எப்பிடி போவுது எல்லாருக்கும்?"

கேட்டவள் அடுப்பில் காப்பிச்சட்டியை வைத்தாள்.

"இங்கேரு இப்ப ஒண்ணும் வச்சாண்டாம். எங்களுக்கு நேரமாச்சி. மேசிரி கணேசனை ஒனக்கு ஓர்ம இருக்கா?" தங்கம் கேட்டாள்.

"இல்லியே..."

"பண்டு வாச்சர் செட்டுல இருப்பான்."

"அந்த வெளுத்த பய"

"அப்ப பய. இப்ப கிழவன்." அன்னக்கிளி படக்கென சிரித்தாள்.

"ம்... நல்ல கிழவன். அதான் ஒன்ன சைட் அடிச்சிட்டு நிப்பான். ஒன்னாண மக்கா குத்துவிளக்குன்னு சொன்னா கணேசன் அப்பறம் இப்பறம் மாறவே மாட்டான்." பாலாமணி சொல்ல எல்லோரும் சிரித்தார்கள்.

அண்டியாபீசின் அழகான சிரிப்பலைகள் ஓமனாளின் மனசில் அலம்பின.

---

7. தெருநாய்
8. உழைப்பு மணம்

தொழிற்காரிகளில் பலருக்கும் சொந்தப் பெயர் மறந்து போகுமளவுக்குப் பட்டப்பெயர்களாலே நிலைபெற்று நிற்கிறார்கள் இப்போதுவரையிலும்.

இதே தங்கத்துக்குக்கூட "எம் ஏ" என்கிற பட்டப்பெயர் உண்டு. அடிப்படை கல்வியறிவு பெற்றிருக்கிறார்களா, எந்த வயசின் அடிப்படையில் வேலையில் சேர்ந்திருக்கிறார்கள் என்பதைச் சோதிக்க அப்போதெல்லாம் சில அரசுஅதிகாரிகள் வரும்போது தங்கத்திடம் அவள் படிப்பைக் கேட்டிருக்கிறார்கள். அக்கம் பக்கமெல்லாம் பல படித்தக்காரர்கள் பிஏ, எம்ஏ என்று சொல்லும் படிப்புகளின் வகைதொகைகள் தெரியாமல் போனதால் அது பெரிய படிப்பு என்று மனசில் பொறித்தவள் தானும் எம்ஏ எனச் சொல்லிவிட்டாள். இதைக் கேட்டு நின்ற சக சோலிக்காரிகள் தங்கத்தை எம்ஏ என்றே அழைத்தார்கள். இப்போதுவரைக்கும் அவள் பலருக்கும் "எம்ஏதான். லாரி டிரைவர்கள், புதிது புதிதாகப் பொறுப்புக்கு வரும் மேசிரிகள், மேனேஜர்களென எல்லோருமே அவளை அப்படிதான் அழைக்கிறார்கள்.

பாலாமணிக்கு ட்ரே என்கிற பட்டப்பெயர் உண்டு. தல்லுபெரையில் நின்ற டிரெயினிங் வாலிபனிடம் "டீச்சர் டிரெயினிங் முடிச்சேன்..." என்று சொல்லக்கூடத் தெரியாதவள் அதைச் சுருக்கி ட்ரே என சொல்லிவிட்டாள். இத்தனைக்கும் பாலாமணிக்குத் தன் பெயர்கூட ஒழுங்காக எழுதத் தெரியாது. அன்றிலிருந்து இன்றுவரைக்கும் பாலாமணி ட்ரே என்றே அழைக்கப்படுகிறாள்; அறியப்படுகிறாள்.

இதுபோலவே, வேலை செய்யும்போதெல்லாம் கையை முறத்தில் தட்டி தட்டி அரவம் எழுப்பிப் பணிபுரியும் கோகிலாளைக் "கொட்டு அடிச்சா" என அழைப்பாங்க. அண்டிப்பருப்புகளை ஓதுக்கிப் பதுக்கி வேலை செய்யும் பகவதியைப் பதுக்கி என அழைப்பாங்க. பிரிவாலு சாந்தி, சாக்கு புஷ்பம், கடவம் லில்லி, என பலருக்கும் பெயர்கள் உண்டு. அது போலவே தல்லுப்பெரைக்காரி அன்னக்கிளிக்குக் குத்துவிளக்கு என்கிற பட்டப்பெயர் உண்டு.

கம்பெனியில் முன்பெல்லாம் வசதியான கழிப்பறைகள் அதிகம் இல்லை. இடைவேளையில் பெண்கள் ஒன்றாகக் கூடும்போது கம்பெனியின் பின்பக்க விளையில் ஏறிச்சாடிப் போய் சிறுநீர் கழிப்பார்கள். குப்பைகள் பெருகிக் கிடக்கும் அவ்விளையில் முதல் ஆளாக ஏறிச் சாடுகிறவள் அன்னக்கிளி. முன்பக்கம் யார் இருக்கிறார்கள்; பின்பக்கம்

யார் நிற்கிறார்களெனப் பார்க்காமல் தன் பாட்டுக்குப் பாவாடையைத் தூக்கி அப்படியே ஒரு இருப்பு இருப்பாள்.

"குத்துவிளக்கை மறச்சி வச்சிட்டு இரு"ண்ணு கூட உள்ளவர்கள் சொன்னாலும் கேட்க மாட்டாள்.

"ஆமா பெரிய குத்துவிளக்கு..."

இப்படித்தான் அவள் பெயர் குத்துவிளக்கு ஆகிப்போனது. நல்ல மனநிலையில் இருக்கும்போது குத்துவிளக்கே என்று அழைத்தாலும் ஒன்றும் சொல்ல மாட்டாள். போதாத நேரத்தில் குத்துவிளக்கு என்று யாராவது அழைத்தால் உண்டு இல்லையென கெட்டவார்த்தையால் பின்னிவிடுவாள். குத்துவிளக்கின் அன்னக்கிளி பெயர் அண்டியாபீசு வளாகத்தில் வழக்கொழிந்து போய்விட்டது. அன்னக்கிளியை அணைத்தாள் ஓமனா.

"ஒங்களையெல்லாம் பாத்ததும் எனக்கு எஞ்சித்தியிக்க ஓர்ம வந்துடுட்டு." கண்கள் கசிந்தன.

"நாங்க மட்டும். அவளை நினைக்காத நாளில்ல. பாவம் பவுளி" தங்கம் பெருமூச்சுவிட்டுச் சொல்ல ஏனையவர்கள் அமைதியானார்கள்.

"எல்லாரும் ஒருநாள் போகதானே போறோம். அவா முந்தி பெயிட்டா... ம், போட்டும். அங்க போயங்கிலும் ஆசுவாசம் காணட்டு. இல்லிங்கி இப்பளம் நம்மளபோல அண்டி தல்லிதான் வாழ்ந்துருப்பா. இல்லன்னு சொல்லு."

"அதெல்லாம் செரிதான்" என்று பாலாமணியாகிய ட்ரே சொன்னாள்.

"சரி இப்பிடியே இருந்தா இன்னும் நேரமாகும் போமா." தங்கம் எழும்பினாள்.

"கொஞ்சம் நேரம்கூட இரு சித்தியே" தங்கத்தின் கையைப் பிடித்து இருத்தினாள்.

"இல்ல மக்கா. ஒண்ணாமவுதே நேரமாச்சி. எங்க கோயில் அமைப்புல உள்ள முன்னணி தலைவரு இருக்கானே, ஒரு அறிவிப்பு கொண்டுவந்தான். அது எனக்கு நல்லதா பட்டுது. அதான் அதுக்குப் பேரு கொடுத்துட்டு வாறோம்."

"நம்ம ஓமனாளையும் அதுல சேத்துவிடு."

குத்துவிளக்கு சொன்னாள். தங்கம் ஓமனாளைப் பார்த்தாள்.

"அவா இன்னும் பல வருசம் வாழ வேண்டிய சின்ன குட்டி. இப்பளே போய் கண்தானம், உடல்தானமெல்லம எதுக்குப் பண்ணிவைக்கணும்? நம்மளபோல அம்பது வயசு ஆகட்டும். அதெல்லாம் பாக்குலாம்."

"குட்டே எனக்கு இன்னும் ஐம்பது ஆகல." அன்னக்கிளி படபடத்தாள்.

"ஓ... இப்பதான் பதினாறு ஆச்சி." ட்ரே சிரித்தாள். ஓமனாளுக்கு எதுவும் புரியவில்லை.

"நீ என்ன சித்தி சொல்லிய?"

"அது வேற ஒண்ணுமில்ல மக்கா. நம்மளெல்லாம் செத்தப்பெறவு நம்ம உடம்ப வெறுதே மண்ணுக்குள்ள பூத்தி வைக்காம, எதோ நம்மளால ரெண்டு பேருக்குக் கண்ஒளி கிடைக்க வேண்டி கண் தானம் பண்ணியிருக்கோம்." தங்கம் சொல்ல வியப்பாகிப் போனாள் ஓமனா.

"வேற..."

"உடல் தானத்துக்கும் எழுதி கொடுத்துட்டு வந்துருக்கோம்."

"யாரு இதுக்கெல்லாம் ஒங்கள கூட்டியிட்டுப் போனது?"

"இது என்ன பெரிய விசயமா? நாட்டுல இப்ப இதுபோல எம்புடோ நடக்குது? நமக்குத்தான் அண்டியாபீசுக்காரிகளென அடையாளம். நம்ம உறுப்புகளுக்கு ஒரு பாகுபாடும் இல்ல." சிரித்தாள் தங்கம்.

அண்டியாபீசுக்காரிகளுக்கு என்ன தெரியும்? அப்பிடி என்ன வெவரமுண்டுன்னு ஆளாளுக்குக் கூவிக் கூவிச் சொல்லுவாங்களே. இது விவரம் இல்லியா? சமூக அன்பு இல்லியா. நினைக்க நினைக்கப் பரவசம் ஆனாள் ஓமனா.

"எனக்கும்தான் இதெல்லாம் பண்ணணும்"

"அதுக்கு இன்னும் வயசும் காலமும் இருக்கு. முதல்ல ஒன் மக்கா பெரிசா வளர்ந்து வரட்டும்." ட்ரே இவளின் தோளைத் தொட்டுத் தட்டினாள். மூவரும் எழும்பினார்கள்.

"நேரமாச்சி மக்கா. இனியொரு நாளைக்கி வாறோம் இன்னா. நீயும் ஒன் மக்களையும் கூட்டியிட்டு வல்லப்பளம்[9] வீட்டுல வந்துட்டுப் போ. அப்பதானே ஒனக்க மக்களுக்கும்

9. எப்போதாவது

இப்படியெல்லாம் உறவு முறைகளோடு பாட்டிமாருகள் இருக்காங்கன்னு தெரியும்" குத்துவிளக்கு சொல்லுகையில் நெகிழ்ந்தாள் ஓமனா.

தகப்பனின் குடும்பத்திலும் ஆள்சீருகளோடு[10] இவள் மக்களை ஆதரித்து அன்புகாட்ட யாருமே இல்லை. அது போலவே ஓமனாளின் குடும்பத்தில் இவள் தங்கச்சிகளும் பெரிதாகக் கண்டுகொள்வதில்லை. அன்னக்கிளியோ, பாலா மணியோ, தங்கமோ இரத்த உறவுகளே இல்லை. அண்டியாபீசு களத்தில் கூடிய எவளுமே இரத்த உறவுக்காரிகள் இல்லை. ஆனால் உயிருக்குள் கலந்துபோனவர்கள்.

"பவுளி போனதோடு எல்லாம் போச்சுண்ணு நினச்சாத. நாங்க எல்லாம் எப்பவும் ஒங்கூடவே இருக்கியோம். என்னான்னு சொல்லிய தங்கம்..."

பாலாமணி சொல்லுகையில் ஓமனா அவளைக் கட்டி யணைத்தாள். அண்டிக்கறையில் மரத்துபோன கல்போன்ற கைகளைப் பிடித்தாள். முத்தினாள்; அப்படியே தல்லுப்பெரை மணத்தது. அந்த மணம் முழுவதும் உறவுகளாகவே விரிந்தன. சின்ன வயசிலிருந்தே கல்யாண வீடு, சடங்கு வீடு, துக்க வீடு என்பதெல்லாம் சித்திக்காரியோடு இந்த அண்டியாபீசுக்காரி களோடு ஓமனாளின் வாழ்க்கையில் கழிந்தன. அண்டியாபீசு வளாகத்தில்தான் சித்திமாருகள், பெரியம்மைகள். மாமிகள், அக்கா தங்கச்சிகள், தோழிகளெல்லாம் கண்டாள்.

"அன்னக்கிளி சித்தியே..." வாசல் தாண்டியவளை அழைத்தாள்.

"ஏன் கொழுந்து வச்சேல. கொலுசு போடேல. நெத்தியில பொட்டுக்கூட வச்சேல."

ஒரு காலத்தில் குத்துவிளக்கு வருகிறாளென்றால் எல்லோருக்கும் தெரியும். நெற்றியில் சாந்துப்பொட்டை விரித்து வைத்திருப்பாள். அதன்மேல் சந்தனநிறக் கோடு. அதுக்கும் மேல் அடர்நிறத்தில் குங்குமம். தங்கத்தைப் போலவே உச்சியில் கொழுந்து திமிறி நிற்கும். ஏன் இப்போது அதெல்லாம் இல்லை?

"அதெல்லாம் அப்பவே முடிஞ்சிபோச்சி மோளே."

மெல்லிய சிரிப்போடு சொல்லிக் கடந்தாள்.

---

10. உறவுகள்

அண்டியாபீசு

குத்துவிளக்கின் மாப்பிளை குடிகாரன் என்று கேள்விப் பட்டிருக்கிறாள். இரண்டு மகன்கள், மூன்று மகள்கள் உண்டு. குடித்துக் குடித்து ஒரு கட்டத்தில் இவள் மாப்பிளை ஈரல் பழுத்து இறந்துபோனான். அதுக்காக ஏன் இவள் தன் பொட்டை இழந்தாள்? கொழுந்தை ஏன் விட்டாள்?

"அன்னக்கிளி சித்தியே" என்று அழைத்தவள், வீட்டின் முன் பக்கம் நின்ற கனகாம்பரத்தின் ஒரு கொத்தை உருவி அவள் பின்னந்தலையில் வைத்தாள்.

"ஒரு மாப்பிளை வாறதுக்கும் முன்னே நாம பூவும் பொட்டும் வச்சிட்டுத்தான் இருந்தம். அவன் இல்லண்ணா இதெல்லாம் நமக்கு இல்லண்ணு யாரு சொன்னா? நீ பழையது போலதான் இருக்கணும்."

ஓமனாளிடம் சிரித்த அன்னக்கிளி அவளை அணைத்தாள். அவர்கள் போவதையே பார்த்து நின்றாள். அன்னக்கிளி கனகாம்பரப் பூவைத் தலையிலிருந்து எடுக்க வில்லை. அது அவள் தலையில் அழகாக இருந்ததைப் பார்த்துச் சிரித்தாள் ஓமனா.

மதிய வேளையில் பள்ளியிலிருந்து பிள்ளைகள் வீட்டுக்கு வந்திருந்தார்கள். அவர்கள் முகங்களில் சோகமும் கோபமும் ஒருமித்துக் கிடந்தன. ஆண்டுவிழாவில் நடித்த நாடகப் புகைப்படங்களுக்குரிய காசு இன்னும் கொடுக்கவில்லை என்பதால் வீட்டில் போய் வாங்கிவர அனுப்பிவைத்திருந்தார்கள். மகள்களோடு இன்னமும் இல்லையென சொல்ல முடியாத அவஸ்தை ஓமனாளுக்கு. என்ன செய்யலாம்? கேள்விகளோடு அலைந்தாள். யாரோடு கேட்க? மூலையில் இறக்கிவைத்திருந்த மாப்பிளைக்காரனின் பேக் கண்ணில் பட்டது. ஆர்வம் முட்டியது. ஒரு ஆம்பிளையின் பேக்கில் சில்லறைகளாவது இல்லாமல் இருக்காது தானே!

"கொப்பனுக்க பேக்குல கிடக்காண்ணு பாருங்க"

அவளுக்கு அவன் பை மீது உரிமை வரவில்லை. அப்படி யொரு ஐக்கியத்தில் மனசு ஒருங்கவில்லை இதுவரையிலும். எப்போதோ ஒரு முறை துணி அலவும்போது சாப்பில் கிடந்த இருபது ரூபாயை எடுத்தாள் என்பதற்காகக் குடும்பமே கூடி "கள்ளி" என்று பொரிந்தார்கள்.

"பைசா கெடந்தா அப்பா பேக்கை இஞ்சயா விட்டுட்டுப் பெயிருக்கும்?" சின்னவள் விவரமாகக் கேட்டாள்.

வகுப்பறையில் இதன் நிமித்தமாகத் தினம் தினம் எழும்பி நிற்கும் வெதுக்கடி[11] தாங்க முடியாத மூத்த மகள் தகப்பனின் பேக்கை இழுத்தாள். அப்படியே அதைக் குவித்துக் கீழே தட்டினாள். சலசலவென சத்தமெழுப்பியபடியே பலதும் கீழே விழுந்தன. ஓமனா விரைந்து தன் மகளைப் பிடித்தாள். பிள்ளைகளின் கண்களைப் பொத்தினாள். அதில் கிடந்த பல பொருள்கள் அவளை அதிர்ச்சிப்படுத்தின. சில ஆணுறைகள்; மது பாட்டில்கள்.

“இவனுக்கு எல்லாமே தெரியுமா அப்ப. சொந்த பெண்டாட்டியிட்ட அவளுக்கான தோதுல இது வரைக்கும் உறவு வச்ச முடியாதவனுக்கு இந்தச் சாமானம் போட்டுட்டு அப்பிடி என்ன பெரிய ஆக்ராந்தாம் காணுவான். இவனுக்குன்னு அப்பிடி எவா வருவா? அப்ப வேலைக் காசுல பாதி இப்படியும் போகுதோ. சே, இதெல்லாம் இவனா போடணும். எதோ ஒரு வகையில இவனுக்கு எனட்டண்டு கிட்டியிட்டுத்தான் இருக்கு. எனக்குத்தான் இதுபோல உள்ளத போட்டுட்டு, என் அவசியத்துக்கு இறங்கி திரியணும.”

“அம்மோ அப்பா ஊத்தாம்பெட்டி[12] வேண்டி போட்டிருக்கு” சொன்ன மகளின் வாயைப் பொத்தினாள்.

“ஒங்களுக்குப் பைசாதானே வேணும்” பிள்ளைகளின் கையைப் பிடித்து இழுத்தப்படி வெளியே வந்தாள். எங்கு போவதென்றே தெரியவில்லை.

“நீ சொல்லியதைப் பாக்கம்ப ஒன் மாப்பிளைக்கிப் பெண் விசயமொண்ணும் தெரியலபோல இல்லா இருக்கு.”

கூட்டுக்காரி சிந்தாமணி இப்படிதான் சொல்லுவாள். ஆனால் இவனுக்கு எல்லாமே தெரிகிறது. எங்கோ போகிறான். போனா என்னக்கென்ன? எனக்கும் போகக்கூடிய மனக்களிவு வந்தா நல்லது. மனசில் புகைந்தாள்.

“அம்மோ எங்கம்ம போற? எங்களுக்கு இப்ப பைசா வேணும்”

மகள்கள் கையைப் பிடித்து உலுக்கினார்கள்.

“பைசா தானே வேணும்?”

---

11. மனவெம்மை

12. பலூன்

உறுக்கலோடு சொன்னவள், ஊரில் உள்ள இளைஞர் இயக்கத் தலைவர் அமுதனுக்கு போன் பண்ணினாள். அமுதன் சமூக ஆர்வலர். இரத்ததான முகாம்களை நடத்தக்கூடியவன். ஓமனாளுக்கு ஓ பாசிட்டிவ் இரத்தம் என்பதால் அடிக்கடி இவளிடம் இரத்தம் தேவை விளம்பர நோட்டீசைக் கொடுப்பான் அமுதன். அப்போதெல்லாம் அதைக் கவனத்தில் எடுக்காமல் போனாலும் இப்போதெல்லாம் அடிக்கடி அந்த விளம்பரம் மனசில் வரும் ஓமனாளுக்கு. எப்படி வாழ? பைசாவை எப்படிப் புரட்ட? சிக்கல்களில் யோசிக்கையில் இரத்தம் கொடுத்தால் என்ன? அந்த உந்துதலில் கேட்டே விட்டாள்.

"இரத்தமெல்லாம் நன்கொடையா தான் கொடுக்கிறாங்காக்கா. ஓங்க நிலையைப் பாத்து நான் எங்கையிலிருந்து இருநூறு ரூபா தாறேன்."

சொன்ன ஐந்தாவது நிமிசம் அமுதன் பைக்கில் வந்தான். மஞ்சள்நிறமாக மினுங்கிய இருநூறு ரூபாயைக் கையில் கொடுத்தான். சொந்தத் தாயின் இரத்தத்திற்கு விலைபேசிய ரூபாய் என்பது தெரியாமல் பிள்ளைகள் அப்பணத்தோடு பள்ளிக்கூடம் போனார்கள்.

8

ஈரோலியில் பழங்கள் பெருவாரியமாகப் பழுத்துவிட்டன. அந்தி ஆனபோதும் பறவைகளின் அரவம் குறையவில்லை. அவற்றின் வாயிலிருந்து விழும் பொட்பொட்டான விதைகள் கிளைகளில் விழும் அரவம் கேட்டுக்கொண்டே இருந்தது. மாலைநேரச் சூரியன் ஆரஞ்சுநிறப் பந்தாக அடிவானில் மிதந்து கிடந்தான்.

உலகம் அழகாக இருக்கும்போது ஏன் நான் மட்டும் இப்படி இருக்க வேண்டும்? மனசில் தோன்றினாலும் மாப்பிளையின் பையில் கிடந்த சாமான்கள் ஒரு முனையில் குடைசலெடுத்தன. குடிக்கிறான்; பெண்களிடம் போகிறான். தன்னை அவன் மகிழ்ச்சியாகவே வைத்திருக்கிறான். நான் மட்டும் ஏன் துக்கமாக வாழ்கிறேன்? பிள்ளைகள் அவனுக்கும்தானே சொந்தம்? அவர்களின் எதிர்காலம் ஏன் எனக்கு மட்டும் பாரமாக இருக்கு?

ஈரோலி இலைகளின் நளினங்கள் இவளை எப்படியாவது அமைதிப்படுத்த வேண்டுமென்றே அசைந்தன.

"நாங்க என்ன இங்க இருக்கவா போறோம்? இன்னும் சில நாள்களில் நீ கூட்டிப் பெருக்கும் வெறும் சருகாகப் போகிறோம் தெரியுமா உனக்கு? அதுக்காகக் காற்றுக்ககூடப் பேசாம இருக்க முடியுமா? சந்தோசிக்காம இருக்க முடியுமா? எங்க கனிகள்கூட எங்களுக்காக பழுக்கல தெரியுமா? தானே தன்னைத் தின்னும் மரங்கள் உண்டா இந்த உலகத்தில?"

இலைகள் இவளோடு சொல்வது போலிருக்க, சிலிர்த்தாள்; எழும்பினாள். ஈரோலியின் அருகே போனாள். அதன் மூடு முழுவதும் கருமை மினுங்கிய

பழங்கள் தொளிந்து[1] கிடந்தன. அவற்றைப் பார்க்கும்போது அண்டியாபீசில் அதிகம் கருகிக் கறுத்துப்போன "டீப்பி பருப்பு" போலவே தெரிந்தன.

"மக்களே நம்ம ஈரோலி பழுத்தாச்சி."

ஓமனாளின் குரல் கேட்டதே தாமதம். பிள்ளைகள் ஓடி வந்தார்கள்.

"அய் பழம்... பழம்."

தரையில் அமர்ந்தார்கள். பழங்களைப் பெற்றிக்கோட்டில் பறக்கினார்கள். பெரிய சந்தோசத்திற்குச் சில ஈரோலி பழங்களே போதுமானதாக இருந்தது இவர்களுக்கு.

அர்த்த ராத்திரியில் டூர் போனவர்கள் வந்திருந்தார்கள். கதவை நெருக்கிக் கொண்டு வந்தான் மனு. வேண்டுமென்றே ஓமனா எழும்பவில்லை.

கையில் இருந்த பொதியைச் சன்னலில் கொண்டுவைத்தான் மனு. அவனின் முறடு[2] முழுவதும் அப்படியொரு அருவருப்பாக வீட்டில் ஏறுவதை உணர்ந்தாள்.

"இது பிள்ளையள் வாழிய வீடு. இப்பிடியெல்லாம் குடிச்சிட்டு வாறது நல்லது இல்ல."

"ஓ... பெரிய பிள்ளையா. வரம்ப நீயா கொண்டு வந்த இவ்வியள. இதுவா எனக்க மக்கா; எனக்க வீடு. இஞ்ச நான் எப்பிடியும் வருவேன். ஒனக்கு இருக்க ஒக்குமங்கி இரு. இல்லீங்கி பெயிட்டே இரு."

"எனக்குத் தர வேண்டியதையெல்லாம் தந்தா அடுத்த நிமிசமே நான் பெயிருவேன்." ஓமனா சொல்வதைக் கேட்டுச் சிரித்தான் ஒரு விதமாக.

"எகதேசம் பத்து வருசமா என் சம்பாத்தியத்துல தின்னுருக்கிய. என் வீட்டுல வாழ்ந்திருக்கிய. அதுக்கெல்லாம் நீ பைசா தந்தியா? ஓசுலதானே எல்லாம் நடத்தியிருக்க."

இவ்வளவு மட்டமாகப் பேசுவானா இவன்?

"இனிம, என் சாப்பாட்டுக்கு நீ தராண்டாம். எனக்கு என்னை பாத்துக்கத் தெரியும்."

உறுதியாகச் சொன்னாள் ஓமனா.

---

1. உதிர்ந்து

2. நாற்றம்

“ஒ, இவா பெரிய எம்பிபிஎஸ். பெருசா சம்பாரிச்சிய சோலிக்காரி.”

விடிய விடிய உறக்கமில்லை ஓமனாளுக்கு. சின்ன வயசிலே சுயமாக வாழ்ந்து பழகியவளுக்கு மாப்பிளையின் சொற்கள் அதீத வெப்புராளத்தைக் கொடுத்தன.

“ஒன்ன இனி அவன் பாப்பான் மக்கா. அதுக்கான உரிமைக்காரன்தான் ஒன் மாப்பிளை.”

இப்படிச் சொல்லிக் கல்யாணம் செய்துகொடுத்தார்கள். அதை நம்பினாள். அப்படிதான் வாழ்ந்தாள். ஆனால் கணக்குப் பார்க்கையில் அவனின் பணத்தில் தின்னும் ஒரு பரிதாபியா நான்? அன்பு இல்லாதவனின் பைசாவில் தின்னும் அபலையா நான். யோசனையைக் கலைத்தான் மனு. தன் பேக்கைத் தூக்கிப் போட்டுட்டு வெளியே இறங்கினான். அவன் வேலைக்குப் போகிறான் என்பது புரிந்தது. போகும்போதும் மக்களோடு சொல்வதில்லை. மனைவியோடு சொல்வதில்லை. கதவையும் திறந்து போட்டுட்டுத் தன்போக்கில் போனவனின் முதுகை வெறித்தாள்.

இவன் வேலையிலிருந்து வந்து போவதைக் கவனிக்கும் அக்கம்பக்கம் உள்ள கடன்காரர்கள் இனி நாளைக்குத் தன்னை மொய்ப்பார்கள் என்பதை நினைக்கவே கிடுங்கினாள்.

நேரம் வெளுத்தது. கிச்சிலியின் ஆராதனைப் பாட்டுகள் டிவியில் முழங்கத் தொடங்கின. ஈரோலியில் பறவைகள் கிச்சு முச்சோடு சிறகடித்தன. யாருக்காகவும் சூரியன் தன் கதிர்களைச் சுருட்டிவைத்திருக்கவில்லை. ஓமனாளுக்குக் கடன்காரர்கள் இருக்கிறார்களென்றோ, மாப்பிளை சரி இல்லாதவனென்றோ அது தன்னை மயணப்படுத்திக்கொள்ளவில்லை[3]. உலகம் உற்சாகமாகவே விடிந்து வந்தது. அந்த உற்சாகம் தனக்கும் வேண்டுமென்பதில் ஆசை கொண்டவள் முன் பக்க வாசலைப் பூட்டினாள்.

“ஓமனா பாலுக்காரன் வந்திருக்கியேன். மாப்பிளை வந்தானாமே.”

“ஓமனா அறக்கடை கனியம்மா வந்திருக்கியேன்; வீட்டுக்காரன் வந்தானாமே.”

“பலுசைக்கி பலுசை ஏறிஏறி போகுது; இப்பிடியே போனா எங்கணக்கு மாறி போயிரும்.” தாமசின் குரல் கேட்டது.

---

3. சோர்வுபடுத்திவிடவில்லை

பத்து மணிவரைக்கும் வரிசை வரிசையாக வீட்டு வாசலைக் கடன்காரர்கள் கொட்டிக்கொண்டே இருந்தார்கள். யாருக்கும் பதில் கொடுக்காமல் ஈரோலி மரத்தின் கிளைகளையும் அங்கு தாவும் அணில்களையும் பறவை பட்சிகளையும் பார்த்துக்கொண்டே இருந்தாள்.

"இவா எல்லாம் ஆகாரம் தின்னியாளா; இல்ல பீய தின்னியாளான்னு தெரியல. தேகத்துல ஒரு சூடு சுரண இருந்தா இப்பிடி இருப்பாளா? அந்தக் கணக்குக்கு மாப்பிள பாடுபட்டுக் கொடுக்காமலா இருக்கான்? பெண்ணு பெண்ணா இருந்தா தூத்து வாருற தொறப்பாயும் பவுனா மாறுமாம். த்தூ... இவா பெண்ணா இருந்திருந்தா இந்நேரம் வீடு பொன்னா மாறியிருக்கும்." வந்து போகும் கடன்காரர்களிடெல்லாம் ஓமனாளை வறுத்தெடுத்துக் கொண்டிருந்தாள் கிச்சிலி.

யாருக்கும் பதில் சொல்லப் பிடிக்கவில்லை; முடியவில்லை. எங்கோ பயணப்பட்டுப் போக மனசு விரும்பியது.

தின்னும் சோறுக்கும் வசிக்கும் வீட்டுக்கும் தாலி கட்டிய கணவன் கணக்குச் சொல்கிறானென்றால் மானமுள்ள பெண்ணுக்கு இது எவ்வளவு அவமானம்? சிறுவயதில் ஊர்புற லைபிரரியில் வாசித்த ஒரு கதையின் வரி இப்போதும் ஓமனாளின் மனசில் நிற்கிறது. அவள் பெயர் ஊர்மிளா என்று நினைவில் இருக்கிறது. கணவன் வேலைக்குப் போய்விட்டு வரும்போது வாங்கிவரும் சாமன்களை வெளியே வந்து வாங்கச் சிறிது நேரம் ஆகிவிட்டது என்பதற்காக...

"என் எச்சி தின்னும் ஒனக்கு இவ்வளவு திமிரா? என் சம்பாத்தியத்துல தின்னுற ஒனக்கு எனக்குன்னு உள்ள மரியாதி வேணும். பணிவு வேணும். குனிவு வேணும். எஜமானைக் கண்ட நாய் எப்பிடி அனுசரிக்குமோ அந்த அனுசரிப்பு இருக்கணும் ஒரு பெண்டாட்டிக்கி" என்று சொன்ன சொல்லின் சூடு தாங்க முடியாமல் ஊர்மிளா அவனை விட்டுவிட்டுக் கூலி வேலைக்குப் போனாள் என்று முடியும் அந்தச் சிறுகதை. பவுளி தனிப் பெண்ணாக வளர்க்கையில் பல விசயங்கள் அவளிடமிருந்தும் கற்றிருக்கிறாள்.

அண்டி வறுக்க நிற்கும் யாக்கோபு தோடு கொடுக்கும் நாளில் சாக்குக்கு இடையில் ஐந்தும் பத்துமாகக் கூடுதல் கணக்கு எழுதுகையில் அப்படியே திருப்பிக் கொடுப்பாள். தனியான பெண் என்பதால் முன்பக்க சாயைக் கடையில் ஓசிக்குச் சாயை ஆற்றும்போது மறுப்பாள்.

“பெண்ணுதானேன்னு இரங்கி தரும் மரியாதி எதுக்கு மோளே? நமக்கும் காலும் கையும் இருக்கு. தன்மானம் இருக்கு. உழச்சி தின்னணும். அதுதான் பெட்டச்சிக்கு சுயமரியாதி.”

வறுமையின் கோரம் பிடித்து அமுக்கும்போது எப்போதும் வழி மாறாமல் உழைப்பில் நிலைத்து வளர்க்கப்பட்டவள், வாழ்ந்தவள். கணவன் எனக்குச் செய்ய கடமைப் பட்டவன் என்று சாப்பிட்டது தப்புதானோ? அப்பிடி என்ன பெரிய சாப்பாடு போட்டுட்டான்? ரேசன் அரிசோறுக்கு எதோ ஒரு விறங்கறி[4] வெள்ளம் ஊத்தி தின்னதுல அப்பிடி என்ன பெரிய சத்து இருக்கப்போவுது? வேண்டாம் இனி இவனுக்க சாப்பாடு என்று உறுதியாக நினைத்தவள் தங்கத்திற்கு போனில் அழைத்தாள்.

“தங்கம் சித்தி, நானும் அண்டியாபீசுக்கு வாறேன்.” இப்படி ஒரு வார்த்தையைச் சொல்லும் முன் விரல்கள் நடுங்கிக் கொண்டன; வாய் வறண்டுபோனது.

“நீ என்ன மோளே சொல்லிய? இனியும் ஒனக்கு அந்தக் கல்வாரி[5] வேணுமா?”

“வேணும் சித்தி.” சுண்டை அமுக்கியபோதும் விம்மல் பொட்டியது.

“ஏன் மாப்பிள என்னங்கிலும் சொன்னானா?” “மாப்பிளச்சோறு தின்ன கஷ்டம் உண்டுன்னு சொல்லுவாங்க மக்கா...”

“எனக்கு நிறச்சி கடன் இருக்கு இல்லியா? இன்னும் எத்ர நாளு இப்பிடியே ஈச்சி அரிச்சிய வாழ்க்கை வாழியது.? இனி புதுசா வேற வேலையா படிச்ச முடியாது. நான் அண்டியாபீசுக்கே வாறேன்.”

“அதெல்லாம் செரிதான் மக்கா. நானும் இப்பவரைக்கும் எஞ்சம்பாத்தியத்துல தான் வாழியேன். என்ன தான் மாப்பிளையா இருந்தாலும் நமக்கான சோப்பு சீப்புக்கு அவன் கையை எதிர்பார்க்காம நாம சம்பாரிச்சாதான் நமக்கு மதிப்பு. நீ சோலிக்கி வாறதில எனக்கு ஒண்ணும் இல்ல. நீ அண்டியாபீசுக்கு வரம்ப ஒன் மக்களுக்கு இச்சமூகம் இனி என்ன மகிமையைக் கொடுக்குமுன்னு நினச்சிப்பாரு. எதுக்கும் இன்னும் நல்லா யோசனை பண்ணிவச்சிக்க. நான் அந்திக்கி வந்து பேசியேன்.” தங்கம் போனை கட் செய்தாள்.

---

4. உப்பும், மிளகு புளியும் கலந்த நீர்

5 துன்பமான பயணம்

“ஒன் மக்களுக்குன்னு என்ன மதிப்பு இருக்கும் இனி.” தங்கத்தின் வார்த்தைகள் மனசில் நீந்தின.

அண்டியாபீசு பெண்களுக்கான மகிமை இப்போதும் உயர்ந்திருக்கவில்லை. இவர்களுக்கெல்லாம் மூளை இல்லை; நாகரிகம் தெரியாது என்றெல்லாம் எழுதிவிட்ட விதியை இன்னும் யாரும் அழிக்கவில்லை.

ஈரோலி மரத்தின் கிளைகளைப் பார்த்தபடியே வீட்டின் பின்வாசலில் இருந்தாள். யானைப் பாறையின் மேல்பகுதியில் நின்ற வடலியின் இலைகள் உரசி உரசி நின்றன. சுற்றிப் படர்ந்த காட்டுப்பிச்சியின் வாசம் இதமாக இருந்தது. கறுப்பு வாலைக் கொண்ட சோடி பறவைகள் வடலியில்[6] ஏறியும் இறங்கியு மாகத் தெரிந்த காட்சியில் காதல் கவிதைகள் பொழிந்தது போலவே இருந்தது.

அக்காட்சியில் மனம் லயித்த ஓமனா தான் வாழ்ந்த அண்டியாபீசு வாழ்க்கையை அசைபோடத் தொடங்கினாள்.

ஊரில் உள்ள அலெக்ஸ் என்னும் கம்பவுண்டரின் மகன் ராஜாவும் இவளும் சிறு வயதில் சேர்ந்து படித்தவர்கள். இவளுக்கும் நர்சு ஆகும் ஆசை அதிகம் இருந்தது.

“ஓமனா நான் டாக்டராதான் ஆகுவேன். நீயும் நேள்சியானன்னு வை. எங்கூட ஒன்னையும் அமெரிக்காவுக்குக் கூட்டியிட்டுப் போவேன்...”

ராஜாமீதான அன்பிலும் அவன் தூவிய கனவிலும் தன்னை நர்சாகவே வடிவம் செய்தாள். அண்டியாபீசுக்குப் போகும் சூழல் வந்தபோது நர்சு என்கிற கனவுக் கூட்டை இடிக்க மனம் இல்லாமல் வெதும்பினாள். ஆனால் குடும்ப கூட்டுக்காகத் தன் ஆசையை அடக்கிக்கொண்டு அண்டியாபீசுக்குப் போன அந்த முதல் நாள் இன்னும் மனசில் இருக்கு.

பள்ளியில் கொடுத்த சீருடையின் வெள்ளைச் சட்டையின் காலர் பிஞ்சி கிடந்தது. பவுளி சித்தியின் பாலீஸ்டர் பாவாடையில் தச்ச கருநீலத்தில் வெள்ளைப் பூ போட்ட பாவாடை. முடி மட்டும் பிடித்தால் பிடிக்குள் நிற்காமல் பாம்புபோல் சுருண்டு கிடந்தது இடுப்புக்கும் கீழ்வரைக்கும். கையில் பழைய வட்டப் பாத்திரம். அதன் மூடி அவ்வப்போது கழன்று போகும் என்பதால் கொண்டுபோன பழஞ்சி வெள்ளம் பாவாடையில் வழிய, தங்கத்தோடு அண்டியாபீசுக்குப் போன அந்த நாளே இவ்வுலகம் அவளை ஒற்றைப்படுத்தியது ஓர்மையில் கசிந்தது.

6. பனைமரத்தின் வளர்பருவம்

அந்தி வேளையில் வழக்கம்போல் விளையாடக் கோயில் முற்றத்திற்குப் போனதை மனசில் நிறுத்திப்பார்த்தாள்.

கோயில் வளாகத்தில் நின்ற புளியமரங்களும் குமுறிக் கிடக்கும் மணல்வெளிகளும் பலவகை விளையாட்டுகளுக்கான களமாகக் கிடந்த அழகான காலமது. அச்சிகுச்சி, கிளியாந்தட்டு, நின்னாதொட்டுக்கோ, கச்சிக்களியெனக் கூடிக் கிடக்கும் விளையாட்டுத் தலங்களில் இவளோடு விளையாடிக் களிக்கும் அமுதா, புனிதா, இனிகா எல்லாம் அண்டியாபீசுக்குப் போன பிறகு ஓமனாளை வெறுத்த காட்சி கொடுமையானது. வழக்கம் போல் "நானும்" என்று அச்சிக்குச்சி விளையாடப் போய் இருந்தாள்.

"யப்போ இது என்ன ஒரு நாத்தம்..." அமுதா கண்களை விரித்தாள்.

"நீ அண்டியாபீசுக்குப் போன இல்ல? இனிம நாங்க எல்லாம் ஒங்கூட்டுக்காரிகளே இல்ல. இனி நீ எங்ககூடப் பேசப்பாது. ஒங்கையைப் பாரு. இனி நீ எப்பவும் நாறியிட்டுத் தான் இருப்ப. நாங்க எல்லாம் பெரிசா படிக்கப்போறோம். பெரிய பெரிய வேலைகள் பார்க்கபோறோம். ஒனக்கும் எங்களுக்கும் இனி செட்டே ஆகாது ஆமா..."

இனிகா வெறுப்போடு சொல்லுகையில் ஓமனாளின் மனம் கலங்கியது; நொந்தது.

"எங்க சித்தியிக்கிச் சோமில்ல. எங்க வீட்டுல கஷ்டம். அதான் நான் சோலிக்கிப் போனேன். அதுக்கும் நம்ம கூட்டுக்கும் என்ன இருக்கு? எனக்கு ஒங்களையெல்லாம் விட்டா வேறு யாரு உண்டு?"

"எங்க அப்பா அண்டியாபீசு கேட்டுல ஒன்னப் பாத்துட்டு வீட்டுல வந்து கண்டிசனா சொல்லியிட்டாரு. இனி அவாகூடக் கூட்டு வச்சா தொலச்சிப்போடுவேன், அண்டியாபீசுக்காரி களுக்கு அறிவே இருக்காது, அவாகூடச் சேர்ந்தா ஒனக்கும் புத்தி மழுங்கி போயிருமுன்னு. அதுனால நீ இனிம என்னைத் தேடி வீட்டுக்கெல்லாம் வராத" என்று அமுதா சொன்னாள்.

தன் விரிந்த சிறகுகளை யாரோ கிழிப்பதுபோலவே இருந்தது. கோயில் வளாகத்தில் கூடி விளையாடிய எந்தப் பிள்ளையுமே இவளைச் சேர்க்கவில்லை. இதையெல்லாம் கவனித்த கற்சிலுவையின் பின்னே போய் ஒளிந்தாள். காலகாலமாக எண்ணெய் ஊற்றி மெழுகிவிட்டிருக்கும் கற்சிலுவையைக் கட்டிக்கொண்டாள். அண்டியின் கறையால்

கறுப்பேறிப் பொள்ளிய விரல்களை அதோடு இணைத்தாள். சிலுவையிலிருந்து கண்ணீர் வழிவதுபோலவே அங்கு ஊற்றிய எண்ணெய்த் துளிகள் இருந்தன.

"இந்தப் பெண்ணு அண்டியாபீசுக்கு இல்லா போவுதாம்..." தன்னைக் கடந்துபோன கமிட்டி பிரதானிகள் சொன்னார்கள்.

"ஓ... சித்தியாரு என்ன பெரிய கலெட்டரா? ஏத்தம் வாழையிக்க மூட்ல ஏத்தம்கன்னுதானே பிடைக்கும். இது என்ன பெரிய அதிசயமா?"

கர்த்தரின் பிள்ளையொன்று குடும்ப நிலையைக் கண்டு தன் நிலையை இழந்து, சிறிய தலையில் பெரிய பாறாங்கல்லைச் சுமப்பதைக் கண்டவர்கள் அச்சுமையை வாங்கிகொண்டு இவளைப் பள்ளிக்கூடம் அனுப்ப யோசித்திருக்கலாமே? அதைச் செய்யாமல் ஏன் ஒதுக்கியதுபோல் பேசுகிறார்கள்? கேள்வியோடு நிமிர்ந்ததை ஞாபகப்படுத்தினாள்.

யார் வெறுத்தாலும் ராஜாவால் என்னை வெறுக்க முடியாது என்று நம்பினாள். கோயிலின் கீழ்ப்பக்கம் இரு புளிகள் ஒட்டி பிணைந்து நிற்கும். அந்தப் புளியமரத்தின் நிழலில் ஆண் பிள்ளைகள் கச்சிக்[7] களித்துக்கொண்டிருந்தார்கள். அதில் முக்கியமானவனாக ராஜா தெரிந்தான். பதினைந்து வயசிலே அவன் முகத்தில் மண்ணைப் பிளந்து வரும் புற்களைப் போன்ற ரோமங்கள் தெரிந்தன. அந்தி வெயிலின் மினுப்பில் அவன் ரோமங்களின் மினுக்கம் கண்டவளுக்கு அவன் எங்கிருந்தோ வந்த ராஜகுமாரன் போலவே தெரிந்தான். அந்திதோறும் கோயில் வளாகத்தில் அல்போன்சாக்கா சொல்லும் கதைகளின் இளவரசன்போலவே தெரிந்தான். பல பயலுகள் கூடிக் கிடக்கும் இடத்தில் போய் அவனோடு பேச மனம் வரவில்லை. அவனுக்காகக் காத்திருந்தாள் கோயில் கொடி மரப் படியில்.

நேரம் இருட்டிவந்தது. புளியமரத்தில் பறவைகள் கூடணையும் அரவம் கேட்டது. கோயிலின் முன்பகுதியில் நிற்கும் பிள்ளபனை என்கிற பனைமரத்தின் உச்சியில் யாரோ குடைவதுபோல் சத்தமெழுப்பிக் கொண்டிருந்தது வழி தவறிய பறவை ஒன்று.

கோயில் தலைவாசலின் மின்விளக்கு எரிந்துகொண் டிருந்தது. அல்போன்சாக்கா, நேசம்அக்கா என கதை சொல்லிகள் வந்தார்கள். கூடவே கோயிலார் தாத்தா மாம்பட்ட குடியோடு அவருக்குரிய கதைகளோடு வந்து சேர்ந்தார்.

---

7. கோலி விளையாட்டு

வழக்கம்போலென்றால் அல்போன்சாக்காளின் தேகத்தோடு சாஞ்சி போய் கதைக்காகக் குணைந்திருப்பாள் ஓமனா. ஆனால் அப்போது போக பயம் வந்தது. அல்போன்சாக்கா கல்யாணம் ஆகாதவள். ஆஸ்மா இழுப்பு அவளுக்கு. உத்தரியம் போட்டிருக்கும் வீட்டுக் கன்னியாத்திரியின் தேகத்தில் பாண்ட்ஸ் பவுடர் மணக்கும். பாச்சாசூடத்தின்[8] வாசம் அவள் உடுத்தியிருக்கும் ஆடையில் வீசும். அப்படியொரு மணம் பிடித்தவளின் அருகில் அண்டி நாற்றம் முசுங்கும் நிலையில் அருகில் போக மனம் வரவில்லை.

"ஓமன பிள்ளே..." அவளாகவே அழைத்ததை நினைத்தாள் இப்போதும்.

"அல்போன்சக்கா. அவளை இனி சேக்காதீங்க; அவா அண்டியாபீசுக்குப் போயிட்டா. அவா நாத்தம்" என்று கூடவே உள்ள பிள்ளைகள் சொன்னார்கள்.

"ஏன் பிள்ள நீ பள்ளிக்கிப் போவேல?"

"எங்க சித்தியிக்கி சோமில்ல."

"அதுக்கு?"

"எங்க வீட்டுல பைசா இல்ல. எங்களுக்குத் தின்னக்கே ஆகாரம் இல்ல தெரியுமா? நான் படிச்சாம ஆனாலும் எனக்க தங்கச்சிகளெல்லாம் பெரிய படித்தக்காரங்களா வருவாங்க."

துக்கம் பொங்கச் சொன்னவளைக் கருணையாகப் பார்த்தாள் அல்போன்சக்கா. அப்பார்வைக்கான நன்றியை இப்போதும் சொல்லிக்கொண்டு இருக்கிறாள் ஓமனா.

"நீ இஞ்ச வா பிள்ள."

பலரும் ஒதுக்கிய ஓமனாளைத் தன் பாண்ட்ஸ் பவுடர் வாசத்தோடு சேர்த்து அணைத்தாள்.

"ஓமனா ஒண்ணும் நாறேலியே. அப்பிடியே குடிலில் கிடக்கும் கர்த்தரைப் போல இல்லியா மணக்கியா" இப்படி சொன்னதுதான் தாமதம் ஓமனா அவளைக் கட்டிப்பிடித்து அழுதாள்.

"இங்க பாருங்கா, ஓமனாளை யாரும் வெறுக்கப்பாது. அவளை நம்ம கர்த்தருக்கு ரொம்ப பிடிச்சும். மனுசங்க வாழ்க்கைக்காகப் பல தொழில்கள் இருக்குலாம். அதுக்காக அந்தத் தொழிலோ மனுசங்களோ குறஞ்சவங்க இல்ல.

---

8 பூச்சி உருண்டை

வாழ்க்கைக்காக ஓமனா சோலிக்கி போறா. அவளுக்கு இப்படியொரு கெதி கேடு வந்துட்டேன்னு நாம அவளை ஒதுக்கிவைக்கக் கூடாது. இங்க கதை கேட்க வந்தவங்க எல்லாம் அவங்கவங்க வீட்டுல போய் ஓமனாளைப் பத்தி சொல்லணும். அமுதா ஒங்கப்பா பெரிய வாத்தியாராம் இல்லியா?"

"ஆமா..."

"அவருட்ட கேக்கணும். ஓமனாளுக்க படிப்பை நாம பாக்குலாமுன்னு."

"இனிகா ஒங்க அம்மா பேங்குல சோலி பாக்கியாங்க இல்லா. அவங்கதானே கமிட்டியில செக்கரட்டரி?"

"ஆமா. எங்கம்ம தான் இந்த ஊருக்க செயலர்."

"அவங்களுட்ட போய் ஓமனாளுக்க நிலையைச் சொல்லணும். அவங்க வீட்டுக்கான செலவைப் பலரும் ஏத்துக்க முன்வரணும். அதுதான் நம்ம வேலையா இருக்கணும்."

அவ்வளவுதான். அடுத்த நாளிலிருந்து பல பிள்ளைகள் கதை கேட்க வரவில்லை. அல்போன்சக்கா பல முயற்சிகள் செய்தும் நடக்கவில்லை. கடைசியில் அவளுக்குத் தெரிந்த ஒரு சிஸ்டர் வழியாக ஏதோ மடத்தில் விட்டுப் படிக்க அனுப்பலா மென்று யோசனை நடந்துகொண்டிருந்தது. ஆனால் அதுக்குள் அல்போன்சக்கா வீட்டை விட்டு வெளியே வர முடியாத அளவுக்கு ஆஸ்மாவின் கொடுமையால் பீடிக்கப்பட்டாள். அவள் சொன்ன சிஸ்டரும் வரவில்லை.

பவுளியும் நோயிலிருந்து விடுபட ஒன்றரை வருசங்கள் ஆகிவிட்டன. எல்லாம் முடிந்து வெளியே வரும்போது முப்பதாயிரம் ரூபாய் கடனில் வீடு இருந்தது. எதையும் யோசிக்க முடியாத அளவுக்கு அண்டியாபீசில் ஓட்டினாள்.

பத்தாம் கிளாஸ் ரிசல்ட் வந்த நாளில் ராஜா வீட்டில் அப்படியொரு கூட்டம். அவன் ஊரில் முதல் மார்க் எடுத்தான் என்பதால் சாமியார்வரைக்கும் வீட்டிற்கு சென்று வாழ்த்தினார்கள். கமிட்டிக்காரர்கள் சால்வை போட்டு போட்டோ எடுத்தார்கள். "எங்க பிள்ள..." என்று பாராட்டி னார்கள். அவங்க அப்பாதான் அச்சமயத்தில் கமிட்டியின் பொருளாளர். எல்லாமுமாகச் சேர்ந்து ராஜா அவளை விட்டு மிகவும் தூரமாகவே போனான். அவனும் போகப் போக ஓமனாளோடு பேசுவதை நிறுத்தினான். ஒரு நாள் பறையங்குளத்தில் குளிச்சிட்டு வரும்போது எதிர்படும்

முடுக்கு வழியில் அவனைப் பார்த்தாள். யாரும் இல்லாத அந்தச் சூழலில் அவனோடு பேசும் வாய்ப்பை உருவாக்கினாள்.

இவள் தூரமாக வருவதைக் கண்டாலே ஒதுங்கிப் போகும் அவனை ஏறெடுத்துப் பார்த்தாள். அவனோ மூக்கைப் பொத்தினான். இது ஓமனாளைக் கூசலடைய வைத்தது.

எந்தத் தொழிலாக இருந்தாலும் அதுக்கென்று ஒரு வாசம் இருப்பதுபோல் அண்டிக்கான வாசம் அத்தொழிற்காரிகளிடம் ஒட்டவே செய்யும். பூ தொடுப்பவர்களிடம் பூ வாசம், கேக் செய்கிறவர்களிடம் கேக் வாசம், சாக்கடை கழுவுகிறவர்களிடம் அந்த வாசம், மீன் விற்பனை செய்கிறவர்களிடம் மீன் வாசம். இப்படியாக எந்தெந்தத் தொழிலோடு இருக்கிறார்களோ அந்தத் தொழில் சார்ந்த வாசம் வீசுவது இயல்பானதுபோலவே முந்திரிப்பருப்பு வேலை செய்கிறவர்களிடமிருந்து அவ்வாசம் வரும். அது வெறும் தொழில் மணம். அந்திவரையிலும் முந்திரிப்பருப்புகளோடு காலும் மேலும் கலந்தாடும்போது, வியர்வை பெருகும்போது அவ்வாசம் இன்னும் அதிகமாகத் தேகத்தோடு புரளும். வியர்வையால் உள்ளாடைகள் நனையும்போது செதுக்கிப் போடும் பருப்புத் துகள்கள் தெறித்து அங்குவரைக்கும் போவதால் உள்ளாடைகள் சிவப்புக் கோடுகளால் இழுபட்டிருக்கும். அண்டியாபீசுக்காரிகள் உள்துணிகளைத் தனியாகப் பிரித்துச் சொல்லும் அளவுக்குக் கறைகளால் காட்சியளிக்கும். தலையில் பேன்கள் கொஞ்சம் அதிகமாகவே இருக்கும். அண்டிப்பருப்பு இயல்பிலே சூடு மிக்கது.

வேலைக்குப் போனதும் எவ்வளவு ஈரமாக இருந்தாலும் தலைமுடியைப் பிரித்துப் போட அனுமதி இல்லை. வாரிக் கட்டிக்கொண்டு இருக்கையில் வியர்வையும் ஈரமுமாகப் புழுங்கும் தலைமுடிக்குள் ஈறும் பேனும் குடித்தனம்வைக்கும். இவையெல்லாம் தொழில் சார்ந்த விசயங்கள்... இதற்காக ஓமனா குளித்துவிட்டு வரும் போதே மூக்கைப் பொத்துவது கொடுமை.

“இங்க பாரு கண்டமானம்[9] கிணாட்டத. ஒன்ன பெரிய இடத்துல ஆண்டவன் படச்சிவிட்டான். அதுனால ஒனக்கு நான் நாறத்தான் செய்வேன். செரி அதெல்லாம் விடு... என்னையும் ஒங்கூட அமெரிக்கா கூட்டியிட்டுப் போவதானே...”

ராஜா சிரித்தான்.

9. அதிகமாக

"இங்க பாரு... நான் நேள்சியாகாம போனாலும் ஒனக்கு நல்ல விதமா அவுச்சி[10] பறக்கி போடுலாம்..."

"எனக்கு பேனு புழுத்த பெண்ணுங்களையே பிடிக்காது. அண்டியாபீசுக்காரிகளுக்கு அதுதான் எக்கச்சக்கமா இருக்குமாம். நீ அண்டியாபீசுக்குப் போன பிறகு ஒன்ன எனக்குப் பிடிச்சவே இல்ல ஓமனா. எங்க மாமியிக்க இளைய மகா அமலா இருக்கா இல்லா. அவளை எங்க மாமா நேள்சியா இல்ல... டாக்டரா படிக்கவைப்பாராம். நான் அவளைத்தான் அமெரிக்கா கூட்டியிட்டுப் போக நினச்சிருக்கேன்."

சொன்னவன் மறுபதிலைக்கூடக் கேட்காமல் கடந்து போனான். ஒரு அண்டியாபீசுக்காகவா என்னை வேண்டாம் என்று சொன்னான்.

ஆணும் பெண்ணுக்குமான காதலும் இணைவும் பொருளின், நிறத்தின், தகுதியில், படிப்பில், அழகில் சம அந்தஸ்தில் என்பதெல்லாம் புரியாத அந்த வயதில் அவனோடு கேட்ட அமெரிக்காவை இப்போது நினைத்துக் கூசுகிறாள். தன் தலையில் தானே தட்டிக்கொண்டாள். அவன் சொன்னதுபோலவே தன் மாமனின் மகள் அமலாவைத்தான் கலியாணமும் செய்துகொண்டான். அமெரிக்கா போனான்.

கொஞ்சம் கொஞ்சமாகத் தன் வாழ்க்கை இச்சமூகத்தி லிருந்து பிரிக்கப்படுவதை வளரவளர அனுபவிக்க இந்த அண்டியாபீசு தொழிலே காரணமாக இருந்தது. வெளியில் எங்கேனும் விசேசங்கள் போகுகையில். "என்ன பண்ணுற?" என்ற கேள்வி வைத்தால் ஈரல் நடுங்கும்.

வயசுக்கான படிப்பைப் பல இடங்களில் பொய் சொல்லுவாள். ஆனால் யாரோ ஒருவர் அதைக் கேட்டுப் பலரின் முன்னிலையில் கேவலம் செய்த நிகழ்வுகள் உண்டு. இப்படித்தான் ஒருமுறை ஊரில் புதிய குருசடி பாலு காய்ப்புக்குப் போகும்போது தமிழ்ப் பாடம் எடுத்த ரஞ்சிதம் டீச்சர் கேட்டாங்க...

"ஓமனா இப்ப எங்க படிச்சிய? சின்னதிலே தமிழ் ஒனக்கு நல்லா வருமே?"

"டீச்சர் நான் இப்ப பன்னிரண்டாம் கிளாஸ் படிச்சியேன்..." சொன்னதை அமுதாவின் அம்மா கேட்டுட்டு நின்றாள்.

---

10. சமையல் செய்து

மலர்வதி

"எதுக்கு இந்த கள்ளம்? இது படிச்சேல டீச்சரே... சித்தியாருக்ககூட அண்டியாபீசுக்குப் போகுது..."

அவ்வளவுதான் அதுவரையிலும் சிரித்துப் பேசிய டீச்சரும் பிறகு பேசவில்லை. பஸ் யாத்திரையோ, பகல் பயணமோ, கோயில் தலமோ, உறவுக் கொண்டாட்டங்களோ எங்கு போனாலும் அண்டியாபீசு என்பதை அறியும்போது கிடைக்கும் அவமரியாதைகள் ஓமனாளை ஒற்றைப்படுத்தின.

எல்லாவற்றையும் சகிக்க முடிந்தவள் கோயில் சார்பாக கிடைத்த புறந்தள்ளலை ஏற்றுக்கொள்ள மிகவும் வலிமை பெற வேண்டியதாக இருந்தது.

பள்ளிப் படிப்பை இழந்த பிறகும் கோயில் சார்பாக நடக்கும் கேற்றீசன்[11] வகுப்புகளுக்குப் போய்க்கொண்டிருந்தாள். வயது வாரியமான வகுப்புகளில் போய் இருந்து கர்த்தரின் போதனைகளை, பைபிள் அத்தியாயங்களை, மனவல்லிய[12] செபங்களைக் கற்றாள். இயேசு எல்லோருக்கும் பொதுவான இயேசுதானே; ஏழைகளுக்கு, பணக்காரர்களுக்கு, கற்றவர்களுக்குக் கல்லாதவர்களுக்கெல்லாம் பிரித்துப் பிரித்து இயேசு இல்லைதானே; ஆனால் ஓமனாளுக்கு ஏழை இயேசுவைத்தான் கொடுக்க முயன்றார்கள்.

திருவிழா முடிந்து வகுப்புகள் பிரிக்கும் ஒரு நாளில்...

"நீ இப்ப படிக்கல இல்லா" என்று கேட்டான் மன்ற நிர்வாகி.

"இல்ல..."

"படிச்சாத நீ எதுக்கு படிச்சவங்க கிளாசுல போயிருந்து படிக்க பாக்கிற?" அரண்டுபோனாள் ஓமனா.

"நீயெல்லாம் படிச்சாதவங்களுக்குன்னு ஒரு கிளாஸ் இருக்கே... அங்க போ..." ஓமனாளின் சின்ன வயது கால கட்டத்தில் படிக்காதவர்களுக்கென்று ஒரு தனி வகுப்பு ஞானதேச மன்றத்தில் இருந்தது.

படிக்காதவர்களுக்கென்று இருக்கும் வகுப்பில் தீப்பெட்டி தொழிற்காரிகள், கற்றாழை இளைக்கும் பெண்கள், மிசியன் தையல்காரிகள், அண்டியாபீசுக்காரிகள், பீடி சுற்றுகிறவர்கள் என்று வயசில் மிகவும் பெரிய பெண்களும் இருப்பார்கள்.

---

11. மறை வகுப்பு

12. மன உறுதி

அண்டியாபீசு

இங்கு பைபிள் கதைகளைச் சொல்லி கொடுக்க ஒரு டீச்சர் இருப்பாங்க. இவர்களுக்கென்று தனியாகத் தேர்வு, தனியான போட்டி. தனியான பரிசுகள். இவ்வகுப்பில் போகவே விரும்ப வில்லை ஓமனா. ஆனால் அங்குதான் பிடித்துக் கொண்டு விட்டார்கள். இயேசு சொன்னாரே ஒடுக்கப்பட்ட மக்கள்... அவர்களைத் தான் இவ்வகுப்பில் கண்டாள். இவ்வகுப்பில் அழகில்லை... எடுப்பில்லை... ஓங்கிய சிரிப்பில்லை. பின் வந்த நாள்களில் இவ்வகுப்பு பிள்ளைகள்தான் இவள் கூட்டுக்காரிகளாக இருந்தார்கள். படிக்காத வகுப்புக்கென ஒரு பின் குறியீடு இருந்ததை அப்படியே உள்வாங்கினாள் ஓமனா...

அன்பிய வாரியமாகப் பாட்டு வகுப்பில் சேரக் குரல் தேர்வு நடந்தபோது ஏதோ ஒரு ஆசையில் இவள் அன்பியத்திலிருந்து போனபோது, “அது அண்டியாபீசு இல்லியா... அது இஞ்ச என்னத்துக்கு?” என்று சொன்னதைக் கேட்டுத் திரும்பி வந்தாள். அண்டியாபீசு என்றால் ஏன் ஒன்றுமே இல்லை என்கிறார்கள். இக்கேள்விகளோடும், ஒதுக்கப்பட்ட சூழலிலும் வாழ்க்கையை மேற்கொண்டவள் இன்னும் அண்டியாபீசுக்குப் போனால் அந்த ஒற்றைப்படுத்தல் தன் பிள்ளைகளுக்கும் கிடைக்கும் என்பதை உணராமல் இல்லை.

பக்கத்து வீட்டில் இருந்த நிர்மலா என்னும் வாத்திச்சி அவள் பிள்ளைகளின் புரோக்கிரஸ் கார்டு வரும்போதெல்லாம் மார்க் குறைந்திருந்தால்...

“நீங்க எதுக்குப் பள்ளிக்கிப் போறீங்க? பேசாம அண்டியாபீசுக்குப் போய் அண்டி தல்லுங்க. அதுக்குத்தான் நீங்க எல்லாம் லாயக்கு” என்று திட்டும் வார்த்தைகளின் கடினம் ஓமனாளை இறுக்கிப் பிடிக்கும். இதுபோலவே சொன்னால் கேட்காத பிள்ளைகளைப் பெற்றோர்கள் இப்படித்தான் மிரட்டுவார்கள்...

“ஒழுங்கா படிக்கல... சொன்னா கேட்கலன்னா முன்ன பின்ன யோசிக்காம அண்டியாபீசுல கொண்டு தள்ளி யிருவேன்...” என்று இவளைக் காட்டிச் சொல்லிக் கொடுத்த பெற்றோர்கள் உண்டு...

எவ்வளவோ அண்டியாபீசை மானிப்போடு மனசுக்குள் நினைத்தாலும் அத்தொழிலால் கிடைக்கும் சம்பளத்தால் வாழ்க்கையை வடிவம் செய்தாலும் சமூகத்தின் அடியாழத்தில் ஒதுக்கிவைத்த ஒடுக்கலை இன்றளவும் மீற முடியவில்லை. பிறகெல்லாம் ஓமனா தன்னை விலக்கிக்கொண்டாள் என்பதே உண்மை. கோயில் தலம் போகாமல் ஆனாள். அன்பியங்கள்

இல்லை. கேற்றீசன் இல்லை. எதுக்கு வீணே வாய் பார்க்கப் போக வேண்டும்... எல்லாவற்றையும் விட்டுவிட்டாள்.

சாலையில் கூடிப் போகுகையில் சைக்கிளில் சுற்றும் பயலுகளும் காலேஜிக்காரிகளை, தைய்யற்காரிகளைச் சுற்றினார்கள். எதோ மிச்சம் மீதியாக எவனும் சுற்றினாலும் "அண்டி நாறுது" என்றுதான் சொல்லுவார்கள். பஸ்ஸில் ஏறினாலும் அங்கு ஓடுக்கல்கள்தான். அங்கெல்லாம் அனுபவிக்கும் கண்றாவிகளைவிட நடந்தே போகலாமென ஆன நாள்களும் உண்டு.

அன்னிக்கெல்லாம் அனுபவித்த வேதனைகளைத் தனி ஒரு மனுசியாகக் கடந்துபோனாள் ஓமனா. ஆனால் இனி தன் மகள்களையும் இச்சமூகம் மதிக்காது என்பது உண்மைதான். அதுக்காக? என் வேரை மறுக்க முடியுமா? என் தொழிலை ஒதுக்க முடியுமா? ஓமனாளின் இரத்தமும் சதையும் அங்கிருந்து தானே உரு பிடித்து வந்தது...

9

போன் அடித்தது. தங்கத்தின் எண்கள் மிதந்தன. ஓமனாளுக்குப் புரிந்தது. அவள் அண்டியாபீசுக்கு அழைக்கிறாள் என்பது.

கட்டிலுக்கடியில் கிடக்கும் பழைய சூட்கேசை இழுத்தாள். பூட்டு அற்ற சூட்கேசை உருவினாள். வெகுநாள்களாகத் தொடப்படாமல் ஆன பெட்டியிலிருந்து பழமையான வாசம் மூக்கில் ஏறியது. கல்யாணமாகி வரும்போது கூடவே கொண்டுவந்த பெட்டியில் எப்போதோ கோயிலில் பாட்டுப்படிக்க ஆசைப்பட்டு வாங்கிய சில பாட்டுப் புத்தகங்கள், அட்டை கிழிந்த இரக்கத்தின் மன்றாட்டு மாலை புக், இன்னுமாகச் சித்தியின் பழைய சேலைகள் சில சுருட்டி வைக்கப் பட்டிருந்தன. ஓமனக்குட்டன் ஒருமுறை வாங்கிக் கொடுத்திருந்த பக்கி சிலெய்டு[1], குப்பி பொட்டு, இன்னுமாக மறக்காமல் எடுத்துவைத்த பாஸ் வேலை கத்தி.

அன்றைய விலைப்படி முப்பத்தியைந்து ரூபாயுக்கு வாங்கிய கத்தி இது. இது வழியாக சம்பாரித்த காசுகளாலே தங்கச்சிகள் வாழ்ந்தார்கள். இதன் வழியாகத்தான் எதிர்காலம் என்கிற நம்பிக்கை இருந்தது. ஒருவகையில் இது சோதனையின் ரூபமாக, சில நேரங்களில் இது மட்டுமே வாழ்க்கையாக... எத்தனை எத்தனை வாழ்க்கைக்குச் சாட்சியாகக் கூடவே கிடந்தவள் இவள். ஓமனக்குட்டனுக்காக அழுத கண்ணீர் துளிகளைக் கண்டவள் இவள். பிச்சாத்தியின் கூர் முனை மிகவே மழுங்கிப் போயிருந்தது. அதை மூக்கோரம் கொண்டுபோனாள். பாஸ் பருப்பின் நயப்பம்[2] மணத்தது. தல்லுபெரையிலிருந்து

1. வண்ணத்துப்பூச்சி டிசைன்

2 ஈரப்பம்

உடைப்பட்டு வரும் பருப்புகள் பீலிங் செட்டில் போய் அங்கிருந்து கருநரம், எஸ்ற்றபிளி, புழுக்குத்து, பிரிவாலு என வரும்போது அவற்றைச் சுரண்டி, வெட்டி அரிந்து வகைப்படுத்திய பிச்சாத்தியை உள்ளங்கையில் ஒடுக்கினாள். அதன் துருப்பிடித்த ஓரம் பிராண்டிக்கொடுத்தது. கண்களை மூடினாள்.

புதிதாக வேலைக்குப் போகிறவர்களை மேனேஜரிடம் அறிமுகம் செய்த பிறகே அந்தந்த செட்டில் சேர்க்க முடியும். ஓமனா பழைய சோலிக்காரியாக இருந்தாலும் பத்து ஆண்டு களுக்குப் பின் போவதால் தங்கம் மேனேஜரிடம் கேட்கப் போயிருந்தாள். சிறுவயதில் அண்டியாபீசுக்கு வரும்போதும் இதே தங்கம்தான் அழைத்துக்கொண்டுவந்து தல்லுபெரையில் விட்டாள்.

ஓமனா கேட் வாசலின் உட்புறம் இருக்கும் வாட்சர் செட் அருகே நின்றாள். வாட்சர் செட்டில் பழைய பொலிவு இல்லை என்பதைக் கண்டபோதே புரிந்தது. அங்கு நின்ற வாட்சர் காப்பி நிறத்தில் சீருடை போட்டிருந்தார். தொப்பி வைத்திருந்தார். அவர் சட்டையின் பட்டன்கள் மின்னின. முன்பெல்லாம் இப்படியொரு சீருடை இல்லை. மகேசு, சாமீது, கில்டன் என இவள் காலத்தில் நின்ற வாட்சர்களெல்லாம் இளைமைக்காரர்களாக இருந்தார்கள். வாட்சர் செட் என்பது அன்று அப்படியொரு கலகலப்பில் கிடக்கும். இளம்பெண்கள் கேட்டில் ஏறுகையில், இங்கு இருக்கும் இளையோர்கள் பாடும் மலையாளப்பாட்டைக் காற்றில் தேடினாள். “கறுத்த பெண்ணே நின்ன காணானிட்டு” பாடுவானே ஓமனக் குட்டன்... இதுபோல் அவங்கவங்க இஷ்டக்காரிகள் போகும் போது பாடிக் கொடுக்க இங்கிருந்தவர்கள் இப்போது உலகின் எந்த மூலையில் கிடக்கிறார்களோ?

தொழிற்காரிகளுக்கும் வெளியுலகிற்குமான தொடர்பு ஊடகமாக இருக்கும் வாட்சர்செட்டின் வறட்சி என்னவோ செய்தது. ஒரு காலத்தில் இங்கு நிற்கும் வாட்சர் தகவல்களோடு ஒவ்வொரு செட்டும் ஓடும் காட்சியை நினைத்தாள். இதே வாட்சர் செட்டில் எத்தனை பெண்களின் கல்யாணம் உறுதியானது. எத்தனை பெண்களின் காதல் சந்திப்புகள் நடந்தன. எத்தனை விதமான துக்கச் செய்திகள் இங்கு சொல்லப்பட்டிருக்கின்றன. தங்கத்தின் அப்பா இறந்தபோது வந்து சேர்ந்த செய்தி கேட்டுத் தங்கம் மயக்கி விழுந்து அழுததும் இங்கேதானே.

“ஆர அன்னளிச்சியா இவிட நிப்புண்டு...” ஓமனாளைக் கலைத்தான் வாட்சன்.

“தங்கம் வரும்.”

“தல்லு பெர தங்கமோ?”

“ம்...”

“இவிட ஜோலிக்காயிட்டு வந்தோ?”

“ம்...”

“மும்பு இவிட ஜோலி செஞ்சுட்டு உண்டோ?”

“ஓ...”

“எவிட...”

“பாஸ்பெரையில”

“மும்பெல்லாம் நிமிசத்துக்கொருக்கா கேட்டுல ஆளு வரும்?”

“இப்ப எல்லாருக்கும் போனு இருக்கு இல்லியா? ஆத்ர அவசியத்துக்கு அதுல விளிச்சி காரியங்களைச் சொல்லுவாங்க.”

“ஓ... அப்ப ஒமக்கு ஓட்டம் குறஞ்சி” சிரிக்க முயன்றாள். இனி என்ன பேச?

“இன்னா வாறேன்...”

சொல்லிவிட்டுப் போன தங்கம் இன்னும் வந்து சேர வில்லை. மேனேஜரின் கார் இப்போதுதானே உள்ளே போயிருக்கிறது. இனி அவரு ஆபிஸ் ரூம் போன பிறகுதான் கேட்டுட்டு வர முடியும். தனக்குள் நினைத்தவள் நிறப்பு[3] பகுதி யின் பின்சுவரின் திட்டில் போய் அமர்ந்தாள். வெளிப்பக்க கேட்டின் இடைவெளி வழியே பார்க்கையில் பழைய பல காட்சிகள் நினைவில் வந்தன.

சம்பள நாளில் பெரிய கேட்டின் முன்பக்கம் வரும் வளையற்காரன் மனசில் வந்தான். அடர் கறுப்பில், கன்னம் பெருத்துப்போனவனுக்கு அண்டியாபீசு பெண்கள் குலவிளக்குகள்போல தெரிவார்கள். ஒவ்வொரு சம்பள நாளும் அவன் முகம் அப்படியொரு மலர்ச்சியில் இருக்கும். எல்லோருக்குமே கடனும் கொடுப்பான். வளையல், குட மஞ்சள், பித்தளை மாலை. கண்மசி, பொட்டு, பாச்சாரூடம்[4], பவள மாலையென எல்லாவகை பொருள்களைவும் சீட் விரித்து

3. பருப்புகளை பேக்கிங் செய்யும் பகுதி

4. கவரிங்

அதில் பாகப்படுத்தி வைத்திருப்பான். கண்ணாடிவளையல் களை நூலில் கட்டி வளைத்து வளைத்து வைத்திருப்பான். இந்தக் குப்பி வளையல்களைக் கைகளில் வாங்கி அடுக்கிக் கொண்டு சலக் சலகென தல்லுக்காரிகள் அண்டி தல்லுகையில் கொட்டோடி கம்பின் சதக் புதக் லயமும் இந்த வளையல்களின் ஒய்யாரமும் சுகமான இசைகளாக ஒலித்த காலங்களிருந்தது.

“அண்ணோ இதைக் கையில நூத்திவிடு.”

வளையலுக்காரனின் முன்னே அமர்ந்து, குமரிகளாக இருந்தபோதும் கைகளை நீட்டிக் கொடுத்த பெண்களெல்லாம் எங்கே இன்னிக்கி? நான் ஒரு பெண் என்கிற பொய்யான வெட்கம் எழுதாமல், நான் ஒரு மனுசியென இதே மெயின் சாலை வெளியில் ஆண் மகனோடு வளையல் போடக் கையை நீட்டியவளெல்லாம் எங்கு கிடக்கிறார்களோ? விதவிதமான பொருள்களை வாங்க வளையல்காரனைச் சுத்தி நின்ற முந்திரி மலர்களின் முகங்களால் பரவசம் அடைவானே வளையலுக்காரன் அவனும்தான் எங்கே போனானோ?

வெளிப்பக்கம் பார்த்துட்டு இருந்த ஓமனாளை வாட்சர் கலைத்தான்.

“அவிட எந்தா நோக்குன்னூ.”

“நானெல்லாம் இஞ்ச வேலைக்கி வரம்ப வாரா வாரம் இதுல வளையலுக்காரரு வருவாரு. அப்ப எல்லாம் நாங்க நிறைய வகைகள் வேண்டுவோம் அவருட்டண்டு. பின்ன போனஸ் நாளு சொல்லாண்டாம்.”

“இப்ப எல்லாம் அப்பிடியொரு பரிவாடியே[5] இல்ல. இப்ப எல்லாருக்கும் அக்கவுண்ட் சம்பளம். அவவாளுக்க சம்பளம் அவாவா அக்கவுண்ட்டுல போய் விழும். ஏடிஎம் கார்டு போட்டுச் சம்பளத்தை எடுத்துர வேண்டியதுதான். அதுனால இப்ப எல்லாம் வளையலுக்காரனும் இல்ல. வளையலும் இல்ல.”

அக்கவுண்ட் சம்பளம் பற்றி தங்கம் சொன்னபோதெல்லாம் அதை மனசில் எடுக்கவில்லை. ஆனால் இப்போது மனசில் குடைச்சல் வந்தது.

சம்பள நாளின் சனிக்கிழமையன்று வேலை முடிந்து பாசாக்கி[6] கொடுத்தப் பிறகு வேலை எவளுக்குமே ஓடாது. சம்பளத்திற்குரிய மஞ்சள் கார்டைப் பருப்பு அடுக்குகளின்

5. நிகழ்வே

6. பருப்புகளை சுத்தம் செய்து

மேல் வைத்து அந்தக் கார்டையே பார்த்துட்டு இருக்கிறதும்; எப்போது சம்பளத்திற்கு அழைப்பார்கள் எனக் காத்திருப்பதும் ஒரு சுகம். சம்பள பணத்தை வாங்கி, அதை யாருக்கு கடன்மீட்டணும், யாருக்குச் சீட்டுக் கொடுக்கணும், எந்த துணிக்கடை பற்றைத் தீர்க்கணும். வீட்டுக்கு என்ன பண்டம் வேண்டணும் என்கிற கணக்கு வழக்கில் மனசு சஞ்சலமடைந்து உழைத்த பணத்தைக் கையில் வாங்கும்போது வீசும் பண மணமே தனி மணமாக இருக்கும். சில்லறை சகிதம் எண்ணி மஞ்சள் கார்டில் சம்பளத்தைத் தருகையில் மனசிலிருந்து வருமே ஒரு பெருமிதம்... அது எதற்குமே ஈடாகாது. அந்தச் சம்பளப் பைசாவை கைலேஞ்சியில்[7] எண்ணி முடிந்து வட்டப் பாத்திரத்தில்[8] வகை வகையாக மனக்கணக்குப் போட்டுப் பூட்டுகையில் வாழ்க்கையைப் பற்றிய ஒரு நிமிர்வு வருமே... அதெல்லாம் ஏடிஎம்மிலிருந்து எடுக்கும்போது கிடைக்குமா ?

அண்டியாபீசுக்குப் போனஸ் நாள் என்றால் அது ஒரு திருவிழாக் கோலமாக அல்லவா இருக்கும். ஒரு வருசமாக அந்த நாளுக்காகத்தானே காத்திருப்பதும். போனஸ் நாளுக்காகவே அக்கம்பக்கமிருக்கும் கடைகளில் பொருள்கள் மினுப்பாக இறக்கி போட்டுருப்பதும் கலர்கலரான நாள்கள். பெண்களெல்லாம் ஜிகுனா சாரிகள் உடுத்தி, தலை நிறைய பூக்கள் வைத்து அண்ணன் அக்காக்களின் பிள்ளைகளோடு, விட்டால் வீட்டில் உள்ள பலரோடு அல்லவா கூடி வருவோம். போனஸ் நாளில் நாங்களெல்லாம் ஏழு அழகில் அல்லவா மினுங்குவோம். வருசம் முழுவதும் செய்த வேலையின் பிடித்தம் பொறுத்துக் கிடைக்கும் போனஸ் தொகையால் எங்கள் கைலேஞ்சிகள் நிறைந்து அல்லவா போகும். செட்டில் நிற்கும் எங்க மேசிரிகளும் காலையிலே குளித்து ஒருங்கி எங்களோடு நிற்பார்களே. கை நிறைய வாங்கும் போனஸ் பணத்தில் நூறோ இரு நூறோ மேசிரிக்குக் கொடுத்து ஆசி வாங்குவோமே. அதுவரைக்கும் மேசிரிக்கும் சோலிக்காரிக்குமென சண்டைகள் இருந்தாலும் போனஸ் நாளில் என்னே ஒரு சினேகம்... பாசம்... ஐக்கியம். போனஸ் வாங்கும் நாள்களில் அக்கம் பக்கமுள்ள பவுன் கடைகளில் நெருக்கம் அலைமோதுமே. இப்ப எல்லாம் அந்த போனஸ் நாள்கூட இல்லையா ?

“மோளே...” தங்கத்தின் அழைப்பு கலைத்தது.

“மானேஜருட்ட ஒன்னப்பத்தி எல்லாமே சொல்லியாச்சி... வா.”

---

7. கைகுட்டை

8. சோற்றுப்பாத்திரம்

தங்கம் அவளை அழைத்துக்கொண்டு பரபரவென நடந்தாள். ஓமனாளின் கால்களில் அவ்வளவு பெரிய வேகம் இல்லை. அவள் கண்கள் நாலாபக்கமும் சுழன்றன. அங்கே முன்புபோல் பச்சிளம் குமரிகள் யாரும் தென்படவில்லை. ஒரு காலத்தில் இவ்வளாகம் முழுவதும் தாவணிப் பெண்களாகக் குழுமி உலவிய காட்சிகள் இப்போது இல்லை.

“கம்பெனி ஒருவாடு[9] மாறிப்போயிருக்கே சித்தியே. அப்ப எல்லாம் சுற்றிமுற்றி பச்சை பச்சையான குமரிகள் தாவணிக்கோலமா ஒரு அழகுல வருவாங்க இல்ல...”

“ஆம மக்கா. அப்ப எல்லாம் படித்தம் ஒரு பிரதானமா இல்ல. எதோ எழுத வாசிக்க தெரிஞ்சாலே போதுமுன்னு இருந்து. அண்டியாபீசுல முக்கா பேரும் கைநாட்டுக்காரிகளாக இருந்தாங்க. இப்ப அப்படியா? கம்ப்யூட்டரு காலம். எல்லா பெண்களுக்கும் படித்தக்காரிகளா மாறியிட்டாங்க. சும்மா ஒரு கடையில போய் கம்ப்யூட்டருல பில் போட்டா மாசம் பத்தாயிரம் கிடைக்கிறப்ப, இதுல வந்து பீக்கிறி சம்பளத்துக்கு வேலைபாக்க என்ன வேண்டி கெடக்கு? கேரளத்தில உள்ள அண்டியாபீசுக்காரிகளுக்கு இருக்கிய சம்பளம் நமக்கெல்லாம் இல்ல தெரியுமா? அங்க எல்லாம் ஆ ஊண்ணா உடனே யூனியன் களத்துல இறங்கும். இங்கதான் கேப்பாரும் கேள்வியும் இல்லியே. பின்ன எந்த போக்கிடமும் இல்லாத நமக்கெல்லாம் இதுவே பெரிசு. நம்மா இனி கம்ப்யூட்டரு படிச்ச ஒக்குமா? அதுல உள்ள வேல பாக்க முடியுமா? ஒனக்கொரு விசயம் தெரியுமா ஓமனா...”

ஓமனா தங்கத்தைப் பார்த்தாள்.

“இன்னும் இந்த அண்டியாபீசு எல்லாம் எத்ர கால முன்னு நினைக்கிற? நம்ம கம்பெனி முதலாளிக்கு ஒரு காலம் நாப்பது கம்பெனிகள் இருந்திருக்கு. இப்ப ஆகக் கூடி பதினேழு கம்பெனி தான் இருக்காம். படிப்புக்கான வேலைகள் பெருகி பெருகி வந்துட்டு இருக்கம்ப இந்த வேலையெல்லாம் காணாமலே போயிரும். நம்ம கம்பெனியிலகூட இப்ப எல்லாம் பாதி வறுப்பும் மீதி வேகவைப்புமா நடக்குது.”

ஆச்சரியமாக இருந்தது. வறுப்பு பெரையின் மேல் பக்கம் எழும்பி நிற்கும் குழல் கம்பி வெறுமனே நிற்பது தெரிந்தது. ஒரு காலத்தில் வறுபடும் அண்டியின் புகை கருவளையமாகக் கறங்கித் திரியும் இப்பிடாவை[10] முழுவதும். கம்பெனி வளாகம்

---

9. ரொம்ப

10. இந்தப் பகுதி

முழுவதும் வறுபடும் அண்டியின் மணம் வீசிக்கொண்டே இருக்கும்.

“இப்ப அப்ப கொட்டோடி கம்பு இல்லியா”

பழைய தல்லுக்காரிய வச்சிருக்கியாளுவா”

“அவுச்சி வாற அண்டியை வெட்டிப்பிளக்க அதுக்குன்னு மிசியன்கள் இருக்கு. அதுல பிளேடுபோல இருக்கிய இடத்துல அண்டியை வைத்துக்கொடுத்து அமுக்குறப்ப அண்டி இரண்டா பிளரும். தல்லுகாலத்தில குத்த வச்சிட்டுத் தல்லணும். இது ஒரு மூச்சி எழும்பி நின்னு வெட்டிப்போட்டுட்டுப் பிறகு, இருந்து பறக்கி மாத்தணும். எதுன்னாலும் சம்பளம் ஒண்ணுதான்.”

“கிலோவுக்கு எத்ர ருபா?”

“பதினேழரை ரூபா மக்கா.”

“இம்படந்தானா?”

“நான் வேலைக்கி வந்த சமயம் ஒன்பது பைசா. கா மணிக்கூறுல சர்வீசு உள்ளவங்க ஒரு கிலோ வெட்டி தள்ளி யாங்க. அப்ப ஒரு நாளைக்கி கணக்குப் பாரு எத்தனை கிலோ வெட்டுவாங்கன்னு. இது போக டீஏ பைசா எழுபது ருபா தினமும் சும்மா விழும். நம்மளைப்போல எழுதப்படிச்ச தெரியாதவங்களுக்கு இதைவிட வேற என்ன பெரிய சோலி இருக்குச் சொல்லு. பின்ன பள்ளிகளுல ஆயாளாட்டுப் போனாலும் ஐயாயிரம் ஆறாயிரம்தான் கிட்டும். அதெல்லாம் விட இதுதான் நமக்கேத்த பழகுன சோலி. இஞ்ச நம்ம சௌரியத்துக்கு லீவு எடுக்குலாம். பண்ட் உண்டு. இஎஸ்ஐ மருத்துவம் உண்டு. லீவு சம்பளம் உண்டு. பென்சன் உண்டு. இதவிட இனி நமக்கு என்ன வேணும்?” செரி எனக்கும் நேரமாவுது. நீ பாஸ்பெரையில போ”

ஓமனாளை பாஸ் என்கிற தரம்பிரித்தல் பகுதியருகே விட்டுவிட்டுத் தன்னுடைய பெரைக்குப் போனாள் தங்கம்.

பதினான்கு வயதிலிருந்து ஏகதேசம் இருபத்தியெட்டு வயதுவரைக்கும் புழுங்கிய இடத்தில் நின்றாள் ஓமனா. இந்தப் பத்து வருடங்களில் கம்பெனிக்குள்ளும் வேலைகளிலும்கூட எவ்வளவு மாற்றங்கள்.

பாஸ்பெரையிலும் நிறைய மாற்றங்கள். பழைய பாஸ்பெரையின் பின் பகுதியில் கம்பிவலை போட்டிருப் பார்கள். அது வழியாகப் பின்பக்க விளையின் மரங்கள் தெரியும்.

அதிலிருந்து காற்று வரும். சக்க[11] மாங்காய்கள் விளைந்து கிடப்பது தெரியும். அணில்கள் மரத்திலேறுவதும் இறங்குவது தெரியும். வேலையின் களைப்பில் மனசும் தலையும் களரும்போது எதோ ஒரு சின்ன ஆசுவாசத்தைக் கொடுக்கும் காட்சிகளை மறைத்தப்படி புது பாஸ்பெரை தெரிந்தது.

பழைய ஆபீஸ் ரூம் இருந்த இடத்தின் சுவடே தெரிய வில்லை. பழைய ஆபீஸ் சின்ன ஆபீஸ்தான். ஆனால் அதிலொரு கலை மிகுந்து கிடக்கும். வரும்போதே அங்கு ஏற்றி வைத்திருக்கும் நறுமணத்தின் வாசனை மனசை இழுக்கும். சாமி படங்களுக்கு அணிவித்திருக்கும் பிச்சிப் பூக்களின் வாசம் வளாகம் முழுவதும் கறங்கும். ஆபீஸ் அறையின் பின்பக்கம் வழிபாட்டுத் தலம் இருக்க, காலை வேளையில் செட்டுகளுக்குப் போகும் முன் மலையாள சோலிக்கார ஆண்கள் அங்குபோய் வழிபாடு நிகழ்த்திவிட்டு வருவார்கள். ஆபீஸ் அறையின் முன்பக்கம் கொளுப்பான துளசிச் செடி நிற்கும். கம்பெனி தோற்றுவித்த காரணமானவர்களின் கறுப்பு வெள்ளைப் படம் இருக்கும்.

ஓமனா வேலைக்குப் போன சிறு வயதில் நாராயணன் என்ற மேனேஜர் இருந்த ஓர்மையுண்டு. அதன்பின் வந்த காலத்தில் குட்டப்பன் என்ற மேனேஜர் உண்டு. அதன்பின் அஜெயன் என்ற மேனேஜர். அப்படி அப்படியாகப் பல மேனேஜர்கள் கிளார்க்குகள் வந்தும் போயிட்டுமாக இருக்கையில் வந்த மதன் மேனேஜர்மீது பாஸ்பெரையின் ராணிக்கு ஒரு கிறக்கம் இருந்ததை நினைத்தாள்.

மதன் மேனேஜரு கொச்சியில் உள்ளவர். அப்போது அதிகம் போனால் ஒரு இருபத்தியைந்து வயசுதான் அவருக்கு இருக்கும். அவரின் கண்கள்மேல் சோலிக்காரிகளுக்கு ஒரு மயக்கமே உண்டு. சுதா மெக்காடு பருப்பை நிறுக்க நிற்கையில் கையிலிருக்கும் லெற்று பென்னால் பல நாள்கள் அவள் கொப்புளருகே வரைந்து போவதை ஓமனா கண்டிருக்கிறாள். குட்டப்பன் மேனேஜரெல்லாம் பீலிங் செட் மெக்காடு தங்கபாயை வேலை முடிக்கும் அந்தி வேளையில் அள்ளித் தூக்கிய காட்சியை ஓமனாளோடு பாஸ் பெரையில் சிலரெல்லாம் பார்த்திருக்கிறார்கள். நுள்ளவும், தடவவும், கெட்டிப் பிடிச்சவும் பெண்களைக் கிச்சிலிப்படுத்தவும்[12] செய்யும் முன்னுரிமை கம்பெனி மேனேஜர்களுக்கு அதிகம் இருக்கும். இதில் காதல் வயப்பட்டு நொந்து நூலாகிப் பருப்பு

---

11. பலா

12. கிளர்ச்சி

துண்டுகளோடு மனத்துண்டுகளை வெட்டிப் போடும் பெண்கள் அதிகம்.

பழைய ஆபிஸ் ரூமின் வாசலைப் பார்க்கும்போது அங்கே ராணி நிற்பதுபோலவே தெரிந்தது. அன்றும் தொலைவிலிருந்து வரும் சோலிக்காரிகளுக்கு பஸ்ஸுக்குப் பணம் உண்டு. ராணிக்கும் அந்தக் காசு கிடைத்தபோதும் நாள்தோறும் நடந்தே வருவாள். ஒன்பது மணிக்குப் பிறகு வருகிறவர்கள் மேனேஜரைப் பார்த்து அனுமதி வாங்கிவிட்டே வேலை செட்டுக்குப் போக வேண்டும் என்கிற நிபந்தனை இருப்பதால், மதனைப் பார்க்க வேண்டியே ஒன்பதரைக்குப் பிறகு வருவாள் ராணி.

ராணிக்கு மாநிறம். இடுப்புக்கும் கீழ்வரை கம்பி போன்ற அடர்த்தியான முடி. சல்லியான தேகம்; சரிந்த முகத்தில் எப்போதும் சிரிப்புக் கிடந்தாடும். மதன் என்றால் ராணிக்கு அப்படியொரு பித்து பிடித்துவிடும். இத்தனைக்கும் ஒரு வார்த்தைகூட அன்பாகவோ அனுசருணையாகவோ மதன் பேசியிருக்கவில்லை. மேனேஜர் வெளிப்பக்கம் இருக்கும் கம்பி அளியைப் பிடித்துக்கொண்டு தலையைத் தாழ்த்தி விரல்களைத் தரையில் இழுத்துட்டே நிற்கும் ராணி இப்போதும் அங்கே நிற்பதுபோலவே ஓமனாளுக்குத் தோன்றியது. மானேரு திட்டினாலும் சிரித்துக்கொண்டே நிற்பாள். பேசாமல் இருந்தாலும் சிரிப்பாள். போகப் போக மானேருக்கு இவள் ரோகம் புரிந்தது.

கம்பெனியில் எல்லாருக்குமே ராணிக்கு மதன் மானேருடன் ஒரு இது என்பது தெரியும். அவளுக்கு ஏற்பட்டிருக்கும் காதலை யாருமே நியாயமாகப் பார்க்கவில்லை.

"சாருக்கு வேறவேல இல்ல; இந்தப் பெண்ணுக்க மூஞ்சிய[13] கண்டாலும், அதுக்கும் ஒரு இது வேண்டாமாக்கும்"

சக சோலிக்காரிகள் திட்டத் தொடங்கினார்கள். மானேரை மகன்போல் பாவிக்கும் தல்லுபெரைக்காரிகள் இவளைத் தனியே காணுகையில் நன்றாகத் திட்டுவார்கள். கம்பெனியின் வாட்சர் முதல் குசுனிக்காரி[14] வரைக்கும் பறைவார்கள். தல்லுபெரை சோலிக்காரிகள் முதல் வறுப்புக்காரர்கள் வரைக்கும் திட்டுவார்கள். ஆனால் யார் என்ன சொன்ன போதும் மதன்மீதான அன்பை ஒரு போதும் ராணி

---

13. முகம்
14. சமையற்காரி

பின்வலிக்கவே இல்லை. இத்தனைக்கும் சம்மந்தப்பட்ட மானேரு அவளை ஏற்றுக்கொள்ளவே யில்லை. பிந்தி வாற சாக்கில் பல நாள்கள் செட்டுக்கும் வெளியே விட்டு, "வீட்டுக்குப் போ" என துரத்துவான். அப்போதும் அவன் முகம் பார்ப்பாள்.

"நினக்கு நாணம் உண்டேடோடி..."என்று கேட்டாலும் பார்ப்பாள்.

"இதெல்லாம் கம்பெனியை விட்டு அடிச்சிப்பொறத்து ஆக்கான் உள்ள கேசு" என்று சொன்னாலும் கேட்கவில்லை அவள்.

பாஸ் பருப்புகளை முறத்தில் போட்டுட்டுக் கை பிச்சாத்தியைத் திருக்கியபடியே அலுவல் அறையின் அளிவழியே மானேரைப் பார்த்துக்கொண்டே இருப்பாள். சில சமயம் தன்னாலே சிரிப்பாள்; அழுவாள். கதறுவாள்; பாவம் ராணி. எதோ ஒருவிதத்தில் அவள் மனதில் மதன் ஏறினான். அவளின் பரிதாப நிலையைக் கண்டு ஓமனா ஒருநாள் பேசவும் செய்தாள்.

"அவனெல்லாம் பெரிய மானேஜருட்டி. ஒன்னை யெல்லாம் அவன் கலியாணம் பண்ணிக்கப்போறதே இல்ல"

"நான் என்னைக் கலியாணம் பண்ணவா காதலிச்சியேன்? எனக்கு அவனைப் பிடிச்சிருக்கு. அதுக்கு இதுதான் காரணமுன்னு சொல்ல தெரியல. எனக்குத் தெரியும், எனக்கும் அவனுக்கும் ஒண்ணுமே பொருந்திப் போகாதுன்னு. ஆனாலும் அவனை சினேகிச்சியேன். எங்கேங்கிலும் அவன் நல்லா இருக்க வேண்டியிட்டு, என் மனசை அவனுக்குக் கொடுத்துட்டுக் கடைசிவரைக்கும் நான் இப்பிடிதான் இருப்பேன். எங்காதலுக்கு அர்த்தமில்ல; எங்காதலுக்கு ஒங்க எல்லாருக்கும் நியாயமும் இருக்கப்போறதில்ல... ஆனா என் மனசுல இவன் இருக்கான்; இவனுக்கும் எனக்குமாக பிள்ளைகள் பிறந்திருக்கு... போதும் இந்த நினப்பும் இந்த மனசும்."

கண்ணீர் மல்கச் சொன்னவள் மதன் மாற்றம் ஆகிப்போன பிறகு சோலிக்கி வரவுமில்லை. கடந்த மூணு வருசத்துக்கு முன் தக்கலை அரசாங்க ஆஸ்பத்திரியில் ஊசி போடும் வரிசையில் நின்றவளை அடையாளம் கண்டு ஓமனாதான் பேசினாள். தலைமுடி நரைத்துப்போயிருந்தது. கண்களில் ஒளியில்லை; ஆனால் மனசில் காதலிருந்தது ராணிக்கு. வேறு கல்யாணம் பண்ணியிருப்பாளோ என விசாரித்தாள்.

"எனக்கு ஒரு மனசுதாமுட்டி இருக்கு."

சிரிச்சிட்டே சொன்னவளை ஆச்சரியமாகவே பார்த்தாள். காலங்கள் கடந்தும் இன்னும் அவனை நினைத்து வாழும் அளவுக்கு அவள் மனபலம் இருந்ததை மலைப்பாகவே நினைத்து நின்றாள்.

இதுபோலவே எத்தனை எத்தனை காதல்களால் அண்டியாபீசு பெண்கள் கரிந்துபோனார்கள்.

ராணியின் நினைவில் மனம் கனத்துப்போனவள், கண்களை குடோன் பக்கம் திருப்பினாள். அதனருகில் பாசு[15] கொடுக்கும் முடுக்கு அறை தென்பட்டது. கம்பெனிக்குள் வந்த பின் வெளியே போக வேண்டுமென்றால் அனுமதி வாங்கும் இடம் அன்றுபோலவே இன்றும் தெரிந்தது. ஏறிப் போகவும் இறங்கிப் போகவும் உள்ள முடுக்கின் மேல்பக்கம் சீற்றோ, கூரையோ எதுவும் இப்போதும் இல்லை. மேல் சுவரில் பண்டத்த[16] அலுமினியப் பாத்திரம் தெரிந்தது. அதில்தான் தகரத் துண்டுகள் கிடக்கும். அதைத்தான் உடல் பரிசோதனை முடித்துவிட்டு, பாஸ் வாங்கி வாட்சர் செட் அருகே இருக்கும் டப்பாவில் போட்டுட்டு வெளியே போக வேண்டும். பாஸ் வாங்கும் அக்காலங்களெல்லாம் கண்முன்னே வந்தன. பார்வை பிறகு கம்பெனி குசுனியின் பக்கம் போனது.

---

15. கம்பெனியின் வெளியே போகும்போது கொடுக்கும் அனுமதிச்சீட்டு
16. பழைய

10

தேங்கா துருவலில், கலப்படம் இல்லாத எண்ணெயில் வேகும் அவியல், காந்தாரி மிளகில் தாளிக்கும் பருப்புக் கறி, வெட்டு மீனில் குழையும் மாங்காய் எனக் குசுனியில் கண்ட காட்சிகள் இன்னும் மணமாகவே மனசில் கிடக்கின்றன. உச்ச சாப்பாடுக்குச் சரியான கூட்டுக் கறி இல்லாமல் இருக்கையில் குசுனியிலிருந்து வரும் மணமே தொட்டுக்கொள்ள உதவும் இங்குள்ள சோலிக்காரிகளுக்கு. வடித்து ஊற்றும் கஞ்சி வெள்ளத்திற்காக வாளிகளோடு குசுனி நோக்கி நடக்கும் சோலிக்காரப் பெண்களில் ஒருத்தியாக ஓமனாளும் இருந்தாள். மெல்லக் குனிந்து பார்த்தாள்; கனத்த அடிவயிறைத் தட்டினாள். இந்தக் கொழுப்புக்கு அண்டியாபீசின் கஞ்சிவெள்ளம்தான் காரணம் என்பதே உண்மை. காச்சி வடித்துப் போட்டிருக்கும் குளு குளு கஞ்சி வெள்ளத்தை ஆப்பையில் கோருகையில் பால்போல் மணமெடுக்கும். தேங்காய்ப் பால் போல் சுவையளித்த கஞ்சிவெள்ளத்தின் பசை இன்னும் நாக்கில் ஒட்டிக் கிடப்பதுபோலவே ருசித்தது. குசுனி பாதையில் வரும் சிலரை யெல்லாம் பார்த்தவளுக்கு அவர்கள் நடுவில் ஓமனக்குட்டன் வருவதுபோலவே இருந்தது. இவள் வருகையைப் பார்த்தபடியே நிற்பவனின் கண்களை நினைத்தாள்.

கறுப்புப் பாதங்களில் புரளும் வெள்ளிக் கொலுசின் முத்துக்களிலிருந்து நெற்றியில் வைத்திருக்கும் சாந்துப்பொட்டு வரைக்கும் பார்ப்பவனால் கூசிப்போவாளே ஒரு போக்கு. இப்போது அது ஞாபகத்தில் வந்தலைந்தது. சினேகமான ஒருத்தனின் ரசனை கிடைக்காமல்

போனால் என்ன எழவுக்குப் பெண்ணா பிறந்திருக்கணும்? மாப்பிளையை நினைத்தாள். ஒரு நாளங்கிலும் உள்ளபடியே தன் உடலைப் பார்த்திருப்பானா? அதன் வனப்புகளில் ஒரு சின்ன ஆச்சரியம் காட்டியிருப்பானா? சரியான கிறுக்குப் பயலுட்ட ஆகிப்போனேனே. பன்றிக்குமுன் போட்டுக் கொடுத்த முத்துபோல் ஆகிவிட்டேனே... பெருமூச்சுவிட்டாள். தன் பருவவயதில் தன்னை ரசித்த ரகு மனசில் வந்தான். காட்டுக்குள மறுவால்[1] பாய்ச்சலில் இவளை ரசித்து எழுதிய கவிதைகள் மிதந்ததைக் கண்முன் கண்டாள் இப்போதும். இதுபோலவே கம்பெனியில் உள்ள டிரைவர் ராஜு, லோடிங் மகேசு என எத்தனையோ பேர் ரசனையோடு சுற்றினார்கள்.

மனதில் அழுக்கல் ஏறிப்போகத் தலையை உலுக்கினாள். சோலிக்காரிகள் வருவது தெரிந்தது. வாட்சர் செட் அருகே பைக் நிறுத்தி வைக்கும் இடத்தின் அருகே பீலிங் பெரையில் உள்ள சில பெண்கள் ஸ்கூட்டியை வளைத்து நிறுத்திய அழகை மனதார ரசித்தாள் ஓமனா.

அண்டியாபீசுக்காரிகளுக்கு என்ன தெரியும்? அவளுகளுக்கு அறிவு உண்டா? அந்தஸ்து உண்டா? என்ற கேள்விகளால் முடக்கப்பட்ட அண்டியாபீசுக்காரிகள் பைக் ஓட்டுகிறார்களே. ஓமனாளுக்கு மனசில் பல நம்பிக்கைச் சிறகுகள் முளைத்தன. உலகம் அண்டியாபீசுக்காரிகளை முட்டாள்களென்று சொன்னாலும், ஒதுக்கிப்போட்டாலும் அவாவா முளச்சிட்டுத்தான் இருக்கியாளுவா. முளைக்கணும் இப்படி.

"மோளே..." யாரோ அழைப்பது போலிருக்கத் திரும்பினாள்.

குத்துவிளக்கு அருகில் நின்றாள்.

"நீயும் இந்த எரி நெருப்புல மறுபடியும் வந்துட்டியா மக்கா. ஆனாலும் இந்த அண்டியாபீசு இருக்கே... நம்மளை யெல்லாம் ரொம்ப சினேகிச்சிட்டுப் போல; கலியாணம் கெட்டிப்போன எல்லாளுவளும் திருப்பியும் இஞ்சதான் வர வச்சிருக்கு. ஒருத்தியகூட மாப்பிள பணத்துல சொகமா இருந்து வாழ யோகமில்ல போல இருக்கு... ப்ச்..."

பல சோலிக்காரிகள் ஓமனாளைப் பரிதாபமாகவும் சக ஒருத்திபோலும் பார்த்துக்கொண்டே போனார்கள். கடந்து போகும் முகங்களெல்லாம் எதோ ஒரு காலத்தில் இளமைக்காரி களாகப் பார்த்த முகங்கள். யாரையும் அவ்வளவு எளிதில்

---

1. தளம் நிரம்பி வழியும் தண்ணீர்

அடையாளம் தெரியவில்லை. ஆனாலும் பாசத்தில் புன்னகை புரிந்தாள் எல்லோருடனும்.

அன்னக்கிளி சொன்னதுபோல் இங்கு வருகிறவர்க ளெல்லாம் இரண்டாம் முறையாகத் தங்கள் வாழ்க்கையைத் தேடி வந்திருக்கிறார்கள் என்பதை நினைக்கும்போது மனசில் வலி இல்லாமல் இல்லை. ஊரும் ஒலகமும் ஒதுக்கிய அண்டித் தொழிலைக் கல்யாணத்தில் முடித்துக்கொண்டு இனி ஆசுவாசம் பெறலாமென நினைக்கையில் கல்யாண வாழ்க்கை யின் தோல்வி மீண்டும் இங்கே கொண்டுவரும்போது மனசில் ஏற்படும் வெறுமையும் விரக்தியும் ஓமனாளுக்கு வந்தன.

கல்யாணத்திற்காக வெளியேறுகையில் இதே பெரிய கேட்டைத் தொட்டுக் கும்பிட்டுட்டு இதுவரையும் காத்தமைக்கு நன்றி சொல்லி வெளியேறினாள். ஆனால் மீண்டும் வாழ்க்கையைத் தா என உள்ளே வந்திருக்கிறாள்.

“குட்டே ஓமனாளே...” மிகவும் நெருக்கமாகக் கேட்ட குரல்...

“சிந்தாமணி...” போன் வழியாக அடிக்கடி பேசிக் கொண்டாலும் சில வருசங்களுக்குப் பிறகு இப்போதுதான் பார்க்கிறார்கள். ஒருவருக்கொருவர் கண்ட பாசம் குதிகால் வரைக்கும் பரவியது. ஓமனா அவளைக் கட்டியணைத்தாள். அக்கணத்தின் மௌனத்தில் இரு பெண்களின் இதயமும். “நாம தோத்துட்டோம்” என்று சொன்னது போலவே இருந்தது.

சிந்தாமணி முன்பைவிட மிகவும் பருத்துக் கறுத்துப் போயிருந்தாள். முடியும் தேய்ந்துபோய், கழுத்தெல்லாம் ஒரு விதக் கறுப்பு படர்ந்து முகங்களில் புள்ளிகள் கோலமிட்டிருந்தன.

“ஒன் மாப்பிளையிக்க கோலம் இப்ப எப்படி போகுது?”

“அதெல்லாம் ஏன் கேக்கிய? பெட்டச்சியளுக்கு ஆயிரம் சலுகை செஞ்சாலும் அது சலுகையாகுமா சொல்லு. எப்ப நாட்டுல குடி இல்லாம போவுதோ அதுதான் உண்மையான சலுகையா இருக்கும்.”

சொல்லுகிறவளின் அடிநாதக் குரலில் வாழ்க்கையின் வலிகளெல்லாம் தொண்டையில் அமுங்கி நின்றது. ஓமனா கையைப் பிடித்தாள்.

“கலியாணத்துக்கும் முன்னே குடிகாரனென்னு அவனுக்குச் சம்மந்தம் ஒண்ணும் பெரிசா வரல. எங்கப்பாதான் கல்யாணம் செஞ்சா எல்லாம் சரியாகுமுன்னு சொன்னாரு.

அப்ப எல்லாம் கிழமையில எதோ ஒரு நாளு ரெண்டு நாளுதான் குடிப்பான். வேலை அலுப்பில குடிச்சியான்னு இருந்தேன். இப்ப முடுக்குக்கு முடுக்கு பார்சாப்பு இருக்கம்ப திருந்த ஆசப்பட்டாலும் நுண[2] இருக்கவிடுமா? இப்ப பாரு மொடாக் குடிகாரன். வேலைக்கும் செரியா போறதில்ல. சோலிக்கி போவாட்டாலும் விடுண்ணு வை; இராத்திரி ஆனா என்னையும் பிள்ளையளையும் அடிச்சக்கு வருவான் பாரு. உயிருக்குப் பேடிச்சி பிள்ளையையும் தூக்கியிட்டு அர்த்த ராத்திரியில தெருத் தெருவா ஓடிய வாழ்க்கை கொடுமையா இருக்கு ஓமனா."

நிராசையாக நிமிர்ந்தாள் ஓமனா. எங்கே நாங்கள் வாழ்க்கையை அனுபவிச்சோம் சொல்லு சர்வேசுரா?

"நல்லா போனா ஒரு ரெண்டு கிழம அவனுக்ககூடச் சந்தோசமா இருந்திருப்பேன். ரெண்டு விருந்தோடு எல்லா கூத்துமே முடிஞ்சி போச்சி..." மூக்களையைச் சிந்தினாள்.

"அவனுக்கு அவன் பெண்டாட்டியும் பிள்ளைகளும் குடியிண்ணு ஆகிப்போச்சி இல்லியா? அத கெட்டிப்பிடிச்சி அழட்டுன்னு நானும் மனசுல ஒரு கர்வலோடுதான் இருக்கேன். வாழ வழி தராத ஒலகத்துல நமக்குன்னு ஒரு சாவை எடுத்துக்கிற உரிமையங்கிலும் இருக்குதானே" என்று சொன்னவளின் வாயைப் பொத்தினாள்.

"என்ன பேசிய நீ? எப்பிடிதான் ஆசப்பட்டாலும் நாம ஒண்ணும் இஞ்ச ஆற அமர வாழ ஒக்காது. என்னிக்கானாலும் சாவு வரத்தான் செய்யும். அதுவரைக்கும் இந்த வாழ்க்கையை வாழ்ந்துதான் பாக்கணும்."

"ஆமா பெரிய வாழ்க்கை..." முகத்தைத் துடைத்தாள்.

"நீ என்னத்துக்குப் பின்னும் இந்த எரி நரகத்துக்கு வந்த?"

"எனக்க நிலையும் எகதேசம் ஒண்ணுபோலதான் சிந்தாமணி. அவனும் குடிச்சியான். குடித்தனமும் பாக்கியான். அவன் பொறுப்புல உள்ள கடனை என் தலையில ஏத்தி வச்சிட்டேன். தின்னிய ஆகாரத்தையும் தங்கிய வீட்டையும் விளிச்சி பேசியாமுட்டி. அவனெல்லாம் ஒரு மனுசனே இல்ல தெரியுமா?"

சிந்தாமணி ஓமனாளை இதமாக அணைத்தாள்.

---

2. குடிப்பதற்கான ஆசை

“அது என்னவோ நமக்கெல்லாம் இப்பவும் ஆஷ்ரயமா[3] நான் இருக்கேன்னு ஏத்துக்க இந்த அண்டியாபீசங்கலும் இருக்கத்தானே செய்யுது. அது என்ன எழவோ அண்டியாபீசுக்காரி களுக்க மாப்பிளைகளுல பலரும் ஒண்ணி குடிகாரனா இருக்கானுவ. இல்லீங்கி நோய் பிடிச்ச சோம்பேறியா இருக்கியானுவ. அது என்னவோ, அண்டியாபீசுக்காரிகளின் விதிபோல இருக்கு. மேசிரிக்காரன் காப்பி குடிச்ச பெயிருக்கியான். வந்ததும் வா.”

தோழியைத் தேற்றரவு செய்தவள் வேலை செட்டுக்குள் போனாள்.

வேரில்லா மலர்கள்போலவே இந்த அண்டியாபீசுக் காரிகள். ஆண் என்பவனால் ஏதோ ஒருவகையில் கைவிடப் பட்ட அனாதைகள் போலவே தெரிந்தார்கள். இவர்கள் வீட்டு ஆண்கள் ஏதோ ஒரு வகையில் சோம்பேறிகள். எரிச்சல் வந்தது.

“ஆருக்கங்கிலும் சாயை வேண்டனுமா. நான் கடைக்குப் போறேன்...”

தல்லுபெரை ரெசீனாளும் அவளோடு காக்காவிரட்டி கவிதாளும் தெரிந்தார்கள். இந்த இரு பெண்களும் அண்டியாபீசிலே பிறந்தவர்கள் போலவே இங்குள்ள மண் துகள்களோடு கலந்துபோனவர்கள்.

ரெசீனா அப்பாவிப் பெண். பார்க்க எந்த வசீகரமும் இல்லை அவளிடம். பிறந்த வீட்டில் ஆறேழு சகோதர, சகோதரிகள் உள்ள நிலையில் எப்போதோ அண்டியாபீசு தல்லுபெரையில் வந்து சேர்ந்தாள். அவளுக்கென்று அவள் இப்போதும் இல்லை என்பதைப் பார்த்தாலே தெரிகிறது. காதில் கறுத்துப் பிறுத்துப் பச்சை பிடித்த இலை கம்மல், அதன் கடுப்பால் காதோரம் அரிப்பு எடுத்துச் சொறிந்துவிட்ட தடம். கழுத்தில் அழுக்குப்பிடித்த கறுப்பு நூல். கையில் எதுவுமில்லை. நரச்சிப்பெலச்சி சுருண்ட தலைமுடியை எதோ ஒரு அழுக்குத் துணியால் இருபக்கமும் நீட்டிவிட்டபடி கட்டிவிட்டிருந்தாள். ரெசீனாளின் பல்லில் அப்போதே படை அப்பிய அழுக்குத் தெரியும். அவள் கழுத்தோரம் பால் வடித்த தொலி வெளுத்துத் தெரியும். கைவிரல்களின் கறுப்புக் கறை.சேலையில் எடுப்பில்லை. அப்போது ஒட்டிக் கிடந்த இளமை இப்போது சுத்தமாக இல்லை. குனிந்து குனிந்து கூன் விழுந்து போனவளுக்கு ஒரே ஒரு தம்பி உண்டு.

3. ஆதரவாக

அந்தத் தம்பிக்காரனுக்கு போனஸ் வாங்கி நிக்லஸ் வாங்கிக் கொடுத்திருந்தாள். அவனுக்கு அப்போது பத்து வயசுதான் இருக்கும். வாங்கிக்கொடுத்த நிக்லஸைப் போட்டப்படி அண்டியாபீசுக்குக் கூட்டியிட்டு வரும்போது எல்லோரும் சிரிப்பார்கள்.

"குட்டே பயலுகளுக்கு யாருட்டுட்டி நிக்லஸ் போடுவா? பரியெடு[4]. கழட்டி எடுட்டி"

கூட உள்ள சோலிக்காரிகள் சொன்னபோதும் அந்தத் தம்பியின் நிக்லஸை அவள் கழட்டியிருக்கவில்லை. அவனும் கழட்டவில்லை. இப்படியெல்லாம் ஆசையாக வளர்த்த தம்பி அவன் கல்யாணம் முடிந்த நாலாவது வருசம் செத்துப் போயிட்டான். அவனுக்குப் பிறந்த மூன்று பிள்ளைகளுக் காகவே அண்டியாபீசை விட்டு அவள் விலகியிருக்கவில்லை. தம்பியாரின் மனைவி வீட்டின் பக்கத்தில் உள்ள ஒருவனோடு பிள்ளைகளையும் விட்டுட்டுப் போன பிறகும் மயினிக்காரியை எந்த அசிங்க வார்த்தைகளாலும் ரெசீனா திட்டவில்லை. இவள் தங்கச்சியும் கல்யாணம் வரைக்கும் பீலிங் செட்டில்[5] வந்தவளே. அவளுக்கும் பின்னொரு சமயத்தில் விபத்து ஒன்று நிகழ, இரண்டு கால்களும் விளங்காமல் வீட்டோடு ஆனாள். அவளுக்குப் பிறந்த இரண்டு பிள்ளைகளுக்காகவும் அண்டியாபீசை விட்டுட்டுப் போகவில்லை இந்த ரெசீனா.

சாயை வாங்கிக் கொடுப்பதில் கிடைக்கும் சின்ன சம்பளத்திற்காக விருப்பத்தோடு அன்னிக்கே இவ்வேலையில் அதிகமாக நின்றவள் இன்னுமே அதிலிருந்து விலகியிருக்க வில்லை. ரெசீனா சாயை வாங்கியிட்டு வரும்போது டீக்கடை நடந்து வந்ததுபோலவே இருக்கும். சாலையின் வெளிப்பக்கம் சாயை வாங்கியிட்டு வரவும் கஷ்டமெல்லாம் உண்டு. ரோடு கடந்து போகணும். ஒருத்தி, ஒருக்காச் சாயை வேணும் என்பா. பிறகு வேண்டாம் என்பா. எல்லாம் வாங்கியிட்டு வந்த பிறகு "சர்பத் வேணும்" என்பா வேறு ஒருத்தி. எப்போது சோலிக்காரிகள் கேட்டாலும் வாங்கிக்கொடுக்கும் கட்டாயம் இருப்பதால், அடிக்கடி கடைக்குப் போவதில் இருக்கும் வருத்தத்தை எல்லா செட்டிலும் கடைக்கென வைத்திருக்கும் பெண்கள் அனுபவிப்பார்கள். கொஞ்சம் முகம் கோணினா லும் பின் பிரச்சினை மானேருக்குப் போகும். பிறகு வேற ஆளை சாயைக்கு மாற்றுவார்கள். இதனால் கிடைக்கும் கூலி கைவிட்டுப் போகும்.

---

4. அவமானம்

5. பருப்பின் மேல் தோல் அகற்றும் பகுதி

ரெசீனாவின் சாயை வாங்கும் காட்சி அழகானது, சிரிப்பானது. கையின் பத்து விரல்கள் வரைக்கும் சாயை வாளிகள் தொங்கும். கைகளின் முட்டு வரைக்கும் சுடுகாப்பி வாளிகளை வளையல்போல் விட்டிருப்பாள். சீலை பொதியில் பண்டங்களை வாங்கி போட்டுட்டு அவத்தி[6] அவத்தி வருகையில் "அன்னா சாயக் கடை வருது" என்று பெண்கள் கூடுவார்கள் அவரவர் வாளியை இழுக்க.

"பெண்ணே என்னைக் கொல்லாதீங்கட்டி" என்று சிரிப்பாள் சிரி.

அவளோடு கூடவே போகும் கவிதாளை உன்னிப்பாகப் பார்த்தாள்.

இப்படியெல்லாம் சுற்றி காம்பவுண்ட் வரும்முன் எங்குமே திறந்தடிக்கும் நிலையில் அண்டிப்பருப்புகளைக் கவ்விக்கொண்டு போகும் காக்காளை விரட்டப் பல சிறுவர்கள் இங்கே நிற்பார்கள். அப்படி நின்ற பிள்ளைகளை இப்போது வரைக்கும் காக்காவிரட்டி என்று அழைக்கிறாங்க. கவிதாளும் தன் சின்னப் பருவத்தில் காக்காக்களை விரட்டவே அண்டியாபீசில் வந்தாள். அன்னிக்கு ஜெம்பருகூடப் போட்டிருக்காத சிறுமியாகக் கையில் ஓலைத்தும்போடு நின்ற சிறுமிகளில் இவளும் ஒருத்தி. காக்காக்கள் தல்லுபெரை வாசலில் போக, அங்கிருந்து விரட்டிவிட்டால் பாஸ்பெரை யில் போகும். அரிப்புகளைப் பொத்துட்டு அது வழியே பருப்புகளைக் கவ்வும். பாவம் இவர்கள் இறகுகளில்லா நிலையிலும் கம்பெனி வளாகத்தில் பறந்துகொண்டே இருந்தார்கள்.

கவிதாளைப் பின்னந்தலையில் சில காக்காக்கள் ஒன்று சேர்ந்து கொத்திய கொடுமையும் நடந்திருக்கிறது. இப்போதும் அவள் பின்மண்டையில் காக்கா கொத்தியதால் உண்டான வழுக்கையில் முடி வளரவில்லை.

கவிதா இந்த ரெசீனாளின் நெருங்கிய கூட்டுக்காரி. சின்ன வயசிலே இவளுக்கு இருதயத்தில் பிரச்சினை என்றாங்க. அதனால் கல்யாணம் பண்ண முடியாது என்றாங்க. வெள்ளை, இளநீலம், என்கிற மெல்லிய நிறங்களில் தாவணி சுற்றியிட்டு, கழுத்தில் பெரிய முத்துகளைக் கொண்ட முத்துமாலை போட்டிருப்பாள். மண்டைக்காட்டம்மாளை அவளுக்கு மிகவும் பிடிக்கும். நெற்றியில் திருநீறு பூசியிருப்பாள்.

---

6. அசைந்து

கவிதாளைப் பார்த்தால் துறவிக்குரிய கோலமே தெரியும். ஆனால் அவள் தல்லுபெரையில் அறுக்கும்[7] கெட்ட வார்த்தைகளைக் கேட்டால் கதிகலங்கிப் போயிரும். கல்யாணம் அமையாமல் வாழ்ந்தவள் ஒரு கட்டத்தில் தன் அக்காக்காரியின் தயவில் போய்ச் சேர்ந்தாள். அந்த நாள்களில் தான் கவிதாளின் வயிற்றில் கரு உருவானது. அண்டியாபீசுக்கு வந்தவளின் வயிறு வீக்கம் பலருக்கும் ஆச்சரியத்தைக் கொடுத்தது.

"அது எதோ வாயு... வாயு..." என்று சொல்லிச் சமாளித்தவள் ஒன்பதாம் மாசம் ஆண் குழந்தையைப் பெற்ற போது உலகமே இடிந்ததுபோல் அதிர்ந்தாள் அக்காக்காரி. இதயப் பிரச்சினைக்காரிக்கு உடம்பில் உணர்வு இருக்காது என்று தான் அக்காக்காரி நினைத்தாள்போலும். தன் வீட்டில் தயவு கொண்டவளை அக்காளாரின் மாப்பிளை சதித்துவிட்டான். காரியமெல்லாம் ஆனபோது கையும் மெய்யுமாக கவிதா அவனைக் காட்டிக்கொடுத்தாள். ஆனால் அவன் ஏற்கவே இல்லை.

"அண்டியாபீசுல பெய் எவனுட்டண்டும் வேண்டியிட்டு வந்துருப்பா; எனக்குத் தெரியாது..." என்றான்.

அதைத்தான் அக்காக்காரியும் நம்பினாள். குழந்தையைக் கண்ட அனைவருக்குமே தெரிந்தது. அது அவனின் குழந்தையென. மூக்கும் முழியும் அப்படியே இருந்தது.

"என் வீட்டுல இடம் தந்ததுக்கு என் மாப்பிளையைக் கொண்டு பழி சொல்லுதியா? நீ இனி என் வீட்டுல ஆகவே ஆகாது..."

கவிதாளை விரட்டினாள். கைக்குழந்தையோடு தெருவில் வந்தவள் ரெசீனாளோடு வந்து சேர்ந்தாள். இதயப் பிரச்சினையென்று ஆக்கப்பட்டவள் ஒரு மகனுக்கு அம்மை யானாள். அனாதை போல் முடியக்கூடியவளுக்கு இப்போது ஒரு மகன் இருக்கிறான். அவனைப் பெரிய படித்தத்திற்கு அனுப்பிவைத்திருப்பதாகத் தங்கம் அடிக்கடி சொல்லுவாள். இருவரையும் மனசார ரசித்து நின்றாள் ஓமனா.

பாஸ்பெரை மேசிரி வர நேரமாகுவதால் தல்லுபெரையை நோக்கி நடந்தாள். பழைய வறுப்பு அடுப்பு கிடந்ததின் மேல் பகுதியில் பலவகை பலகைகள். தகரங்கள், பொட்டிப்போன[8]

---

7. பேசும்

8. உடைந்துபோன

ட்ரேய்கள் கமத்திப் போடப்பட்டிருந்தன. ஆயுத பூஜை நாளில் அடுப்பைச் சுற்றிப் பெரும் பூஜையே நடத்திவைத்திருப்பார்கள்... படைத்துவைத்திருக்கும் பழங்கள். பூக்கள், குங்குமமெல்லாம் அபிசேகத்தின் அழகாகத் தெரியும். இப்போதோ அப்படி எதுவுமே இல்லை.

தல்லுபெரைக்கு இறங்கும் படிகளில் அமர்ந்திருந்தாள். சும் சும் சுக்... டப் கொப்... என்கிற தாளலயத்தில் இசைக்கும் இசையைத் தல்லுபெரை வெகுவாக இழந்திருந்தது. ஆளாளுக்கு உடுத்தியிருந்த ஆடையின் மேல் நைட்டி போட்டிருந்தார்கள். ஒவ்வொருவரின் முன்னும் மிசியன் இருந்தது. தலையை வாரிக் கெட்டியிருந்தார்கள்.

இவள் இருப்பைக் கவனித்த தங்கம் செட்டிலிருந்து வெளியே வந்தாள்...

"என்ன மக்கா... மேசிரி இன்னும் வரலியா பாஸ் பெரையில..."

இல்ல என்பதுபோல் தலையை அசைத்தாள். ஓமனாளைக் கண்ட பழைய தல்லுபெரை பெண்களில் பலரும் வெளியே சாடினார்கள்...

"ஓமனா வந்திருக்கியா... நம்ம ஓமனா வந்திருக்கியா." ஓடிவந்து அப்பினார்கள் ஓமனாளை. எல்லோரின் கைகளிலும் அண்டிக்கறையின் சிவப்புத் தடிமம்.

எல்லோரும் பழைய சோலிக்காரிகள். எல்லோரும் வயசாகியிருந்தார்கள். கண்ணம்மா, ரெஞ்சிதம், பவளம், மீனாட்சி, முத்தச்சி, புலோமினா என்று பழைய முகங்கள்...

"கெட்டின மாப்பிள கைவிட்டாலும் இந்த அண்டியாபீசு நம்மள கைவிடாது மோளே"என்று கண்ணம்மா சொன்னாள்.

"ஒனக்கு எத்ர மக்கா இருக்கியாங்க மோளே..." முத்தச்சி கேட்டாள்.

நேற்றுவரைக்கும் நானும் என் ஈரோலியும் யானைப் பாறையும் மட்டுமே கொண்ட சிறிய உலகமாக இருந்தேன். இக்கணம் ஓமனாளுக்கென்று எவ்வளவு பெரிய உறவு உலகம் இருக்கிறது? ஓமனாளுக்கு ஒன்றுன்னா இந்த அன்புக்காரிகள் அழுவார்கள். நியாயம் கேட்பார்கள். கஷ்ட நஷ்டங்களில் நாங்க இருக்கோம் என்பாங்க... ஓமனா இனி தனியில்லை... நினைக்க நினைக்கப் பரவசம் பொங்கியது. கல்யாணத்தின் முன்பு வரைக்கும் இந்த உறவுகளோடுதான் ஐக்கியப்பட்டிருந்தாள்...

கடன் வாங்கலாம். ஒரு கஷ்டத்தைச் சொல்லுலாம். ஆஸ்பத்திரி காலங்கள் வந்தால் ஒன்றுக்கொன்று பார்க்க வருவார்கள். சித்திக்காரி மரணித்தபோது பதினைந்து நாள்களுக்கும் மேலாகத் தங்கத்தோடு பலரும் துக்கம் கொண்டாடிக் கிடந்தார்கள்.

“எடி... இவிட எந்தா...” இடியாக முழங்கிக் கொண்டு வந்தான் தல்லுபெரை மேசிரி.

“இது நம்ம பிள்ள மேசிரியே... பண்டத்த பாஸ் சோலிக்காரி... பாத்துப் பல வருசம் ஆச்சி...” ஓமனாளின் தலையைத் தடவிக்கொண்டு பேசினாள் கண்ணம்மா.

“எல்லாம் அகத்துப் போவணும். எடி மெக்காடே, எல்லாரையும் செட்டினகத்து ஆக்கு. ஞான் இப்ப வரும்.”

“நான் சொன்னா யாரு மேசிரியே கேட்கியது? குட்டே எல்லாரும் செட்டுல வாருங்கா.” மூக்கால் முனகினாள்.

ஒவ்வொரு செட் மெக்காடுக்காரிகளும் ஒருவகையில் பாவம். செட் மேசிரிக்கு அடுத்தப்படியான பொறுப்பு இவர்களுக்கு இருக்கும். அந்தந்த செட் சோலிக்காரிகளை அமைதிப்படுத்துவது, அவர்களுக்குள் சண்டை வந்தால் விலக்கிவைப்பது, செட்டில் யாருக்கும் சுகமில்லையென்றால் பேணுவது. வேலைகாரியங்களில் முக தாட்சணியம் இல்லாமல் நடந்துகொள்ளும் விதி இருக்கிறபடியால் சோலிக்காரிகள் பலரும் மெக்காடுக்காரிகளை விரோதிகள்போலவே பாவிப்பார்கள். பொடிபருப்புகள்[9] அதிகமானால் மேசிரியின் திட்டு கிடைக்கும். மேனேஜரின் கேள்விகளுக்குப் பதில் சொல்ல வேண்டும். சக சோலிக்காரிகளைவிடக் கம்பெனி வளாகத்தில் பெயர் உண்டு. பொறுப்பு உண்டு. சம்பளமும் சோலிக்காரிகளைவிட அதிகம் உண்டு. சோலிக்காரிகள் வரும் முன்னே செட்டில் வர வேண்டும். எல்லோரும் போன பின் செட் ஓதுக்கிப் பருப்புகளை மூடி அட்டிப்போட்டு என ஒழுங்கமைவுகள் செய்துகொண்டு இருட்டு விழுந்த பிறகே வீடுகளுக்குப் போவார்கள். தல்லுபெரை மெக்காடாக நிற்கத் தனி பலம் வேண்டும்.

ஓமனாளைக் கண்டு வெளியே சாடிய சோலிக்காரி களைச் செட்டுக்குள் தள்ளிவிட முடியாமல், கழுத்தெலும்பு தள்ள மெக்காடுக்காரி கத்தியதுதான் மிச்சம். யாரும் பெரிசாகக் காதுகொடுக்கவில்லை. மேசிரிக்காரன் குசுனிக்குப் போகிறான் என்பது தெரிய, செட்டிலிருந்த பல பெண்கள் மீண்டும் வெளியே

---

9. உடைதல்

சாடினார்கள். செட்டின் முன்பக்கம் கை கழுவும் பைப்புகள் இருக்கும் இடத்தினருகே கூடிய பெண்களை வேடிக்கை பார்க்கத் தொடங்கினாள் ஓமனா.

தல்லுபெறை பெண்களுக்கு இயல்பிலே வாய் அதிகம். இயல்பிலே வெகுளிகள். மனசில் தோணுவதைப் படக்கெனச் சொல்லிவிடுவார்கள். உள்ளும் புறமும் எப்போதும் ஒன்று போலவே இருக்கக்கூடியவர்கள். தல்லுபெறை பெண்களிடம் லேசில் வாய்கொடுத்துத் தப்ப முடியாது. இடைவேளை நேரங்களில் இப்பகுதியில் வந்தால் கெட்டவார்த்தை உலவுவதைக் கேட்கலாம். கூட்டான சண்டைகள் பார்க்கலாம். முடி பின்னிக் கொள்ளும் கோலம் பார்க்கலாம். இவர்களிடையே பிதுங்கும் பரிதாப மேசிரியைப் பார்க்கலாம். எவ்வளவுக்குச் சச்சரவுகள் போடுகிறார்களோ அவ்வளவுக்குச் சீக்கிரத்தில் சமாதானமும் ஆகிவிடுவார்கள்.

குத்துவிளக்குக்குப் பழைய வாயெல்லாம் போயிருக்குமென்றுதான் நினைத்தாள். ஆனால் அவள் வார்த்தைகளின் விளையாட்டும் பகடியான கெட்டவார்த்தைகளும் இப்போதும் போயிருக்கவில்லை. ஒன்றுக்கொன்று நெருங்கி நின்றார்கள் பைப்பில். கைகளில் களிமண், குப்பை, சலவை சோப் சகிதம் பிதுக்கிப் பிதுக்கி நசுக்கித் தேய்த்துக் கறைபோக்கும் சாக்கிலே கேலிகள் தொடங்கின.

“கண்ணம்மோ ஒனக்க ஆளு என்ன சொல்லியிட்டுப் போறான்?”

அது என்னவோ செட் மேசிரிக்காரனைப் பலரோடு சொல்லி ஒப்புவிச்சி சிரிப்பதில் அப்படியொரு சுகம் இவர்களுக்கு.

“ஆமா, அவன் எனக்க ஆளா? எப்பவும் ஒன்ன இல்லியா பாத்துட்டு இருப்பான்?”

கண்ணம்மா குத்துவிளக்கோடு சொன்னாள்.

“ஆமா, செட்பூராவும் அப்பிடிதான் சொல்லுது. அவனுக்கு ஒருநாளத்த தொறப்பா[10] அடி இருக்கு. எப்பப்பாரு மூணாம் குலையை[11] தொங்கப் போட்டுட்டு ஒரு இருப்பு. ஒரு நிக்கரங்கிலும் வேண்டி கொடுக்கப்பாதா ஒனக்கு?”

---

10. விளக்குமாறு

11. ஆணின் அந்தரங்க உறுப்பு

ஓமனா காதுகளைப் பொத்தினாள். இங்கு இப்படித்தான் பேசுவார்கள்.

"ஒனக்க குத்துவிளக்க கண்டிருப்பான். அதான் மூணாம் குலையைத் தொங்க போட்டிருக்கியான்."

கண்ணம்மா சொல்ல எல்லோரும் கக்குப்பிக்கெனச் சிரித்தார்கள்.

"ஓ... அவனுட்ட காட்டதான் நான் வச்சிருக்கியேன்."

"நானே எத்ர நாளு கண்டிருக்கேன்."

"கண்டியங்கி பிச்சி பூவு வேண்டி போட்டு தொழு." சிரிப்பலைகள் குமுறி வெடித்தன.

"நான் என்னத்துக்கு தொழணும்; எனட்ட இல்லியோ?"

"குட்டே எல்லாரும் செட்டுக்குள்ள போங்கா."

"இவா ஒருத்தி. எப்ப ஆனாலும் எங்களுக்குத் தந்த அண்டிகளை வெட்டி மாத்தியிட்டுத்தான் போவம். நீ ஒனக்கத வச்சிட்டு இருண்ண" என்று முத்தச்சி மெக்காடோடு சொன்னாள்.

"எனக்கத எனட்டதான் வச்சிருக்கியேன். ஒனட்டயா தர ஒக்கும்..."

"பெண்ணே யாருக்கெல்லாம் சாயை வேண்டணும்?" இரண்டாம் ட்ரிப்புக்கு ரெசீனா கேட்டாள்.

"எனக்கு... எனக்கு..."

பெண்கள் முடுங்கினார்கள். ரெசீனா நெரிசலில் தள்ளாடினாள். குத்துவிளக்கு அவளைத் தாங்கிப் பிடித்தாள்.

"ஓ, இவளுகளுக்க ஒரு ஆக்ராந்தம்[12]. அவளே பாவம்."

"என்னை என்னிக்கி கொல்லியாளுவான்னே தெரியாது. நானே ஒண்ணும் ஒண்ணும் காணாம வாழியேன்."

ஆண் உலகத்தைத் தரிசிக்கவே செய்யாத ரெசீனா அடிக்கடி இப்படித்தான் சொல்லுவாள்.

"ஒனக்கு எப்பப்பாரு ஒண்ணும் ஒண்ணும் காணாம ஒரு வாழ்க்கையிண்ணு புலம்பல். ஆனா ஒண்ணும் ஒண்ணும் கண்ட எங்களுக்கெல்லாம் வாழ்க்கையே மடுத்துப்போச்சி ரெசீனா. அப்பிடி அங்க என்ன இருக்குமுன்னு நினச்சிய?

---

12. அவசரம்

நம்ம அபிமேசிரி தான் எப்ப பாரு காத்தோட்டமா இலவசமா ஒண்ணும் ஒண்ணும் பாருங்கண்ணு காட்டியிட்டு இருக்கியாரே காணேலியா நீ?"

முத்தச்சி கேட்க, பலரும் சிரித்தார்கள்... ரெசீனா அவள் முகத்தையே பார்த்தாள். அழுக்கேறிய பற்களை வாயால் மூடாமல் நின்றவளின் வாயருகே பல ஈச்சிகள்...

"அவருக்குச் சோமில்லியாமுட்டி..."

"என்ன செய்தாம்..?" நக்கலாகக் கேட்டாள் ட்ரே என்கிறவள்.

"எதோ வீக்கமாம்..."

"ஓத வீக்கமா?"[13] பச்சையாகக் கேட்டாள் புலோமினா...

"அவனுக்க ஓதமெல்லாம் ஒருநாளு தீருமுன்னு சொல்லி வை."

குத்துவிளக்கு உறுக்கினாள். அவள் முகத்தில் கோபம் பரவுவதை ஓமனா கண்டாள்.

"எதோ நம்மளபோல பெழச்ச வந்தவன்னு பொறுத்துப் பொறுத்துப் போறது. அவனுக்க மூணாம்குலையை பாக்கவா நாம வாறோம். அதெல்லாம் கண்டு மடுத்த சீவிதத்துல ஆயிரத்தியெட்டு நொம்பலம்[14] இருக்கு. எவளுக்குத் தனிச்சி காண ஆசையோ அவளுகளைத் தனியா கூட்டியிட்டுப் போய் காட்டட்டு... இது எப்ப பாரு அவனுக்கது..."

இன்னும் கோபம் ஏறியது.

"இப்பிடிதான் ஒருக்கா... பிஜூன்னு ஒருத்தன் ஓர்மை யிருக்கா?"

குத்துவிளக்கு அக்கதையைச் சொல்லத் தொடங்கினாள். அதுபற்றி ஓமனாளுக்கும் தெரியும்.

பிஜூ மேசிரிக்காரனுக்கு ஐம்பது வயசு கழிஞ்சிருக்கும் அப்போது. இப்படித்தான் அவனும் ஓயாமல் காட்டிக் காட்டிப் பெண்கள் மத்தியில் சலசலப்பு வந்து, காய்ச்சல் வந்து, பிரச்சினை வந்து... ஒரு கட்டத்தில் செட் விசிட்டுக்குப் போன அப்போதைய குட்டப்பன் மானேரோடு பெண்கள் சாடையாகப் பேசினார்கள்.

13. விதைவீக்க நோய்
14. வலி

அண்டியாபீசு

“சாறே செட்டினகத்து பாம்பு உண்டு”

“எடி நிங்களெல்லாம் தமிழச்சிகள் அல்லே. ஞுங்கக்கு வீரம் உண்டல்லே… அடிச்சி மாத்தான் ஒக்கில்லே?”

“அடிச்சி களையாம் சாறே”

உறுக்கலோடு சொன்னவர்களில் குத்துவிளக்கு முதல் ஆள். கையிருந்த அண்டித்தல்லும் கொட்டோடி கம்பை வீசினாள். அவளைத் தொடர்ந்து அன்னிக்குள்ள பல சோலிக்காரிகள் வீசினார்கள். இறுதியில் பிஜுவின் பாம்பு செத்தது.

அந்த நிகழ்வை ஓர்மிக்கையில் பல பெண்கள் சிரித்தார்கள்… சில பெண்கள் நழுவினார்கள்.

“எனக்கு இது ஒண்ணும் அறியாண்டாம். நானே ஒண்ணும் ஒண்ணும் அனுபவிச்சாதவா” என்று மீண்டும் ரெசீனா சொல்லுகையில்…

“ஒண்ணும் ஒண்ணும் அறியாம போய் சேரியது நல்ல தில்ல ரெசீனா. குறுக்குல பெலம் உண்டங்கி ஒருக்கா அனுபவிச்சி பாரு. கெடந்து எழும்பியது சுகப்பட்ட விசயம் மாத்திரமில்ல. அதுவும் கஷ்டம்தான். ஒன்னக்கொண்டு களியுமோ என்னவோ?”

முத்தச்சி பச்சையாகச் சொல்ல, தல்லுபெரை முழுவதும் சிரிப்பலைகள் எழும்பின… ஓமனா காதிலிருந்து கையை எத்தாள்.

இவங்களுக்கெல்லாம் கெட்டவார்த்தைகளும் உள்ளரங்க விசமங்களும் உடல் உறுப்புகளும் வெறும் பகடிபோலவே தான். பூட்டி ஒளித்து வைத்திருக்கும் காமம், அது சார்ந்த உடல் இங்கு ஒரு பொக்கிசம்போல் இவளுகளுக்கு இல்லவே இல்லை. தூக்கிப் போட்டு எறிவார்கள்; உருட்டுவார்கள்… ரெட்டை அர்த்தம் போட்டு மிதிப்பார்கள். இந்த எடுத்தெறிதலுக்குப் பின் அதிகத் துன்பங்கள் கிடக்கின்றன இவர்களுக்கு. காதலின் வடிவம் குலைந்து, காமத்தின் ரூபம் வன்மமாகவே அனுபவித்த வெப்புராளத்தில் உடல் கூட்டின் உறுப்புகளை வெறுமனே பந்தாடிக்கொண்டு சிரிப்பார்கள். அச்சிரிப்புக்குள் கிடக்கும் ஆழ்ந்த வலியை ஒருவேளை அண்டிப்பருப்புகள் உணரலாம்.

தல்லு பெண்களின் எகத்தளமான சிரிப்புகளைக் கடந்து எழும்பினாள் ஓமனா.

மணியைப் பார்த்தாள். ஒன்பதுக்கு இன்னும் ஐந்து நிமிசமே இருக்க, பாஸ்பெரைக்குப் போகும் முன் மூத்திரம்போகத் தோன்றியது. படிகளிலிருந்து இறங்கினாள். கம்பெனியின் பின்பக்கவிளை இப்போது காம்பவுண்ட் சுவராக எழும்பி நின்றது. முன்பெல்லாம் வெறும் ஒரு அப்பறத்து விளை[15]. அண்டியாபீசு பெண்களின் மூத்திரக் கழிப்பிடம். பிறகெல்லாம் கம்பி அளி விரித்துக் கெட்டியிருந்தார்கள். அதையும் ஏறிச் சாடி அங்கு காய்க்கும் சக்க மாங்காய்களைப் பறிக்க வேலி சாடுவார்கள் பெண்கள். சில அந்திவேளைகளில் பருப்பு நிறுக்க நிற்கும் மெக்காடுகளும், மேசிரிகளும் எத்திச்சாடும் விளையாகவும் இருந்ததாக ஓமனா கேள்விப்பட்டிருக்கிறாள். அவ்விளையோடு இவளுக்கும் சில ஞாபகங்கள் உண்டு.

பப்பாளிப் பழங்கள் பழுத்து நிற்கையில் ஓமனக்குட்டன் அப்பழங்களை மிகவும் விரும்புவான் என்று தெரிந்து சிந்தாமணியைக் காவல் காக்க நிறுத்திவிட்டு, ஏறிச்சாடி, தொடையில் கம்பி கிழித்து. இப்போதும் தழும்பு மாறாமல். . . அப்பறத்து விளையைப் பார்த்தாள். அங்கே பப்பாளி மரத்தில் இப்போது காய்கள் இல்லை. பழத்திற்காகச் சில பறவைகள் கனைத்துக் கரைந்தன.

கக்கூஸ் வாசலில் போகையில் கழிவறையைச் சுத்தம் செய்துவிட்டு உள்ளிருந்து சில பெண்கள் வெளியேறினார்கள். அப்போதுதான் ஓமனாளுக்கு முன்பு பார்த்த மாரியின் நினைவு வந்தது. இவள் வேலைக்கு வந்த அந்தக் காலங்களில் அண்டியாபீசு பெண்களின் கழிவறைகளையும் ஆபீசர்கள் பயன்படுத்தும் கழிவறைகளையும் கழுவ மாரி என்னும் ஒருவன் வருவான்.

அவன் முகத்தை இப்போதும் ஓமனாவுக்கு மறக்கவே முடியாது. ஆளு அப்படியொரு கறுப்பு. முகத்தில் இருக்கும் குறுந்தாடி. அணிந்திருக்கும் மஞ்ச நிறச் சட்டை. அவன் முகத்தின் கம்பீரத்தைப் பார்க்கப் பல நாள்கள் ஓமனா ஆசைப்பட்டதுண்டு. கம்பெனிக்குள் வந்தாலும் யாரோடும் அவன் பேசியிருக்கவே மாட்டான். தலை கமந்து வருவான். அப்படியே எல்லாவற்றையும் சுத்தம் செய்துவிட்டு, அலுவலக வாசலில் போய் கூலியை வாங்குவான்; போவான். அண்டியாபீசுக்காரிகளெல்லாம் எவ்வளவோ சிரித்துப்பார்த்தார்கள். பேச முயன்றார்கள். அவன் பேசவில்லை.

ஒரு முறை ஓமனாளுக்கு பீரியட் வந்த நாளது. அந்நாளை நினைத்தாள்.

---

15. பக்கத்துவிளை

அண்டியாபீசுக்காரிகளின் மாதவிடாய் மிகவும் கொடுமையானது. இங்கு வந்து சடங்கான குட்டிகளெல்லாம் நிறைய நிறைய. சிலரையெலலாம் ஆட்டோ அழைத்து விட்டிருக்கிறார்கள். பல பெண்களோ அந்திவரைக்கும் அதை அமுக்கிப் பிடித்திருக்கிறார்கள்.

காலையில் பதினொரு மணிவாக்கில் தொடையில் உணர்ந்த பிசுபிசுப்பை, முதல் இரத்தத்தை நினைத்தாள். தொடை பிசுபிசுப்போடு சித்திக்காரியிடம் போனாள். சித்திக்காரிக்குப் புரிந்தது.

“இதுல இப்ப விசேசிக்க என்னத்த இருக்கு? எல்லாளுவளுக்கும் ஆகியதுதானே. ஒரு போஞ்சியோ[16], சோடாவோ வேண்டி கொடுத்துட்டு ஸ்டாக் ரூமுல கிடக்க வச்சிட்டு நீ போம்ப வீட்டுக்கு கூட்டியிட்டுப் போ. வீட்டுல போனாலும் இப்ப யாரு உண்டு?” தங்கம் இப்படித்தான் அன்னிக்கு பவுளியிடம் சொன்னாள்.

வேலையை இடையில் விட்டுவிட்டுப் போனால், அவ்வாரத்திற்கான சகல கணக்குக் கூட்டல்களும் குலையும். ஓமனாளைப் பார்க்கப் பாவமாகத்தான் இருந்தது. ஆனாலும் வீட்டில் விட்டால் அவளைப் பொறுப்போடு கவனிக்க யாரும் இல்லை. இதனாலே, பருப்பு பாத்திரங்களைத் துடைக்கும் வேஸ்ட் துணிகளை உதறி, ஓமனாளின் பாவாடை கெட்டோடு சேர்த்து வைத்துவிட்டாள். அதன் துருவுன அழுக்கால் ஊரலெடுத்து அந்திவரைக்கும் குடோனிலே கிடந்தாள் ஓமனா.

ஓமனாளைப் போலவே அண்டியாபீசுக்காரிகளில் பலரும் தங்கள் சடங்கைக் கொண்டாடியிருக்கவில்லை. மாதவிடாய் நாளின் சுழற்சி எல்லாம் மனசில் வைத்திருக்கக்கூடியவர்களும் இல்லை. வாழ்க்கையின் ஓட்டத்தில் அவ்வலியை ஓமனிக்கவும்[17] நேரமில்லாமல் ஆகுவார்கள். அதன் காராசூரமெல்லாம்[18] ஓம்பி[19] கொடுக்க யாருமே இருந்திருக்கவும் இல்லை. வேலை நாள்களில் பராமரிக்காமல் வரும் மாதந்திர இரத்த ஒழுகலை அடைக்கப் பருப்புப் பாத்திரங்களைத் துடைக்கும் கழிவுத் துணிகளைத் தான் பயன்படுத்தினார்கள்.

---

16. எலுமிச்சை சாறு

17. கவனிக்கவும்

18. கரிசனையை

19. கவனித்து செய்ய

வாரித் துருத்தும் அழுக்குத் துணிகளில் நசுங்கும் பிறப்புறப்பின் அரிப்பு சொல்லி மாளாது. கண்ணீர் ஒழுக இந்த அரிப்பைச் சகித்துக்கொண்டே அண்டிப்பருப்பை வகைசெய்யும் முந்திரிப் பெண்களின் துயரம் காம்பவுண்டைத் தாண்டியிருக்கவில்லை. அது என்னவோ இந்த அண்டியாபீசு பெண்கள் இப்போதும் துணிமணிகளைப் பொருத்தியே இந்நாள்களைக் கழிக்கிறார்கள். ஓமனா கல்யாணத்தின் பிறகு அலசிப் போடும் இந்நாள்களின் துணிகளைக் கவனிக்கும் மயினிமார்கள் சிரிப்பார்கள்.

“அண்டியாபீசுக்காரிகளுக்கு ஏது விவரம்?”

காது கேட்கச் சொல்கிறார்கள் என்பதற்காக அவள் மாறவில்லை. இதமான பூவில் அரும்பெரும் பஞ்சுகளைப் பொருத்தி கர்ப்பப்பை வரைக்கும் கட்டிகளை உண்டாக்கு வதைவிட நூல் துணிகளை வைத்துப் பொதிவதில் என்ன அறிவுக் குறைவு வந்துவிட்டது. ? நாப்கின் பயன்பாட்டைப் பற்றி, குழந்தைகளின் பேம்பஸ் பற்றி கடந்த திருவிழாவின்போது பொதுநிகழ்ச்சியில் பேச்சாளர் ஒருவர் பேசியது மனசில் இப்போதும் கிடக்கிறது.

தங்கத்திடம் சொல்லி இந்த மாதிரியான விசயங்களுக்குப் போராட்டம் வைக்கச் சொல்லணும். அரசாங்கம் இந்த விசயத்தைக் கவனத்தில் எடுத்து, பெண்களுக்காக இலவச பருத்தி துணிகளால் செய்த நாப்கின்களை ரேசன் கடைகளில் கொடுக்கச் சொன்னால் என்ன? சிரிப்பாக வந்தது. தலையைத் தட்டினாள். மனம் மீண்டும் அந்த மாரியை நினைத்தது.

இதுபோல் ஒரு மென்சஸ் நாளில் சுருட்டிக்கொண்டு வந்த வேஸ்ட் துணியை மாற்றி வைக்கக் கழிவறைக்குள் வந்தபோது பைப்பில் தண்ணி இல்லை. கழுவி மாற்றாமல் மாற்றுத் துணி வைக்க இயலாமல் தவித்தவள் கக்கூசு கதவைத் திறந்தபோது மாரி வாசலருகே ஒரு வாளி நிறைய வெள்ளம் பிடித்து வைத்துவிட்டுப் போவது தெரிந்தது.

“அவனுக்கு எப்படி எனக்கு வெள்ளம் வேணுமெனத் தெரியும்? யார் சொன்னது?”

சந்தேகமாகத் தன் பாவாடையைப் பிடித்துப் பார்த்தாள். பொட்டுப் பொட்டாக இரத்தத் திட்டு...

“ஓ... மாரி...” இவளையும் அறியாமல் அன்று மாரியை அழைத்தாள். அவன் கண்களின் புனிதமும், அதன் அழகியலும் அவளை என்னவோ செய்ய, கையைக் கூப்பினாள். அவன்

எதுவும் சொல்லாமலே போனான். அந்த மாரியை இப்போது பார்க்க வேண்டுமே என்று மனசு தேடியது.

கழிவறையிலிருந்து வெளியே வந்த பீலிங் செட் மஞ்சுளாவை அழைத்தாள்.

"இஞ்ச மாரியின்னு ஒரு ஆளு..."

"யாரு அந்தத் தூப்புக்கார மாரியா? அவன் கார் இடிச்சிச் செத்துப் போயிட்டானே."

"செத்துப்போயிட்டானா?" அதிர்ச்சியில் வாய் பிளந்தாள்.

என்னிக்காவது அவன் தலை நிமிர்ந்திருக்குமா? கவலையாக இருந்தது.

"ஓமனா... ஒன்ன எப்பளே தேடினேன். செணம் வா... மேசிரி வந்தாச்சி."

சிந்தாமணி அழைத்தாள்.

11

பாஸ்பெரையில் கால் வைத்ததும் அண்டிப்பருப்பின் பால் பிசுபிசுப்பாக ஒட்டிக் கொண்டது. நான்கு பக்கமும் இழுத்துப்பூட்டிய பாஸ்பெரைக்குள் முழுங்கிய பருப்புமொச்சை உயிர்வரைக்கும் பரவிப் போனது. அட்டிகளால் நிரம்பிய பருப்புகளை நோக்கினாள். எஸ்ற்றபிளி, கருநரம், புழுக்குத்து, பிரிவாலு, வெள்ளைப் பருப்பு என்கிற வகைதொகையான பருப்புகளை இவள் கையைப் பிடித்து உள்ளே இழுத்தது போலவே இருந்தது.

“சைசு எல்லாம் தெரியுமா?” மேசிரிக்காரன் கேட்டான்.

“ம்... தெரியும்...”

“அப்போ வெள்ளப்பிடிச்சி தெரியான் நோக்கு...”

அட்டி போட்டிருக்கும் ட்ரேயை இழுத்துத் தராசில் வைத்து கிலோ கணக்கிட்டான். இருபத்தி மூன்று கிலோ.

“எடி பாமே, இத அவிட ஆக்கு”

மெக்காடுக்காரியோடு சொன்னான். மெக்காடும் ஓமனாளுமாகப் பருப்பைப் பிடித்து அவளுக்கென்று கொடுத்திருந்த மேசையில் தட்டினார்கள். முல்லை மொட்டுக்கள் சிதறியது போலவே வெண் பருப்புகள் சலசலாவென்று கொட்டின. கைகளால் அளைந்தாள் பருப்புகளை. சிறியதும் பெரியதுமான பருப்புகள் விரல்களில் மறிந்தன.

“ஒரு கிலோ வெள்ளப்பருப்பு தெரிய எத்ர ரூபா?” அருகே இருந்த சிந்தாமணியோடு கேட்டாள்.

“ஒரு ரூபா தொன்னூறு பைசா.”

“நான் வேல நிறுத்தம்ப முப்பத்தியஞ்சி பைசாவா இருந்து.”

“சோலி பருப்புகளுக்கெல்லாம் என்ன வில?”

“புழுக்குத்து இருபத்தியெட்டுரூபா, கருநரம் இருபத்தி மூணு ரூபா. எஸ்ற்றபிளி பந்திரெண்டு ருபா.”

ஓமனா வேலைக்குச் சேர்ந்த காலங்களில் புழுக்குத்துப் பருப்புக்கு ஒன்றரை ரூபா. வெள்ளைத் தெரிதலுக்குப் பத்து பைசா. கருநரத்திற்குத் தொண்ணூறு பைசா எஸ்ற்றபிளிக்கு எழுபது பைசா. . . போகப் போக விலை கூடி வேலை நிறுத்தும் போது புழுக்குத்துப் பருப்புக்கு எட்டு ரூபா எண்பது பைசா ஆகியிருந்தது. அப்போதெல்லாம் டீஏ பதினான்கு ரூபா... இப்போது தினம் எழுபது ரூபாய் கிடைப்பது சந்தோசமாகவே இருந்தது.

ஒரு லாட்டு[1] பருப்பில் சுமாராகக் கிடைக்கும் ஏழு கிலோ புழுக்குத்து, ஆறு கிலோ கருநரம், ஐந்து கிலோ எஸ்ற்றபிளி, இருபத்தி ஐந்து கிலோ வெள்ளைப் பருப்பு இது போகக் கிடைக்கும் எழுபது ரூபா. அவள் மனம் கணக்குப் போடத் தொடங்கியது. ஒரு வாரத்தில் ஆறு லாட்டு வேலை செய்தால் விழும் சம்பளத்திற்கு மனம் கணக்குக் குறித்தது. எதுவுமே இல்லையோ என ஏங்கிக் கிடந்த வாழ்க்கைக்கு இந்தச் சம்பளம் அரும்பெரும் காரியங்களை நிகழ்த்த முடியாமல்போனாலும் இந்தக் குறைவான சம்பளம் வாழ்க்கைக்கு உதவும் என்கிற மிகப்பெரிய நம்பிக்கையைத் தந்தது. அரசு பொது விடுமுறை நாள்களில் லீவும் அதோடு ஒரு நாள் சம்பளமும் கிடைக்கும் என்பது இன்னும் ஆறுதலாக இருந்தது. இங்கு சோலிக்கு வரும் பெண்களுக்கு இஎஸ்ஐ மருந்துவ வசதி இருப்பதும் பெரும் நிம்மதியாக இருந்தது. வாழ்க்கை தொலைந்தது என நினைத்தபோது கிடைத்த ஆறுதலாக முந்திரிப்பருப்புகள் தெரிந்தன.

மாசம் எப்படியும் ஆறாயிரம் ரூபாயுக்கு வேலை செய்யலாம். இதுபோக கெவர்மெண்ட் கொடுக்கும் ஆயிரம் ரூபாய், மாப்பிளை வழியான பைசாயிலென மாசம் ஐயாயிரம் ரூபாய் வைத்துச் சீட்டுப்போட வேண்டும். அதை முன் பணமாகப் பிடித்து தாமசின் கடன் மீட்ட வேண்டும். எப்படியும் இதே நிலையில் இரண்டு வருசம் போனால் கடன் தீரும். பின் உள்ளதெல்லாம் மக்களுக்கான சம்பாத்தியத்திற்கு உதவும்.

1. ஒரு முறை வேலைக்காக எடுக்கும் முந்திரி சாக்குகளின் கணக்கு

மகள்களின் வாழ்க்கை வரும்போது பண்ட் ரூபாய் பிடித்துக் கொள்ளலாம். இதுபோகத் தொடர்ந்து பத்து வருசம் வேலை செய்தாலே ஐம்பத்தியெட்டு வயசுக்குப் பிறகு பென்சன் தொகை இரண்டாயிரம் ரூபாய். நிமிர்ந்து ஒரு முறை செட் முழுவதும் பார்த்தாள். பாஸ்பெரையில் பாமா, பாப்பா, சிறியமணி, கீதா, சுனிதா என்ற பழைய சோலிக்காரிகளின் முகம் தெரிந்தது. எல்லோரிடமும் புன்னகை செய்தாள். மனசெல்லாம் ஈரோலி மரத்தின் இலைகளின் மினுமினுப்பு அசைவதுபோல் நம்பிக்கை வந்தது.

அப்படியென்ன பெரிய வாழ்க்கை; வாழ்ந்துவிடலாம். உத்வேகம் மனசில் பிறந்தது.

"எடி, நின்ற பழைய சோலி நம்பர பற" மேசிரிக்காரன் கேட்டான்.

ஒவ்வொரு சோலிக்காரிக்கும் ஒரு நம்பர் உண்டு. அதுதான் இங்குள்ள அடையாளம். பெயர் சொல்லும்முன் அதைதான் சொல்ல வேண்டும். அன்னிக்கு உள்ள இவளின் நம்பர் இரத்ததில் கலந்து அல்லவா கிடக்கிறது. சும்மா நோட்டை எடுத்து எதோ ஒன்றை எழுத விரல்கள் முனைகையில் அந்த நம்பர்களைத் தானே எழுதும். எதுவும் ஓடாமல் வாழ்க்கை ஸ்தம்பித்துப்போகையில் சுவர்களில் கிறுக்கும்போதும் அந்த நம்பர்களையே கிறுக்குவாள்.

"பறடி நின்ற பழைய நம்பரு..."

"எழுநூற்றி அம்பத்தியாறு."

"ஓ, நோக்கான். ஆ நம்பரோடு சேர்க்கான் பற்றுமான்னு. பின்ன நாளை இவிட வரம்ப ரேசன் கார்டு, நின்ற ஆதாரு, பாஸ்புக்கெ கொண்டுவரணும். கேட்டோ?"

தலையை ஆட்டினாள் சந்தோசமாக. வெள்ளைப் பருப்பைத் தெரிந்து நாற்பது, நானூற்றி அம்பது, பத்து, முன்னூற்றி இருபதென கவுண்ட்பார்த்து முடிக்கையில் காலை இடைவெளிக்கான நேரம் ஆகியிருந்தது.

"எடி பெடுக்கான்[2] போவோருக்கோ போவாம்."

மேசிரிக்காரன் செட் வாசலைத் திறந்தபடியே சொன்னான். செட்டில் பலரும் குசுகுசா சிரித்தார்கள்.

2. சிறுநீர்

மலையாளத்தில் பெடுக்கான் என்பது சிறுநீர் கழிக்க என்பதால் பச்சையாகவே பல பெண்களின் முகங்களில் வெட்கம் சலசலத்தது.

"இவன் எப்பவும் இப்பிடிதான். அவனுக்கொரு பெடுக்கான்" சிந்தாமணி அவனைத் திட்டினாள். பெண்களில் பலரும் செட்டுக்கு வெளியே இடைவேளைக்காகப் போனார்கள்.

வெளியே போய், கைகால் முகமெல்லாம் கழுவி, வயிறு நிறைய பச்சை வெள்ளம் குடித்துப் புதுத்தெம்பாக செட்டில் ஏறினாள் ஓமனா. ஆறு கிலோ நிறுத்து எடுத்த கருநரப் பருப்பை முறத்தில் தட்டினாள். தனக்கான தகர மேசையில் துண்டு, பொடி, பிளர்ப்பு, முழுப் பருப்பு, முக்கால் பருப்பென ஒவ்வொரு பருப்பையும் போடும் பாத்திரங்களை வைத்தாள். முறத்தில் தட்டிய பருப்பை ஒதுக்கி ஒவ்வொரு பருப்பாகக் கையில் எடுத்தாள்.

முன்பு உள்ளதுபோல் கருநரம் பருப்பு இல்லை. அட்டிப்பிடித்த தோலாக இருந்தது. முன்பெல்லாம், பொட்டுப் பொட்டுத் தோல்களே இருக்கும். இதுவோ முழுவதும் கரடுமுரடான தோல். பருப்பை விரல்களுக்கிடையில் வைத்த படியே சிந்தாமணியைப் பார்த்தாள்.

"இப்ப எல்லாத்துக்குமே மிசியன் வந்துட்டு ஓமனா. எல்லாத்தையும் மிசியனுல கொடுத்து எவ்வளவுக்கு வெள்ளைப் பருப்பு ஆக்க முடியுமோ அவ்வளவுக்கு ஆக்கிட்டு, அதுக்கும் மேல் செய்ய முடியாததை நம்மகிட்ட கொடுப்பாங்க. ஒரு காலத்தில் முழுவதும் கற்றலாக வந்த பருப்புகளே இப்பளத்த கருநரம்."

"ஓ..."

ஒரு காலத்தில் மேல்தோல் அதிகம் அப்பிய பருப்புகளைத் தனியாகக் கற்றல் பருப்பாகக் கொடுப்பாங்க. மெல்லிய தோல் உள்ள பருப்புகளைக் கருநரப் பருப்பு என்று கொடுப்பாங்க. ஆனால் இப்போதோ, அதிக தோல் அப்பிய பருப்புகளைக் கருநரம் என கொடுத்திருக்காங்க. இவைகளை இனி, ஒவ்வொன்றாக சீவி மாற்றும் முன் விரல்கள் தளர்ந்து விடும். கழுத்தெலும்புக் கனத்துவிடும். ஆட்காட்டி விரலில் பிச்சாத்தி பிடித்துக் காய்த்த தடம் இன்னும் போகவில்லை. அதில் மீண்டும் பிச்சாத்தி ஏறி இருந்து கற்றலைச் செதுக்கை யில் பின்னங்கழுத்து வரைக்கும் வலித்தது.

"இங்க பாரு இப்பளத்த எஸ்ற்றபிளி."

சிந்தாமணி வாரிக் காட்டிய எஸ்ற்றபிளி என்கிற பருப்புகள் முன்புபோல் சிவந்த பருப்புகளாக இல்லை. மஞ்சள் அதிகமாகத் தெரிந்த பருப்புகளாக இருந்தன.

"வேகவைத்து வரும் பருப்புகளில் சிவப்பு பருப்புகள் வாறதில்ல ஓமனா."

என்னவோ ஒன்றைத் தொலைத்த பெரும் துயரம் ஓமனாளின் மனசில் வந்தது. எல்லாத் தொழில்துறைகளிலும் இறங்கியதுபோல் அண்டி தொழிலிலும் இயந்திரங்களின் ஈடுபாடு அதிகரித்துள்ளது வளர்ச்சியா வீழ்ச்சியா? எப்படி ஆனாலும் இந்த அண்டியாபீசு இப்போது இருக்கும் இப்பெண்களோடு முடிந்து விடும். இனி இத்தொழிலைக் கட்டிப்பிடித்துக்கொள்ள இக்காலப் பெண்கள் பெண்கள் வரப் போவதில்லை. மனிதர்களின் தயவு இல்லாமல் ஆகும்போது மிசியன்கள் தேவைதானே.

மிசியனால் முடியாதவற்றை மனிதக் கைகள் செய்யும் போது இயந்திரங்களைவிடக் கைகளில் பலம் வேண்டும், தோள்களில் பலம் வேண்டும். எங்கே போக?

"பீலிங் பருப்பு தொலி நீக்கியதுக்கு கிலோ இருபது ரூபா இருக்கு. இதுவே மிசியன் போயிட்டு வாற பருப்புக்கு ஏழுரூபா தான்" மேசிரிக்காரனைப் பார்த்து குசுகுசா சிந்தாமணி சொல்லுகையில் அவன் இவளை முறைத்தான்.

"அவளுக்கு சைசு எல்லாம் தெரிஞ்சிட்டுத்தானே இருக்கா. நீ எந்தா மிண்டியிட்டு... சோலி நோக்குடி..." சிந்தாமணியை முறுவிக்கொண்டு செட்டில் சுற்றித்திரிந்தான் மேசிரி.

கற்றல் பருப்புகளின் கடினத் தோலைப் பிச்சாத்தி முனையில் கிண்டி துளாவி சீவுகையில் கத்தியின் முனை விரல் நுனிகளைக் கிழிக்கத் தொடங்கியது. இரத்தச் சொட்டுகள் அண்டிப் பருப்புகளில் விழத் தொடங்கின.

சாயங்காலம் வேலை முடிந்து பெரிய கேட்டைத் தாண்டி வாசலுக்கு வெளியே வருகையில் அப்பிய முகத்தில் காற்று தன்னைக் கை குலுக்கியதுபோலவே ஆனாள் ஓமனா. மேலே நோக்கினாள். இரை தேடக் காலையில் பறந்த பறவைகள் கூடு தேடி விரையும் காட்சியில் மனம் ஒன்றியது.

பிள்ளைகளின் ஓர்மை கசிந்தது. வேகமாக வீட்டிற்கு நடந்தாள். பாதங்களில் ஒட்டிய பருப்பு பிசுபிசுப்புச்

செருப்போடு வழுக்கிக்கொண்டே போனது. பிச்சாத்தி பிடித்த தடயத்தில் பருப்புக் கறை கோடாக இழுப்பட்டுக் கிடந்தது.

வீட்டில் போய்ச்சேரும்போதே அங்கே பல கிலேசங்களின் அறிகுறி தெரிந்தது. மாப்பிளைக்காரனுக்கு யார் சேதி சொன்னார்களோ? இப்படியொரு அவசரத்தில் வந்திருக் கிறான். தூரமாக வரும்போதே அவன் குத்தியிட்டு இருக்கும் விதம் பல தகவல்களை ஓமனாளுக்குச் சொன்னது. அவனருகே எடுக்க பிடிக்க நிற்பதுபோல் கிச்சிலி கோபமுகமாகத் தெரிந்தாள். இதுபோலவே மயினிமார்களும் வந்திருப்பது தெரிந்தது. நெருங்க நெருங்க இதயத்தில் டப் டப் அதிகரிக்கத் தொடங்கியது. ஆனாலும் குலைந்துவிடாமல் நடந்தாள். பிள்ளைகள் டியுவிசன் வீட்டில் இருப்பதை உறுதி செய்தவள்; நேராக வீட்டின் பின்பக்கம் போனாள். புது உற்சாகத்தில் ஈரோலி கனிகளும் பறவைகளுமாக இவளை வரவேற்றன. பின்பக்கப் பானையில் இருக்கும் வெள்ளத்தைச் சரித்துக் காலில் ஊற்றினாள். பகல் முழுவதும் பாஸ்பெரையில் புழுங்கிய பாதங்களில் வெள்ளம் பட்டதும் முந்திரிப்பருப்பின் நயம் பாலாக உருகி வழிந்தது. யானைப் பாறையில் காலைத் தேய்த்தாள். முகம், கழுத்து, கையிலென வெள்ளம் ஊத்திக் கழுவினாள்.

இவள் செய்கைகளை வீட்டில் எல்லோரும் வெறுப்பாக வும் கோபமாகவும் பார்த்தார்கள்.

“ஏம்ப்புல பெண்ணன்போல பாத்துட்டு இருக்கிய? நீ அவள கெட்டினவன்தானே? சள்ளுண்ணு ரெண்டு கொடுத்து எங்க போனேன்னு கேளு?” கிச்சிலி மகனிடம் முழங்கினாள்.

“எங்க மானம் மரியாதி எல்லாமே போச்சி. ஏற்கெனவே அண்டியாபீசுக்காரியா ஒங்க மயினியாருன்னு கேப்புனம். நாங்களும் எதோதோ சொல்லி சமாளிச்சிட்டுவந்தோம். இப்ப என்னான்னா அண்டியாபீசுக்குப் போக துடங்கியிருக்கியா. நம்ம குடும்பத்துக்குண்ணு ஒரு மானம் இருக்கு இல்லியா?”

மூத்த மயினியாரு சொல்ல. ஓமனா எதையும் உள்வாங்காததுபோல் முகத்தைத் துடைத்தாள்.

“ஒனக்க மனசுல நீ என்னதான் நினச்சிட்டு இருக்க? எங்களையெல்லாம் பாத்தா ஒனக்கு எதோ கிறுக்கனுகளைப் போலவா தெரியுது? எங்க குடும்பத்தையே மானப்பங்கப் படுத்தியிட்டு ஒம்பாட்டுக்கு அண்டியாபீசுக்குப் போயிருக்கியே, ஒனக்கு இஞ்ச என்ன குற?”

நிமிர்ந்து நின்று கேட்ட மாப்பிளையைத் துச்சமாகப் பார்த்தாள்.

“அவளுக்க திமிரப் பாரு. மாப்பிளைக்காரன் ஒரு விசயம் கேட்டா அதுக்கொரு பதிலைச் சொல்லாம செறஞ்சிட்டு[3] நிக்கியா?” மூத்த மயினிக்காரி சொன்னாள். அவளையும் பார்த்தாள்.

“தட்டுவாரும் கொட்டுவாரும் இல்லாம வானம் மட்டும் ஏறியிட்டா. இவளையெல்லாம் பம்பயை[4] பிடிச்சி நாலு கேள்வி கேட்க ஆளில்ல.”

கிச்சிலிக்குத் தன் மகன் அவளை அடிக்க வேண்டும் என்கிற நோக்கமே மிகுந்து நின்றது.

“ஒனக்கு இஞ்ச என்ன குறையின்னு அண்டியாபீசுக்கு நொட்ட போன?”

ஓமனாளின் கையைப் பிடித்துத் திருகிக் கேட்டான் மாப்பிளைக்காரன்.

“எல்லாம் குறயின்னு அனுபவிச்சிய எனக்குத்தான் தெரியும். அப்பிடி மானம் போகுதுன்னா அதிகம் வேண்டாம் மாசம் பத்தாயிரம் ரூபாய் வச்சி குடும்பக்காரங்களுட்ட தர சொல்லும்.”

“ஓ, ஒனக்க வங்கு[5] தொறந்துதான் கெடக்கு. ஏன் எனக்க மொவன் ஒனக்குப் பாடுபட்டுத் தரேலியா?”

“எனக்கு அந்த இளிக்கிணி[6] ரூபாயுல குடும்பம் நடத்த ஒக்கேல[7]. கடன்களை மீட்ட முடியேல. எனக்கும் மக்களுக்கும் நல்ல விதமா வாழ முடியேல.”

“என்னத்தட்டி முடியேல?”

ஓமனாளின் கையை இன்னும் அதிகமாக அழுத்தினான்.

---

3. முறைத்துப் பார்ப்பது
4. தலைமுடியை
5. பதுங்கிடம்; ஒரு வகையில் பெண்ணின் மறைவிடப் பகுதி
6. சிறிதளவு
7. இயலவில்லை

“குடும்பமா சேந்து என்னைக் கொல்ல நினச்சா கொல்லுங்க. எனக்கொன்னும் பேடி[8] இல்ல.”

“ஆமா. கொல்ல வேண்டிய ஒரு சாதனம்தான் இது.”

நக்கலாகச் சொன்னாள் இளைய மயினிக்காரி.

“ஒரு பெண்ணா நானும் என் மக்களும் இந்த வீட்டுல நிறைவா வாழேல. என்னத்த குற, என்னத்த குறையின்னு கேட்கத் தெரியுதே. என்ன குறையில்ல?”

கோபம் மிகுந்தவளாக அவன் கையிலிருந்து கையைப் பிடுங்கினாள். அசையில் கிடக்கும் துணிகளை இழுத்தாள். அதில் தன் பிள்ளைகளின் பொத்துப்போன நிக்கருகளை, பெற்றிக்கோடுகளை எடுத்து வீசினாள். அடுக்களையில் போய் காலியான சீனி டப்பா, மசாலா போணிகளை உருட்டித் தள்ளினாள். அரி பானையை உருட்டினாள்.

“இப்பிடியா ஒரு வீடு இருக்கும். இது வெளிப்புற பட்டினி; இன்னும் கெடக்கு அகத்துல நிறைய பட்டினி.” மனுவைக் குத்திப் பேசினாள்.

“ஏலும்பலமும் இருக்கம்ப ஒங்க எல்லாருக்கும் சம்பாரிச்சி கொட்டி போட்டவனுக்க குடும்பம் வர்ணாவலி[9] வலிச்சியதைக் கண்டு வச்சிட்டு அதுல ஒரு தயவோ இரக்கமோ இல்லாம இருந்துட்டு இப்ப பெரிசா சட்டம் எடுக்க வந்திருக்கியளே... பரியெடு[10] இல்லியா ஒங்களுக்கெல்லாம்? மாசம் பிறந்து தேதி பத்து ஆகாண்டாம் அதுக்கமுன்ன, இரண்டாயிரம் ரூபா நொட்டலன்னா கீழ நிக்க மாட்டா கொம்ம. எனக்கும் என் மக்களுக்கும் ஒரு மாசம் நல்லா போனா நாலாயிரம் ரூபா தளத்தியாரு ஒங்க கொண்ணாரு. இதுக்க மேல குடிச்சி மோண்டுட்டு கூத்தியாளையும் வச்சிட்டு உல்லாசம் கொண்டாடியவனுட்ட ஒண்ணும் கேக்காம எனட்ட வந்து சோத்தியம்[11] கேட்கியது நல்லா இல்ல.”

கழுத்து நரம்புகள் பிடைத்தன ஓமனாளுக்கு... கணவனிடம் தன் உள்ளங்கையை விரித்தாள்.

---

8. பயம்

9. கஷ்டப்படுவது

10. வெட்கம்

11. கேள்வி

"நான் ஒண்ணும் ஏசி அறையில போயிருந்து சுகமா சம்பாரிச்சிட்டு வரல. உழச்சிட்டு வந்திருக்கியேன்."

பிச்சாத்தியின் வாந்தலிலும் அண்டிக்கறையின் வடுவிலும் பரிதாபமேறிய உள்ளங்கையிலிருந்து கண்ணீர் வழிந்தன.

அவளின் ஆகோசத்திற்கு[12] யாரும் பதில் சொல்லவில்லை. உம்மென உறுமிகொண்டு நின்றார்கள்.

---

12. ஆவேசமான கேள்வி

12

மாலை நேரக் காற்று முகத்தை முத்தி முத்திப் போனது. வியர்த்து உருகும் அங்கங்களில் புகும் காற்றைக் கையில் கிடைத்தால் முத்தலாம்போல இருந்தது. வியர்ப்பும், அழுக்கும், பருப்பு நொடியும் அப்பிய கமுக்கூடு, உள்பாடியின் இறுக்கத்தில் தேங்கிய வியர்வை வரைக்கும் தெறித்து ஒதுங்கும் பருப்பு துகள்களின் அரிப்பு மொச்சும் பகுதியில் புகும் காற்று எவ்வளவு அன்புக்குரியது.

வீட்டில் போகையில் சொந்தப் பிள்ளைகள் கூட, ஆசையாகக் கூடு அணைகையில் "அண்டி மொச்சை இப்பிடியா இருக்கும். ஏம்மா மேலு ஒருமாரி வெட்கையா இருக்கு" என்று பின் வாங்குவார்கள். முகம் சுளிப்பார்கள். ஆனால் எந்தப் பாரபட்சமும் இல்லாமல் அணைத்துக் கொள்ளும் காற்று எவ்வளவு அன்புக்குரியது. கண்களை இதமாக மூடித் தன்னை தழுவும் காற்றுக்கு நன்றி சொன்னாள். குசுனியின் முன்பக்கம் நிற்கும் தென்னிலிருந்து குயிலொன்று இவளுக்காகப் பாடியது. அக்கணத்தின் இனிமை யில் லயித்தவளை பாஸ் கொடுக்கும் மெக்காடு கலைத்தாள்.

"நீ பாஸ் வேண்டினியா?"

பாஸ் கொடுக்கும் பெரைக்குள் போனாள். கைகளைத் தூக்கிக் கொடுத்தாள். மெக்காடுக்காரி வயிறு பகுதியை, குறுக்குப்பகுதியையென ஆடைக்கும் மேலே தடவினாள். வட்டப் பாத்திரங்களைக் காட்டினாள். பாஸை வாங்கி னாள். வேலை தலத்திலிருந்து வெளியேறும்போது உடல் முழுவதும் பரிசோதித்து வெளியேறுகையில் மனசு கூசிப் போவதைத் தடுக்க முடியவில்லை.

"மெக்காடக்கோ இப்ப எல்லாம் யாருக்கு வேணும் அண்டிப்பருப்பு. இன்னும் இப்பிடியே

தடவி விடியதுக்குப் பதில் எதங்கிலும் மிசியனைப் பொருத்தி வச்சுலாமே."

"ஒனக்கு இப்ப எங்க தேஞ்சிபோச்சி? போன மாசம் நிரப்பு பெரையில ஐடா அவா வட்டப் பாத்திரத்தில முழுப்பருப்பு வாரிவச்சி கொண்டு போயிருக்கியா. ஒரு கிலோ அண்டிப்பருப்பு ஆயிரத்தி இருநூறு ரூபா விக்கம்ப, அவா கடையில கொண்டு வச்சி வித்தா கயக்குமா?"

"அவளுக்குக் கிறுக்கா காணும். பண்டெக்க வறுப்பு பருப்புக்க எஸ்றபிளி தின்ன நல்லா இருக்கும். இப்ப வேவு பருப்புல வாற பருப்புகளைப் பாத்தா தலை கனத்துப் போவுது. பண்டத்த ஒரு ருசியுமே இல்ல. எல்லாம் ஆரம்பத்தில பாக்கம்ப ஒரு ஆக்ராந்தம்[1] வரும். போகப் போக அண்டிப்பருப்புக ளெல்லாம் தலச்சிற போல இல்லியா இருக்கு. கையை விட்டு எப்படா மாறும் என்கிற வேலை சாதனமா இல்ல இருக்கு."

"ஒனக்குத் தோணியதுபோல எல்லாருக்கும் தோணு மாக்கும். நல்ல வெடப்புல மிதமா சூடாக்கி வச்சிருக்கிய பருப்புகளுக்க ருசி ருசிதான்"

பாஸ் கொடுக்கிற மெக்காடுக்காரியின் முகம் பேச்சுக் கான ஏதுவில் இல்லாமல் கனத்துத் தெரிந்தது. அவளுக்கு என்ன பிரச்சினையோ. பேச்சை வளர்க்காமல் ஒதுங்கினாள்.

தங்கம் வருவது தெரிந்தது. அவள் கூடவே வறுப்புக்கார யாகப்பனும் தெரிந்தான். அவரைக் கண்டதும் முன்புள்ள தோடுநாள்கள் மனசில் வந்தன. ஒவ்வொரு தோடுநாளிலும் முதுகில் தூக்கிச் சுமக்கும் தோடு சாக்குகளும் தல்லுக்காரிகளும் சலசலத்தார்கள். ஓமனாளை யாகப்பனுக்கு அடையாளம் தெரிந்தது. சிரித்தார். அந்தச் சிரிப்பில் பவுளிக்கான பாசம் கண்டாள். இந்த மனுசன் எவ்வளவோ வற்புறுத்திக் கேட்டான் சித்திக்காரியை. எங்களுக்காகத்தானே வேண்டாம் என்றாள். அவரைத் திரும்பிப் பார்த்தப்படியே போனாள்.

பெரிய வாசலைக் கடந்தார்கள் தங்கமும் ஓமனாளும். தங்கத்தின் கண்கள் எதிர்த் திசையில் இருக்கும் சத்தியனின் கடைகளில் போய் நின்றன. அங்கே அவனும் தெரிந்தான். அவள் முகம் சந்திரனைப் போல் அழகு பெற்றது.

"மக்கா நான் சத்தியனைப் பாத்துட்டு வாறேன். நீ மின்ன போறியா"

ஓமனா சிரித்தாள்.

---

1. பேராசை

"வாழ்க்கையில இதமான ஒரு காதலு இருக்கணும் மோளே. அதுக்கு அடையாளம் எதுக்குச் சொல்லு நீ?"

தங்கத்தையே பார்த்தவளுக்குள் தன் வாழ்க்கையைக் குறித்த நிராசை தொங்கியது. தன் வழியே வீட்டுக்கு நடந்தாள்.

பிள்ளைகளெல்லாம் உறங்கிவிட்டார்கள். இருள் பரவிக் கிடக்கும் உலகில் வீட்டின் பின்பக்கம் இருப்பதில் ஒரு சுகம் இருந்தது ஓமனாளுக்கு. அவளோடு நிற்கும் ஈரோலி மரமும் யானைப் பாறையும் தனிமையான இதுபோன்ற இரவுகள் அமையாமல் போயிருந்தால் தனக்கான வலிமையைப் பெற்றிருக்கவே முடியாது.

ஈரோலிப் பழங்கள் சள்ளெனத் தரையில் விழுவது அவ்வப்போது நான் இருக்கேன் என்பதுபோலவே இருந்தது. கண்களை மூடிக்கொண்டு கதவோரம் சாய்ந்தாள். யானைப் பாறையருகே நிற்கும் காட்டுப்பிச்சியின் வாசம் மூளைவரைக்கும் சுகம் கொடுத்தது. இந்த ரம்மியத்தைப் பல வருசங்களாய் அனுபவித்துக்கொண்டிருப்பவளை இரவும் தாலாட்டிக் கொடுத்தது. முகத்தில் விழுந்த முடிகளை ஒதுக்கி முகத்தைத் துடைத்தாள். பிச்சாத்தி வாந்திய[2] தழும்புகள் முகத்தை உரசின.

"பல நாளா சொல்லியிட்டு இருக்கேன். என் விசயத்தில நீ தலையிட வேண்டாமுன்னு. விருப்பம் இருந்தா எங்கூட இரு. இல்லியா ஒன் பிள்ளைகளையும் கொண்டு நீ போயிட்டே இரு. எனக்கு என் வாழ்க்கையைப் பாத்துக்கத் தெரியும். தாலி கெட்டிட்டன்னு ஒங்காலுல அடிமையா கெடக்க மாட்டேன்... ஆமா.

கிச்சிலியின் வீட்டிலிருந்து இளையவள் மாலாளின் குரலிது. ஆரம்ப காலத்திலே அவளுக்கும் மாப்பிளைக்கும் அவ்வளவாக ஒத்துப்போவதில்லை. அடிக்கடி சண்டை போட்டுட்டு கிச்சிலியோடு மாசக்கணக்கில் தங்குவாள். பின்னும் மாப்பிளைக்காரன் ஆள்களோடு வருவான். சமரசம் ஆக்கிக் கொண்டுபோவான். பின்னும் ஒரு வாரம் ஓடும். அடுத்தாற்போல் வாரிக் கட்டியிட்டு வருவாள். வரும் போதெல்லாம் மக்களை மாப்பிளையிடம் போட்டுட்டுத் தான் வருவாள். இப்போது கொஞ்ச நாள்களாக மீண்டும் கசாமுசாவாகி வந்திருக்கிறாள். எப்போதும் போனில் அவனோடு தர்க்கம்தான் போட்டுட்டு இருப்பாள்.

2. கத்தியன் கீறல்கள்

மலர்வதி

“என் வாழ்க்கை, என் விருப்பம். இதுல நீ பேசக் கூடாது. எங்க ஆஸ்பத்திரி டிரைவர் கெட்டவருன்னு நீ சொன்னவுடன நான் நம்பணுமா? என் புருசனுன்னு பெரிசா சொல்ற ஒனக்கு என்னைப் பத்தி என்ன தெரியும்? ஆனா நிம்ஸுக்கு என்னைப் பத்தி எல்லாமே தெரியும். அவன் பிரண்ட்ஸிப்பை நான் கட் பண்ணுறது மாதிரி இல்ல”

மாலாளா இது? சொந்த மாப்பிளையிடம் இப்படி யெல்லாம் பேசுகிறாளே. அவள் பேச்சு இவளைக் கலவரப் படுத்தியது. கல்யாணத்திற்கும் வெளியே அவளுக்கு ஏதோ ஒரு உறவு கிடைத்திருக்கிறது. கிச்சிலி இதெல்லாம் பார்த்துட்டு இன்னும் உயிரோடு இருக்காளா? மெல்லத் தலையைத் தூக்கினாள்.

“நீ என்ன பேசிய மாலா? அப்பறம் இப்பறம் யாரங்கிலும் கேட்டா என்ன நினைப்பாங்க?”

“இதுல நினைக்க என்ன இருக்கு? என் வாழ்க்கையை முடிவு பண்ண வேண்டியது நான்தானே?”

“இங்கேரு இப்பிடி தோணியவசம் பேசினா, அடிச்சி செவளையைப்[3] பிச்சிப்போடுவேன். கலியாணமுன்னா ஆயிரம் கூடுதல் குற இருக்கும். அதுக்காக அதை இடிச்சி பொடிச்சிட்டு வெளியில போப்பாது. ஒனக்குன்னு ரெண்டு பிள்ளைகள் இருக்கியாங்க.”

“அதுக்கு நான் எனக்கு வேண்டி யோசிச்சப்பாதா? ஒனக்க மருமொவன் சரியா பல்லுகூடத் தேச்ச மாட்டான் தெரியுமா? ஒய்ஃபுக்க ரசனை என்னான்னு அவனுக்குத் தெரியுமா?” அப்ப படிச்ச பயலுகளுக்கும் ஒண்ணுமே தெரியலியா என்றெண்ணி ஓமனாள் வறட்சியாகச் சிரித்தாள் தனக்குள்.

“அதுக்காக இனி அவனை விட்டுட்டு வேற ஒருத்தனுட்ட போய் பேச ஒக்குமா?”

“இப்ப நான் பேசதானே செய்றேன். அவங்கூட ஓடியெல்லாம் போகல இல்ல”

மாலா சொல்லி முடிக்கும் முன் கிச்சிலி அவள் செள்ளையில் அடிக்கும் சத்தம் இங்கு வரைக்கும் கேட்டது.

அங்கு நடக்கும் சண்டையால் இயல்பு குலைந்தாள் ஓமனா.

---

3. கன்னம்

“எனக்குக் கை நிறைய சம்பாதிக்கும் வேலையிருக்கு. என் வாழ்க்கைக்கான நம்பிக்கை எனக்கு இருக்கு. நிம்ஸ்கூடப் பேச என் ஹெஸ்பெண்ட் மட்டுமில்ல நீயோ ஓனக்க பொன்னார மகனோ தடை சொன்னா அப்ப இருக்கு.” உறுக்கினாள் மாலா.

“அப்ப என்ன செய்வியாம்”

“இப்ப சொன்னனே அதைச் செய்வேன்.”

கோபமாகவும் உறுதியாகவும் சொன்ன மாலா இரவென்றும் இல்லாமல் வீட்டின் வெளியே வரும் அரவம் கேட்டது. யாருக்கோ போன் செய்தாள். பத்தாவது நிமிசம் வீட்டின்முன் கார் வந்தது. அதுதான் நிம்ஸாக இருக்குமோ? முன்கதவைத் திறந்தாள் ஓமனா. முற்றம் வரைக்கும் ஓடி வந்த கிச்சிலி மகள் போவதை அதிர்ச்சியாகப் பார்த்தாள். எல்லாவற்றையும் பார்த்துக்கொண்டிருக்கும் ஓமனாளின் முகத்தைப் பார்க்கமாலே நின்றாள்.

○

“எடி செட் ஒதுக்காம்...”

மேசிரிக்காரன் சொன்னதுதான் தாமதம். ஆளாளுக்குத் துள்ளி எழும்பினார்கள். அடைத்துப்போட்ட பட்சிகளைத் திறந்து விடுகையில் ஏற்படும் ஆர்ப்பரிப்பு, தடுத்து வைத்திருக்கும் ஓடைவெள்ளம் பிய்த்துக்கொண்டு ஓடும் வெப்புராளம்போல் சோலிக்காரிகள் விரைந்தார்கள். வேலை நேர ஒதுக்கலுக்கும் முன்னே நீ நான் என ஆளாளுக்கு விளக்குமாறுகளை மேசைகளுக்கு அடியில் எடுத்துப் போட்டிருந்தார்கள். ஓமனாளும் இருப்பிடம் ஒதுக்கும் வேகத்தில் எழும்பினாள்.

தன் மேசையைச் சுற்றி விரித்திருக்கும் பிளாஸ்டிக் கவரை எடுத்து உதறினாள். துண்டும் பொடியும் துகளுமான பருப்புகள் கலைந்தன. மேசையில் பரத்தியிருந்த பருப்புவகைப் பாத்திரங்களை ஒன்றன்மேல் ஒன்றாக அடுக்கி மேசையைத் துடைத்து அதன் மேல்பகுதியை மூடினாள். நாளைக்கு வேலைக்காக இருக்கும் கருநரம், புழுக்குத்துப் பருப்புகள் தணுக்காமல்[4] இருக்க இன்னுமான பிளாஸ்டிக் சீற்றால் பொதிந்தாள். மேசையில் இருக்கும் அடுக்குப் பாத்திரத்தில் பிச்சாத்தியை வைத்தாள். பொதுவாகவே அண்டியாபீசுக்காரி களுக்கு அவரவர் இடத்தில் பாத்திரங்களால் செய்த ஒரு வச்சுப்பூட்டு இருக்கும். தன் வச்சுப்பூட்டில் ஏதேனும்

4. குளிராமல்

சில்லறைப்பைசா கிடக்கா? தேடினாள். பிள்ளைகள் முந்தா நாளே பண்டமெனக் கேட்டார்கள்.

குலுக்கி பறக்கி பதினேழு ரூபா தேறியதைச் சீலை முந்தியில் முடிந்தாள். சிந்தாமணி தூத்து முடித்ததும் அவளிட மிருந்து தொறப்பாயை வாங்கி இடம் தூத்து வாரினாள். ஒவ்வொருவருக்கும் வேஸ்ட் வாரி வைக்கும் ஒரு பாத்திரம் உண்டு. அதில் தன் இடத்தின் வேஸ்றுகளை வாரிப் போட்டாள். கைகள் பிசுபிசுப்பாக ஒட்டியது.

“போமா வெளிய?”தலையில் கமத்தியிருக்கும் தொப்பியை உருவியபடி கேட்டாள் சிந்தாமணி.

“தொப்பியொக்க பொறத்துப் போய் எடுக்கணும்.” மேசிரி இறுவினான்.

“ஓ... அவனுக்க ஒரு கண்டிசன். தல அவுஞ்சி இல்லியா போவுது. காலத்தே குளிச்ச ஈரத்தோடு வாரிக் கெட்டின தலைமுடி இழுவி நாறுது.” சிந்தாமணி செட் வாசலிலே தொப்பியை உருவினாள். தலைநாற்றம் அவளுக்கே சகிக்க இயலவில்லை.

உருவிய தொப்பியைத் தலையில் வைத்தாள். சோலிக் காரிகள் வெளியில் வந்தார்கள். ஆடையின் மேல்பக்கம் அணிந்திருந்த நைட்டி போன்ற கவுனை உருவிக் கக்கத்தில் வைத்தாள் ஓமனா. செட்டின் வெளிப்பக்கம் இருக்கும் பைப்பில் இவளுக்கு முன்னே பாஸ் சோலிக்காரிகள் கை கால் கழுவிகொண்டு நின்றார்கள். அவர்கள் விலகட்டுமென உருவிய கவுனை உருட்டிப் பொதிந்து அருகில் இருந்த சுவரின் மேல் பக்கம் வைத்தாள்.

தரைத்தூத்து வாரியதால் உள்ளங்கையில் ஒட்டிய அழுக்கை உருட்டியபடியே நின்ற சிந்தாமணி ஓமனாளைப் பார்த்தாள்.

“தங்கம் சித்தியைப் பாக்கணும். தல்லுபெரைவரைக்கும் பெயிட்டு வருவமா? அவளுட்ட ஒரு விசயம் சொல்லணும்.”

இருவரும் தல்லுபெரை நோக்கிப் போனார்கள். அந்திசெட் ஒதுக்கும் வேகத்தில் நின்ற தங்கம் இவர்களைக் கண்டதும் வெளியே வந்தாள். சிந்தாமணி அவளருகே போய்க் கசிந்தாள். தன் மனதில் இருக்கும் விசயத்தைச் சொல்ல தொடங்கினாள்.

“என் மாப்பிள இயற்கனவே குடிகாரன். ஊருல பாதிக்கும் மேல குடிச்சி அழியிற நிலையில எங்க ஊருல இன்னும் பார் சாப் ஆரம்பிக்கப் போறாங்களாம். நம்ம குத்துவிளக்கு அவா

ஊருல வரக்கு இருந்த பார் சாப்பை அவளுக்குத் தோதான பெண்களை வச்சி மறியல் செய்து அங்க பிறகு அந்தக் கடை வராமலே போச்சாம் இல்லா." விசும்பலோடு சொன்னவளை தங்கம் இதமாக அணைத்தாள்.

"ஒரு பக்கம் அடைக்க போராட்டம். இன்னொரு பக்கம் திறக்க போராட்டம். நாட்டுல கள்ளச்சாரயம் குடிச்சி உடனே சாகுறாங்க. இல்லியா நல்ல சாராயம் குடிச்சி கொஞ்சம் கொஞ்சமா சாகிறாங்க. எதோ நம்மளால முடிஞ்ச எதிர்ப்பைக் கொடுத்துட்டு இருக்கோம்."

அதற்குள் குத்துவிளக்கு வந்தாள். அவளிடம் விசயம் போனது.

"நான் இதுக்குப் பொறுப்பு எடுக்கியேன்... ஒரு நாள், ரெண்டு நாளு வேலைக்கி வராம இருந்தாலும் ஒண்ணும் இல்ல. இந்த வாரத்திலே ஒரு நாளை முடிவு பண்ணியிட்டு எல்லாருமா போய் போராடுவோம்" குத்துவிளக்கின் வேகம் ஓமனாளைத் தொற்றியது.

மற்ற பெண்களோ முன்னெடுக்காத பல விசயங்களை அண்டியாபீசுக்காரிகள் செய்ய முனைவதில் ஓமனா பெருமைகொண்டாள்.

○

"பெட்டச்சிகளுக்கு மட்டுமில்ல, மனுச குலத்துக்கான ஒரே சலுகையும், ஒரே மீட்பும் இந்த சாராய சாப்புகளை ஒழிச்சியது தாமுட்டி..." தீர்க்கமாகச் சொன்னாள் தங்கம். பெண்கள் பலர் ஒன்றாகக் கூடி மதுக்கடைத் திறப்புக்கு எதிர்ப்பான நாளைக் குறித்தார்கள். பெண்களின் கூட்டமைப்பைக் கண்ட தல்லுமேசிரி முகம் மாறியது.

"எடி எந்தாடி இவிட வெகளம்?"

"மேசிரி நீரு வருதா போராட்டத்துக்கு?"

"சீ போடி அவிட." குத்துவிளக்கைச் செல்லமாக விரட்டினான் மேசிரி. பெண்கள் ஒய்யாரமாகச் சிரித்தார்கள்.

பாஸ் வாங்கும் இடத்தில் ஆளாளுக்கு பாசுகளை வாங்கினார்கள். வீட்டுக்கெனக் கிளம்பினார்கள். வாட்சர் செட்டில் வரவும் பெரிய வாசலை வாட்சர் திறந்துவிட, அங்கே நுழைந்தது ஜீப். அதன் முன் இருக்கையின் இடது பக்கத்தில் ஒரு கணம் பார்த்தாள் ஓமனா. அங்கே... அங்கே... அவள் இதயம் துடித்தது.

"அது... ஓமனக்குட்டன். ஓமனக்குட்டன்."

ஜீப்பை நோக்கிக் கையை நீட்ட, இதர சோலிக்காரிகள் பார்த்தார்கள். ஆமா, அதே ஓமனக்குட்டன் வந்திருந்தான். ஓமனாளைத் தீவிரமாகக் காதலித்தவன். அவளின் அடுக்குப் பெட்டியில் ஊருக்குப் போயிட்டு வரும்போதெல்லாம் பொட்டு பூவு, சிலெய்டு வகைகளை வாங்கிவைத்து அன்பை வெளிப்படுத்தியவன்.

"நமக்கு ஈ கேரளமும் வேண்டாம். தமிழ்நாடும் வேண்டாம். எவிடங்கிலும் போய் ஆருக்க சல்லியமும் இல்லாம சீவிச்சுலாம். நீ வாடி" எனக் காதல் சொல்லி அழைத்தவன் வந்திருக்கிறான். ஓமனா – ஓமனக்குட்டன் என்ற இருவரின் பெயரின் பொருத்தம்வைத்து கம்பெனியில் பல பெண்களெல்லாம் சிரிப்பார்கள். அந்த சிரிப்பொலி எங்கோ இன்னும் கேட்பது போலவே இருந்தது.

"நம்பாத. நாங்க எல்லாம் ஏமாந்ததுபோல ஆகியிராத. அப்பிடி அவனுக்கு இஷ்டமங்கி அவனுக்க வீட்டிலேயும் கேட்டுச் சம்மதிச்சிட்டு வரச் சொல்லு. நமக்குக் கல்யாணமா எடுத்து ஒன்ன அவன்கூட அனுப்பிவச்சுலாம்" என்று சித்திக்காரி சொன்னதை சிந்தாமணி வழியாகச் சொன்னபோது அவன் அதை நிறைவேற்றியிருக்கவில்லை.

"நாட்டுல இதுபற்றி பேசான் ஒரு மார்க்கமும் இல்ல. அங்கன கலியாணமாயிட்டு எடுக்கான் ஆரும் சம்மதிச்சு தரூல்லா. ஞான் அவளைக் கொண்டுபோவாம்."

பவுளி, தங்கத்திடமெல்லாம் சொன்னபோது அவர்கள் அதை நம்பவில்லை. ஓமனாளுக்கும் அவனை நம்பி சொந்த நாட்டை, மொழியை. பண்பாட்டை விட்டுட்டுப் போகத் திராணி வரவும் இல்லை.

வேலைநிறுத்தம் செய்த கடைசி நாள் வாட்சர் செட் வரைக்கும் பின்னால் வந்தான்.

"ஓமனே, நின்ன ஞான் மனசறிஞ்சி சினேச்சிட்டுண்டு. ஞான் நின்ன மறக்குல்லா."

அந்தக் குரல் இப்போதும் ஒலிக்கும் அளவுக்கு அவன் இன்னும் கல்யாணம் செய்திருக்கவில்லை. சித்தியும் மற்றவர்களும் சொன்னதைக் கேட்காமல் இவனோடு போயிருக்கலாமே. முதன் முதலாக மனசில் விழுந்தது ஒரு கல்.

பழைய சோலிக்காரிகளைக் கண்டதும் ஜீப்பை நிறுத்தச் சொல்லி அதிலிருந்து இறங்கினான் ஓமனக்குட்டன்.

அண்டியாபீசு

அன்று கண்டதுபோல் இல்லாமல் இன்னொரு விதத்தில் அழகாக இருந்தான். விரிந்த தோள்கள், பரந்த முகம். குறுந்தாடியில் நரையின் மினுக்கம். வயிறு முன்பக்கம் லேசாகப் போட்டிருந்தது. தலைமுடிகளில் நரையின் சிணுக்கம்.

“மேசிரி சோந்தானா?” குத்துவிளக்கு ஆரம்பித்தாள்.

“இது ஆரா நம்மளுண்ட குத்துவிளக்கோ?”

“போவும் மேசிரி” சிரித்தாள்.

“மேசிரி இப்ப இந்த கம்பெனியில என்னத்துக்கு வந்துது?”

“எடி ஞானானு இனி இவிடத்த பாஸ்பெரை மேசிரி.”

இடிந்தாள் ஓமனா.

தங்கத்திற்கும் அவனோடு பேச வாய் வரவில்லை. பாஸ் போடும் டப்பாவின் அருகே நின்ற ஓமனாளின் உடல் விறைக்கத் தொடங்கியது. எல்லோரிடமும் பேசியவனின் கண்கள் ஓமனாளிடம் வந்தன; அவன் முகம் சட்டென மாறியது. எங்கோ ஓர் இடத்தில் கல்யாணம் ஆகி நல்ல ஒரு நிலையில் தன் காதலி வாழ்கிறாள் என நிம்மதியாக இருந்தவனுக்கு அவள் மீண்டும் அண்டியாபீசில் சோலிக்கி வந்திருப்பதில் அதிக அதிர்ச்சி, துயரம்.

“அது ஓமன அல்லே; இவள் எந்தினான்னு இன்னும் இவிட சோலிக்கி தங்கமே, நிங்களெக்க ஓமனயை நல்ல புருஷனுக்கு கலியாணம் கெட்டி விடல அல்லே. எடி ஓமனே, நின்ற சீவிதத்திற்கு எந்தா ஆயி? நினக்கு மக்களுக்கெ உண்டோ?”

கேட்டவனின் கேள்வி கணைகளின் துயரம் தாங்க இயலாத ஓமனா பெரிய வாசலின் வெளியே ஓடினாள்.

நேரம் பிந்திப் போயிருந்தபடியால் பேருந்தில் போவதற்காகப் பேருந்து நிறுத்தத்தில் நின்றாள் ஓமனா. தங்கம், குத்துவிளக்கு சக சோலிக்காரிகளோடு பேசி அளாவளிக்க முடியாதபடிக்கு ஓமனக்குட்டன் இவளைக் கலைத்திருந்தான். தங்கம் அடிக்கடி இவளைப் பார்த்த படியே நின்றாள். நெருங்கிப் பிதுங்கி வந்தது இலவசப் பேருந்து. நேரம் போய்கொண்டிருந்த நிலையில் நெருக்கம் என்றும் பார்க்காமல் அதில் அண்டியாபீசுக்காரிகளும் ஏறினார்கள்.

அவர்களின் சோற்றுப் பாத்திரமும் உருக்குலைந்த கோலமும், அண்டி வெட்கையும் பஸ்ஸில் பரவ, பலரும் முகம் சுளித்தார்கள். நெருக்கிப் பிதுக்கி ஏறும்போது உரசாமல் நிற்க

முடியாது. குத்துவிளக்கின் அருகில் ஆபிஸ் வேலைக்காரி ஒருத்தி நிற்க அவளோடு இவள் தேகம் முட்டிக்கொண்டதில் அவள் அருவருப்பு காட்டினாள். முகம் சுளித்தாள். இதெல்லாம் எப்போதுமே அண்டியாபீசு பெண்கள் கடந்து போவதென்றாலும், இக்காட்சி இப்போது ஓமனாளுக்கு அதிகத் துயரம் கொடுத்தது. ஓமனக்குட்டன் ஏன் இங்கு வந்தான் என்ற அதிர்ச்சியில் ஆடிக்கொண்டே நின்றாள் பஸ்ஸில்.

பஸ் குலுங்கும்போதெல்லாம் குலுங்கிப் போகும் குத்துவிளக்கைப் பார்த்து அலுவலகப் பெண் அருவருப்பதை அவள் உணராமல் இல்லை. ஆனாலும் அடக்கினாள். நெருக்கம் உந்தித் தள்ளுகையில் கையை மேல் பக்கமாகத் தூக்கி கம்பியில் பிடித்தாள். வெட்கை அந்த ஆபிஸ்காரியின் முகத்தில் பட்டிருக்கிறது. அவ்வளவுதான் வெடித்துக் கீறினாள்.

"கொஞ்சம் பஸ்ஸை நிறுத்தி தருவீங்களா? இல்ல நான் சாடியிரவா? மேனஸ் இல்லாத அண்டியாபீசுக்காரிகளோடு இதுக்கும் மேல என்னால டிராவல் பண்ண முடியாது. யப்பா, என்னே ஒரு நாத்தம். என்னே முட்டாள் கூட்டம்."

முகமும் மனசும் அருவருப்பு பிடித்தத போலப் பேசியவளின் வார்த்தைகள் பஸ் முழுவதும் அலம்பின.

"அல்லீங்கலும் இவளுவா இப்பிடிதான். ஒரு மேனசே இல்லாம பஸ்ஸுல ஏறி பிறு பிறுண்ணு சத்தம் போட்டுட்டே இருப்பாளுவா..."

ஒத்தூதி[5] திட்டத் தொடங்கினார்கள் சிலர். எல்லாம் கவனித்த தங்கத்தின் முகபாவனை மாறியது. அவளுக்குக் கோபம் வந்தால் என்ன நடக்கும் என்பது ஓமனாளுக்குத் தெரியும். குத்துவிளக்காகிய அன்னக்கிளிக்குக் கோபம் வந்தால் கையை நீட்டிவிடுவாள். அந்த அளவுக்குத் துணிச்சல் அவளுக்கு.

"வேண்டாம் சித்தி..." இருவரையும் சமாளிக்க முயன்றாள் ஓமனா...

"என்னத்த வேண்டாமுன்னு சொல்லிய நீ? நானும் கொஞ்ச நேரமா பொறுத்துட்டு வந்தா, நல்லாதான் ஏறியாளுவா. எதோ மேனஸ் கீனஸுண்ணு சொல்லியிட்டு இருக்காங்களே? நாம என்ன வழிப்பறி செஞ்சிட்டா வாறோம்? இல்ல யாரையும் கொன்னு முறிச்சிட்டா வாறோம்? நம்ம சரீரத்தை ரத்தமும் சதையையும் உருக்கி ஊத்தி உழச்சிட்டு இல்லா வாறோம்..."

5. அனைவரும் சேர்ந்து

தங்கம் எகிறினாள்.

"ஆமா பெரிய உழைப்பு, புத்திக்கெட்ட உழைப்பு."

சொன்னவளை நிராசையில் பார்த்தாள் ஓமனா. அண்டியாபீசு உலகத்தின் வகைதொகைகள், அங்கு கிடக்கும் சைசு வகைகளெல்லாம் இவளுக்குப் புரியுமா? வெறும் கழிவு எனச் செதுக்கிப் போடும் மாவு பருப்பில்கூட எஸ்பி, கற்றல், பஸ்ட்மாவு, செகண்ட் மாவு என பலவகைகள் இருக்கு. வெள்ளைப்பருப்பில் மட்டும் ஐந்தாறு வகைகளின் பாகம் இருக்கு. புழுக்குத்துப் பருப்பில்கூடப் பல வகைகளில் பிரிவு இருக்கு. அண்டியாபீசின் பருப்பு தரவகைகளைக் கைப்பழக்க மாக்கிக்கொள்ள ஒரு வருசத்துக்கு மேலாகப் பயிற்சி பெற வேண்டும். கண்கள் கமந்து இருந்தாலும் என்ன இடத்தில் என்ன பருப்பு என வீசிப் போடும் லாவகம் பொருந்திய வேலைக்காரிகளிடம் முட்டாள் வேலை என்கிறாளே.

முட்டாள் வேலை என்றவளைக் குத்துவிளக்கு எத்திப் பிடித்தாள்.

"ஏஸியில உக்காந்து உண்டாக்குறது மட்டும் இல்ல சோலி."

ஓமனா அவளைப் பிடித்தாள்.

"வேண்டாம் சித்தியே. நம்மள நம்மா மதிச்சா போதும்."

ஓடும் பேருந்தின் குலுக்கலும், வாக்குவாதங்களுமாக நீளுகையில் இன்னும் பலரெல்லாம் பஸ்ஸிலிருந்து சிரித்தார்கள். அது இன்னும் கேவலமாக இருந்தது. நின்று கொண்டே பயணிக்கையில் பேருந்து குலுங்கிப் போகுகையில் சோற்றுப் பாத்திரங்களின் சறுவலும் வியர்வையும், பருப்பு மொச்சையும் இன்னும் அதிகமான துயரத்தைக் கொடுத்தது ஓமனாளுக்கு. இறங்கும் இடம் வந்தது. ஒருவருக்கொருவர் முறுவிக்கொண்டும் சீறிக்கொண்டும் பஸ்ஸிலிருந்து இறங்கினார்கள்.

"தள்ளே தின்ன ஒலகத்துல உழைப்புக்கு ஒரு மகிமை யில்லியா?" தங்கம் முறுவினாள்.

பேருந்தின் புகைவளையம் போலவே தங்கத்தின் வார்த்தைகள் கறங்கின. ஓமனா அதீத கலக்கமாக நின்றாள்.

13

படுக்கையில் கிடக்க முடியவில்லை. தன் அருகே வந்து பேசியவனின் கண்களில் தென்பட்ட காதல், தன் வாழ்க்கையைக் குறித்த பரிதவிப்பு.

ஏன் அவன் இங்க வந்தான்? எதுக்கு வந்தான்? எழும்பினாள். உடல் முழுவதும் வியர்த்துக் கொட்டியது. பாஸ் மேசிரியாக உலவிக் கொள்பவனைக் கடந்து எப்படி இனி அங்கு சோலி பாப்பேன்?

அவன் இன்னும் ஓமனாளை மறக்கவில்லை. அவன் இதயத்தின் துடிப்பில் கண்களின் தவிப்பில் நன்றாகவே புரிந்துகொண்டாள்.

வெளிப்பக்கம் கிடக்கும் பட்டியின் குரையல் நீளமாகக் கேட்டது. பின்பக்க ஈரோலியின் அமைதியில் அதீத துக்கம் தெரிவது போலிருக்க, பின்வாசலைத் திறந்தாள். அதுக்குள் முன்வாசல் தட்டப்பட்டது.

"அவனாதான் காணும்."

மாப்பிளைக்காரன் என்பது தெரிய நிதானமாகக் கதவைத் திறந்தாள். அங்கே ஒரு ஆம்புலன்ஸ். அதிலிருந்து இறக்கப்பட்ட மாப்பிளை மனு.

"குடிச்சிட்டு வேலை செஞ்சா இப்படித்தான். குடிபோதையில சாரத்துலண்டு விழுந்துட்டான். இப்ப வலது காலுக்குப் பிசவு."

விசயம் தெரிந்தவளுக்கு மாபெரும் எரிச்சல் வந்தது. அவள் கண்கள் கலங்கவே இல்லை.

"கெட்டுன மாப்பிளைக்கி காலு முறிவுன்னு சொல்லியிட்டு நின்னா நீ ஏன் இப்படி நிக்கிய?" கண்ட்ராக் கேட்டான்.

"அப்பவே மனசு முறிஞ்சி போச்சி எனக்கு." மனசில் சொன்னாள்.

வந்தவர்கள் மனுவைப் பிடித்து இறக்கினார்கள்.

"கிட்ட ஒரு ஆஸ்பத்திரியில கொண்டு போயிருக்கு. மாவு போட்டு ரெஸ்ட் எடுத்தா செரியாகும். நீ எதுக்கும் ஆசாரிபள்ளம் ஆஸ்த்திரிக்கி கொண்டுபோ."

சொன்ன கண்ட்ராக் செலவுக்கென ஐயாயிரம் ரூபாயை ஓமனாளின் கையில் கொடுத்தான். எதுவுமே பிடிக்க வில்லை ஓமனாளுக்கு. கால்வலியின் முனகலோடு முக்கிய மாப்பிளைக்காரனின் முனகலைத் தாண்டியும் ஓமனக் குட்டனை நினைத்தாள்.

இனி இவனை ஆஸ்பத்திரிகளில் கொண்டு அலைவேனா, ஓமனக்குட்டனைப் பார்ப்பேனா, கடன் மீட்ட சீட்டுக் கட்டுவேனா?

"சும்மா குடிச்சி மோள வேண்டியது. பிறகு இப்பிடி படுத்து கிடக்க வேண்டியது."

வலியில் மிகுந்தவனோடு வேண்டுமென்றே பேசினாள். மகனின் வலி மூணல் கேட்ட கிச்சிலி.

"லே ஒனக்கு என்னல ஆச்சி?"

ஒப்பாரியோடு வீட்டில் ஏறினாள்.

"நான் ஒன்ன பாக்கம்ப இப்பிடியா இருந்த நீ? இப்ப சீரும் கெட்டு, கோலமும் கெட்டு; அய்யோ ஒங்காலுக்கு என்ன ஆச்சி மோனே?"

ஓமனா எதுவும் பேசாமல் ஈரோலி மரத்தையே பார்த்தாள்.

"நான் இப்ப என்னத்த தான் செய்யணும்" மரத்தோடு கேட்டாள். இராத்திரி என்பதால் தங்கத்திற்கும் போன் செய்ய மனம் வரவில்லை. அப்படியே இருந்தாள்.

"ஆஸ்த்திரிக்குப் போவம் மோனே."

"ஆஸூத்திரி கீஸூத்தியின்னு எங்கேனும் பணம் கொடுக்கிய ஆஸூத்திரிகளுல கொண்டு தள்ளினா என்னைக் கொண்டு பாக்கக் களியாது. விக்கவோ பறக்கவோ எனட்ட ஒண்ணு மில்ல; நேரம் வெளுக்கட்டு. ஆசாரிப்பள்ளம் கெவர்மெண்ட் ஆஸ்பத்திரிக்குக் கூட்டியிட்டுப் போலாமுன்னு இருக்கேன்" என்று கிச்சிலியோடு சொன்னாள்.

“கெவர்மெண்ட் ஆஸுத்திரிக்கி எங்க வம்சத்தில யாருமே போனதில்ல; அங்க எல்லாம் போக்கத்தவங்கதான் போவாங்க.”

“எனக்கு என்ன போக்கு இருக்கு? நான் அங்கதான் கொண்டு போவேன்.” இறுவலோடு சொன்னாள். குழந்தைகள் முழித்தார்கள்.

❍

காலை சுகமாகவே இல்லை. தங்கத்திடமும் சிந்தாமணியுடனும் விசயத்தைச் சொன்னாள்.

ஆஸ்பத்திரியில் வந்து ஆறு நாள்கள் ஆகிவிட்டன. வலது கால் முட்டுக்கும் கீழே சிறியதாக அறுவை சிகிச்சை செய்த நிலையில் கட்டிலோடு ஆனான் மனு. ஓமனாளின் பிள்ளைகளைத் தங்கம்தான் கவனிக்கிறாள். இங்கு அறைக்காக, மருந்துக்காக, டாக்டருக்காகப் பணம் செலவழியாவிட்டாலும் காபி வாங்க, மாப்பிளைக்குப் பழ ஜூஸ் வாங்க, ஆப்பம் தோசை வாங்கச் சில்லறை சில்லறையாகப் பணம் தேவைப் படுகிறது. எதோ குடும்பத்திற்காக அரும்பாடுபட்டு உழைக்கப் போனவனுக்கு இப்படி ஆகிவிட்டது என்று கிச்சிலி ஊரில் புலம்பிக்கொண்டிருக்கிறாள். இதுவரையிலும் யாரும் அவனை வந்து பார்க்கவும் இல்லை. அரசாங்க ஆஸ்பத்திரி தர்ம ஆஸ்பத்திரி என்கிற கௌரவக் குறைச்சலாம் அவர்களுக்கு.

வாங்கி வந்த பழத்தை ஜூசாகப் பிழிகையில் பிள்ளைகளின் நினைவே வந்தது. இந்த மாதிரியான ஜூசுகளைப் பிள்ளைகளெல்லாம் கண்டிருக்கவேவில்லை. ஆனால் இவனுக்குப் பிழியும் விதி இருந்திருக்கிறதே...

தன்னால் இப்படியொரு நிலை வந்துவிட்டதே என்கிற பச்சாதாபம் இல்லாமல் ஆஸ்பத்திரியிலும் ஓமனாளைக் கசக்கிப் பிழிந்தான் மனு.

பழத்தைப் பிழிந்து வடித்து அவன் கையில் கொடுத்தாள். அதை உன்னிப்பாகப் பார்த்தவனின் கண்கள் சிவந்தன.

“எவனுக்க ஓர்மையில பிழிஞ்ச? இம், தூளும் துருத்தியும். நீயே வச்சி குடி.”

“எதோ கொண்டு தட்டினதுபோல பேசுதே, இந்த ஜூசுக்கு எங்கண்டு ரூபா வந்துன்னு தெரியுமா?”

“அதான் ஒனக்கு அண்டியாபீசுல அஞ்சாறு கள்ள மாப்பிளைகள் உண்டே...”

“ஆமா உண்டு.” அழுத்தமாகச் சொன்னாள்.

“அது எனக்கு மும்பே தெரியும்.”

“தெரியுமங்கி வச்சிட்டு இரும்.”

இவர்களுக்கான வாக்குவாதங்களைப் பக்கத்துக் கட்டில் நோயாளிகள் பார்த்தார்கள். ஆண்கள் வார்டு முழுவதும் இதுதான் கதிபோல் இருந்தது. எல்லாக் கட்டில்களிலும் எதோ ஒரு ரோகத்தில் மாப்பிளைக்காரன்கள் கிடக்க அவனுகளின் சேவகிகளாகப் பெண்டாட்டிகள் தெரிந்தார்கள். அந்தத் துன்பகரமான நேரத்திலும் அடிமையைப் போல் மனைவிகளைப் பார்க்கிறார்கள்.

வார்டின் வெளிப்பக்கம் வந்திருந்தாள் ஓமனா. வளைந்து நின்ற வேப்பின் கிளை வார்டின் முகப்பில் விழுந்து கிடந்ததைப் பார்த்ததும் ஆசுவாசமாக இருந்தது. ஈரோலி மரத்தின் நினைவும் வந்தது. இனி எப்போது சரியாகி இவனை நடக்க வைத்து, வீட்டுக்கு போய், ஈரோலியைப் பார்த்து, வேலைக்குப் போய்... பெருமூச்சு விட்டாள்.

“மனுகூட உள்ளவங்க வாங்க.”

வார்டிலிருந்து நர்சின் குரல் கேட்டது. எழும்பினாள்.

“யம்மா, அவருக்கு மோசன் போகணும் என்கிறாரு.”

வந்த நாளிலிருந்தே கழிவறைக்குப் போகும்போதெல்லாம் அவன் கையைத் தன் தோளில் போட்டு, அவன் உடலைத் தன் உடலோடு சாய்த்து மெல்லமெல்லக் கழிவறைக்குள் கூட்டியிட்டுப் போய் அவன் ஆடையை அகற்றி, அவனைக் கழிவறையில் உட்காரவைக்கத் தன் கையைப் பலமாகக் கொடுத்து, அவன் குண்டியைக் கழுவித் துடைத்து மீண்டும் கட்டிலில் கொண்டு கிடத்தி, காலையில் அவன் பல்லைத் தேய்த்துக் கொடுத்து, முகம் கழுவி, தலை சீவி, உடுதுணியை மாற்றிக் குளிக்க வைத்து என்னெல்லாம் பாடுசூடுகள்; இப்படியெல்லாம் ஒருத்தி செய்கிறாளே என்று இல்லாமல் இதெல்லாம் “உன் கடமை” என்பதுபோல் அதிகாரத்தில் முறுக்கிறானே என்கிற சிலுவைதான் ஓமனாளுக்கு அதிக வெப்புராளமாக இருந்தது.

“அங்க எவனட்டி பாக்க போன? நான் நொண்டி ஆகிப் போனதுல ஒனக்கு அம்புடு பெரிய சந்தோசம் இல்லியா?” என்று அவன் சொன்னதைக் கேட்டுப் பக்கத்துக் கட்டிலில் இருந்தவர்கள் குசுகுசா சிரித்தார்கள்.

“ஆமா எனக்க மத்தவன் அங்க வந்திருந்தான். அவனைத் தான் பாக்க போனேன்.” கோபமாகச் சொன்னாள். பீ

முட்டியவன் அவள் கழுத்தை நெரித்துக் கொல்லும் கோபத்தில் முறைத்தான்.

"எம்மா சீக்கிரம் கூட்டியிட்டுப் போம்மா" என்று வார்டு சுத்தம் பண்ணுகிறவள் சொல்ல, அவனைத் தோளில் சாய்க்கவே அருவருப்பாக இருந்தது.

"இவ்வளவுக்குக் காட்டத் தெரியுது இல்லியா? போய் தூற வேண்டியதுதானே..."

"மாப்பிளையைப் பழிவாங்கிய நேரமா இது?" சுத்தம் பண்ணுகிறவள் இடையில் சொருகினாள்.

"இவனையெல்லாம் ஒங்க யாருக்கும் தெரியாது."

"வீட்டுக்கு வீடு இதுதான் கதையா இருக்கு. அதெல்லாம் நியாயம் பேசிய இடம் ஆஸ்பத்திரியா?" துப்புரவுத் தொழிற்காரி சொன்னாள். ஓமனா வாயை மூடினாள்.

வேண்டா வெறுப்பாக அவனைப் பிடித்தாள். தன் முழு பாரத்தையும் ஓமனாளிடம் சாய்த்து காலைத் தூக்கிக் கிந்திகொண்டு நடந்தவனை அப்படியே பிடித்துக் கீழே தள்ளினால் என்ன என்று ஒரு கணம் யோசித்தாள். தள்ளு தள்ளு என ஒரு மனம் ஆவேசமாகச் சொல்லும் முன் கழிவறை வந்தது. சுவரில் சாய்ந்து ஓமனாளை முறைத்தான் மனு. ஓமனா மூச்சு வாங்கினாள்.

"ஒனக்க போக்கெல்லாம் சரியாப்படல. அக்கம்பக்க முள்ளவனுவளைப் பெண்டாட்டிமாருகள் எப்படி கவனிக்கிறாங்கன்னு பாருட்டி"

அவள் செவளையைப் பிடித்துப் பிதுக்கிச் சொன்னவனின் கண்களில், நான் கணவன் என்னும் திமிரைக் கண்டாள். அந்தத் திமிரை அடக்கி அதில் ஏறி நிற்க மனம் கொதித்தது. கக்கூசுக்குள் ஆனவனை உள்ளே விட்டவள், வெளியே பூட்டினாள்.

"குட்டே கதவத் தொற"

திறக்க மனம் வரவில்லை. கல்யாணம் ஆன நாளிலிருந்து இக்கணம் வரைக்கும் அவனிடமிருந்து கிடைக்கும் அவசங்கைகள்[1], மதிப்பின்மையின் சுருளல்கள் அதீத இறுக்கத்தைக் கொடுத்துக் கொடுத்து ஏனோ ஒரு மரப்பு முறுகியது. உள்பக்கம் அடித்துக்கொண்டே இருந்தான். அவள் வெளியே வந்தாள். வார்டு முழுவதும் கட்டில்களில்

1. அவமரியாதை

கிடக்கும் ஆண் நோயாளிகளுக்காகப் பத்தியம் இருக்கும் பெண்டாட்டிகளைக் கவனித்தாள்.

"கணவன் என்னும் அதிகாரத்தின் கீழ் இன்னும் எத்தன நாள் அடிமைகளைப் போல் வாழணும்? எல்லாரும் இவனுகளுக்க கழுத்த நசுக்கியிட்டு ஓடியிருங்கா" ஓங்கிச் சொல்ல மனசு பிரளயம் கொண்டது. ஆனால் சொல்ல முடியவில்லை.

"டாய்லெட் கதவை யாரு பூட்டியிட்டு வந்தது? அங்க யாரோ கதவை உடைக்கிறதுபோல தல்லுறாங்க."

ஸ்டாப் நர்சு சொல்வது காதில் விழுந்தது. இவள் பதிலே சொல்லாமல் வார்டின் வெளியே வந்தாள். வெளியில் வந்தவள் அப்படியே அதிர்ந்தாள். மேசிரி ஓமனக்குட்டன், அவனோடு வாட்சர், இன்னுமாக தங்கம், குத்துவிளக்கு, சிந்தாமணி என வந்திருந்தார்கள்.

"இஞ்ச என்னத்துக்கு எல்லாரும்?" திணறினாள்.

கக்கூசுக்குள் பூட்டிப் போட்டவன் இவனையெல்லாம் பார்த்தால் என்ன சொல்லப் போகிறானோ? முன்னாள் காதலன் சீரு கெட்ட தன் புருசனைப் பார்க்கும்போது என்ன நினைப்பான். தங்கத்தைப் பார்த்தாள்...

"ஏன் எல்லாரையும் கூட்டியிட்டு வந்த?" என்ற கேள்வியைப் பார்வையால் தூக்கினாள்.

"எங்க நின்ற பர்த்தாவு?"

ஓமனக்குட்டனின் தேடலின் தீவிரம் இவளுக்குப் புரிந்தது. வேகமாகக் கக்கூஸ் நோக்கிப் போனாள். அவன் கதவைத் திறக்கும் முன்,

"பன்ன கூதி மோளே..."

கெட்டவார்த்தைகளைத் துப்பினான். முகம் நனைந்த அவமானத்தைத் துடைத்தபடியே சிரிக்க முயன்றாள்.

"எங்க அண்டியாபீசு மேசிரியெல்லாம் பாக்க வந்துருக்கு"

விசமச் சிரிப்போடு ஓமனாளின் தோளில் கையை ஊன்றி அழுத்தம் கொடுத்து நடந்து வந்தான்.

ஓமனக்குட்டனின் பார்வை தன்னை ஊடுருவித் துளைப்பதைச் சகிக்க முடியவில்லை. இதுதான் சமயம் என்பதுபோல் தோளில் கனத்தவனைத் தள்ளவும் முடியாமல் சுமந்தாள்.

மலர்வதி

குத்துவிளக்கு வாங்கியிட்டுப் போன ஆப்பிளைக் கட்டிலில் வைத்தாள். தங்கம் மாதுளையைக் கொடுத்தாள். ஓமனக் குட்டன் ஓமனாளையே மனசுக்குள் பார்த்தான். நைந்து பிய்ந்துபோன மாப்பிளையைச் சுமக்கும் இக்காட்சியை இவன் யோசித்தும் பார்க்கவில்லை. எங்கோ நலமாக இருக்கிறாள் என்று நினைத்தவனுக்கு, பார்த்த கணத்திலே ஓமனாளின் வாழ்க்கைக் கோலம் புரிந்தது. மனுவின் சுபாவம் தெரிந்தது. பார்க்க வந்திருக்கிறார்களே, எதாவது பேசுவோம் என்ற ஒரு இங்கிதம் இல்லாமல் குண்டியைக் காட்டியிட்டுக் கிடந்தான். அங்கு நிலவிய மௌனம் ஓமனாளைக் குடைந்தது.

"எல்லாரும் இருங்கா சாயை வேண்டியிட்டு வாறேன்."

"எங்களுக்கு ஒண்ணும் வேண்டாம் பொன்னு மோளே" தங்கம் ஓமனாளின் தாடையைத் தடவினாள்.

"எனக்க மொவுளுவா எப்பிடி இருக்குனம் சித்தியே?"

குரல் பிசிறியது. தங்கம் ஓமனாளின் கையைப் பிடித்தாள்.

"சரி அப்ப ஞுங்கள் புறப்படான் போவுன்னூ."

ஓமனக்குட்டன் விடைபுரிந்தான். எதோ நினைவு வந்தவன் போல் சாப்பில் கையைப் போட்டு உள்ளே வைத்திருந்த கவரை எடுத்தான்...

"இந்தா எந்தங்கிலும் மேடிக்கணும்"

முதுகு காட்டிக் கிடந்த மனுவின் கையில் வைத்தான். இது ஓமனாளை மிகவும் கூச்சப்படுத்தியது. அவன் வாங்க மாட்டான் என்றுதான் ஓமனா நினைத்தாள். ஆனால் அதுவரைக்கும் உம்மென இருந்தவன் தன் கையில் பணம் கிடைத்ததும் ஓமனக்குட்டனிடம் சிரித்தான்.

"செரி அப்ப காணாம்."

மனுவின் வாயெல்லாம் பல்லாக விரிந்து அவனை வழியனுப்பினான். ஓமனாளுக்குத் தர்மசங்கடம் ஆகிவிட்டது. தன்னைக் காதலித்தவனிடமிருந்து தன்கணவன் பணம் பெறுவது எவ்வளவுக்குத் துன்பமானது. சே, இது என்ன விதி? மாப்பிளையை முறைத்தாள். அவர்கள் வார்டு வாசலைக் கடந்ததும், வெடித்தாள்.

"ஓங்களுக்குன்னு ஒரு சூடுசொணையே இல்லியா? அவன் கொடுத்த பைசாயைப் பல்லை இளிச்சிட்டு வாங்கி யிட்டியளே."

விசமாகச் சிரித்தான் மனைவியிடம்.

“அவன் எனக்காட்டி தந்தான்? ஒன்ன கண்டு, ஒனட்ட உள்ள அன்புல எனக்குத் தந்தான். எதோ கொஞ்ச நஞ்ச பாசமங்கி நூறோ இருநூறோ கொடுப்பான். இது இஞ்ச பாரு ஆயிரத்தி அஞ்ஞூறு ரூபா”

எதுக்கு இவ்வளவு பெரிய பெருந்தொகையைத் தந்தான் என்று ஓமனாள் நினைத்தாள்.

“எப்பிடி வந்தாலும் பணம் பணம்தானே; கையில ஒண்ணும் இல்லன்னுதான் நினச்சிட்டு இருந்தேன். தெய்வமா அருளி செய்துருக்கு” என்று சொன்னவன் தலையணையை எளக்கி அதிலிருந்த பர்சில் நூத்தினான். ஓமனா அவனைச் சீற்றமாகப் பார்த்தாள். என்ன பார்த்தும் அவன் கிறுங்கவே இல்லை. சுரணைகாட்டவும் இல்லை.

“நோயாளிகளின் கூட இருக்கிறவங்க எல்லாம் வெளியே போங்க. பெரிய டாக்டர் வாறாங்க.”

ஸ்டாப் நர்சு சொல்ல, இதுதான் தேடிய தருணம் என்பது போல் வெளியே போனாள் ஓமனா. அவனருகில் இருக்கும் ஒவ்வொரு நொடியும் ஊசி கொண்டு அல்லவா குத்துகிறான்.

வார்டின் வெளிப்பக்கத்தில் நோயாளிகளின் உறவினர்கள் மூட்டை முடிச்சுகளோடு கிடந்தும் இருந்துமாகத் தெரிந்தார்கள். அங்கே தென்பட்ட சில குழந்தைகளைக் கண்டதும் தன் மகள்களைப் பார்க்கும் அன்பு பொங்கியது. வீட்டிலிருந்து வந்த பின் இன்னும் போய்ப் பார்க்கவில்லை.

கைகளை வீசியபடி எல்லையில்லா பெருவெளியில் நடந்துகொண்டே போக ஏங்கினாள். வெளிப்பக்கம் வந்தாள்.

பெரும் மரங்களோடு பசுமையாகக் காட்சியளித்தது ஆஸ்பத்திரி வளாகம். அங்கு தென்பட்ட சாயைக் கடையில் நெருக்கம் முண்டியடித்தது. தனக்கும் ஒரு சாயை வேண்டும் போல் தோன்றியது. சீலை முந்தியில் மாறி வைத்த சில்லறைகளின் கனம் வெகுவாகக் குறைந்திருந்தது. கடைசி வாரம் வேலை செய்த கூலி அக்கவுண்ட்டில் விழுந்திருந்த நிலையில் ஆஸ்பத்திரிக்கு வந்த பிறகு பக்கத்தில் உள்ள ஏடிஎம்மிலிருந்து பைசாயை எடுத்து வைத்திருந்தாள். அது கரைந்து போயிட்டே இருக்கு.

சாயையை வாங்கியவள் அருகே போட்டிருக்கும் இருக்கையில் அமர்ந்தாள். பிங்க்நிறப் பூக்களை விரிய

வைக்கும் மரத்தையே பார்த்தாள். ஈரோலி மரத்தின் ஞாபகம் வந்தது. என்னைத் தேடுமா? அதெப்படி தேடாம இருக்கும். பழங்களின் சீசன் முடிந்திருக்குமா? பறவைகளின் வரத்து குறைந்திருக்குமா? பாவம் இல்லியா என் ஈரோலி மரம்; சாயையை உறிஞ்சினாள்.

"அம்மோ எங்களுக்குச் சாயை?"

பிள்ளைகள் கேட்பதுபோலிருந்தது. தொண்டையிலிருந்து கீழே இறங்கவில்லை. பக்கத்தில் தெரிந்த பிச்சைக்காரரிடம் சாயையைக் கொடுத்தாள். சிலுசிலுவென வீசும் காற்றில் பிங்க் நிறத்திலான சில பூக்கள் கீழே விழுந்தன. அவற்றை ஓடிப் போய் பறக்கத் தொடங்கினாள். அவளைச் சிறுமி போலவே மரங்கள் பார்த்தன.

பறக்கிய பூக்களை மடியில் போட்டுட்டுப் பக்கத்தில் கழிவுகள் பாயும் ஓடையின் திட்டையில்போய் இருந்தாள்.

ஓமனக்குட்டனை ஓர்மைப்படுத்தும் பூக்கள் மடியில் கிடந்தாடின. அவனின் வருகை; அவனின் கண்கள், கரிசனை எல்லாமே பூக்களாகத் தெரிந்துகொண்டே இருந்தன...

மனுவின் கட்டுப்பிரித்த மூன்றாவது நாள் வீட்டிற்கு வந்தார்கள். அந்திதோறும், மகனின் காலுக்கு மருந்தெண்ணெய் போட்டுவிட என்று வரும் கிச்சிலி மகனைச் செல்லமாக ஓம்புவதைப்[2] பார்க்கையில் தலை புகைந்துவிடும் ஓமனாளுக்கு.

"இவ்வளவு காலம் மழ, வெயிலுன்னு பாக்காம வேல செஞ்ச இல்ல. இனியாவது ஓய்வா இருன்னு ஆண்டவன் எழுதியிருக்கான் மோனே."

"அப்பிடியெல்லாம் இது வச்சி ஓம்பியிட்டு இருக்க வேண்டியதில்ல. மூணு மாசம் கழிஞ்சா வேலைக்கெல்லாம் போவுலாம். கொத்த வேலைக்கிப் போகதான் முடியலன்னா நாட்டுல சோலியா இல்ல. எதோ ஒரு கடைக்குப் போலாம். பெட்ரோல் பங்க் போவுலாம். சொந்தமா கடை போடுலாம். இப்பிடியே காலு காலுன்னு வச்சிட்டு இருந்தா குடும்பத்தை யாரு பாக்கியது?"

"அதான் நீ போறயில்ல. பெரிசா உண்டாக்க." மனசின்றிச் சொன்னான் மனு.

"நான் உண்டாக்கியது எனக்கும் என் மக்களுக்கும்" வீராப்பாகச் சொன்னாள்.

---

2. கொஞ்சுவது

“என் மொவனுக்கு நான் சாப்பாடு போடுலாம். அப்பிடி ஆருக்க தயவும் அவனுக்கு வேண்டாம். நான் ஒனக்கு இருக்கியேன் மோனே.”

மகனுக்கு ஊக்கம் கொடுத்தவளைப் பிடித்து வெளியே தள்ள ஆவேசம் வந்தது.

ஒரு வாரம் ஆன நிலையில் வேலைக்குப் போக ஆயத்த மானாள் ஓமனா. வேலைக்குப் போக வேண்டுமென்று எழும்பிய அதிகாலை மிகவும் அழகாக இருந்தது. உறக்கப் பாயில் கிடக்கும்போதே ஓமனக்குட்டனின் கண்கள், அவன் சிரிப்பு எல்லாமே புது உற்சாகத்தைத் தந்தது. பிள்ளைகளை கலார் மலாரென[3] எழுப்பினாள். “செந்தூரப்பூவே... செந்தூரப்பூவே சில்லென்ற காற்றே என் மன்னன் எங்கே?” காலையிலே ஈரோலி மரத்தைக் கட்டிக்கொண்டு பாடினாள். யானைப் பாறையோடு சிரித்தாள். அங்கு வளரும் வடலி இலைகளின் பறவைகளோடு பேசினாள். வழக்கத்திற்கு மாறாக ஒருங்கவும்[4] தொடங்கினாள். குடமஞ்சள் உரசினாள். தலையில் அழுக்குத் தேய்த்தாள். சேலையில் பின் குத்தினாள். வெகு நாள்களுக்குப் பிறகு கண்ணாடியில் முகம் பார்த்தாள். நெற்றியில் பொட்டுக் குத்தினாள். கட்டிலுக்கு அடியில் கிடந்த தேஞ்ச செருப்பைக் கழுவிக் காலில் போட்டாள். ஓமனாளின் எல்லா ஆட்டம் பாட்டங்களையும் உன்னிப்பாகப் பார்த்தப்படி கிடந்தான் மனு. பிள்ளைகளும் பள்ளிக்குத் தயாராகி கிளம்பினார்கள். அவளும் கிளம்பத் தயரானாள்.

“ஒன்னப் பாத்தா, அண்டியாபீசுக்குப் போறதுபோல இல்ல. எதோ மனசுக்கு இஷ்டப்பட்டவனைப் பாக்க போறது போல இருக்கு.”

கண்களில் கயமை தெரிந்தது அவனிடம்.

“ஏன் இருக்கப்பாதோ?” அவள் புருவங்கள் நிமிர்ந்தன.

“எனக்க காலு பேந்து போனதும் எல்லாமே பேந்து போச்சுன்னு நினச்சியா? வாட்டி இஞ்ச.” கட்டிலில் கிடந்த படியே கையை நீட்டி ஓமனாளின் சீலை தும்பைப் பிடித்து இழுத்தான்.

“வெறும் அதுதான் பெட்டச்சிக்கி தேவையா ஓய்?” சீலைத் தும்பை தன்னிடம் இழுத்தப்படியே கேட்டாள்.

---

3. அக்களிப்பான சத்தத்தோடு

4. அலங்கரித்துக்கொள்ளுதல்

“என்னிக்காவது எனக்குப் பிடிச்சதுபோல நீ எங்கூட இருந்திருக்கியா? என்னை ரசிச்சி ஒருக்காலாவது பாத்திருக்கியா? என் முகத்துல சினேகமா ஒரு நாளங்கிலும் உம்மா வச்சிருக்கியா? தளர்ச்சையில்லாத ஓனக்க சாமானம் அன்னா பாரு” வெளியில் கிடக்கும் தெருப்பட்டியைக் காட்டினாள்.

“அதுட்டேயும் இருக்கு. உலகம் முழுக்க மலிஞ்சி கிடக்கிய நீயா நினைக்கிற வீராப்பு மிக்க வகை எதோ ஓனட்டமட்டும் தான் இருக்குன்னு. அதெல்லாம் எவளுக்கு வேணும்? ஆயிரம் ஆசைகளோடு ஒன்ன கலியாணம் செஞ்சிட்டு வந்தவாதான் நானும். ஆனா என் ஆசைகளையெல்லாம் ஓங்கொம்ம, தொங்கச்சிகளோடு சேர்ந்து கொஞ்சம் கொஞ்சமா நசுப்பிச்சி இடிச்சி தகர்த்துப் போட்டுட்ட... எனக்கினி ஓனட்டண்டு ஒண்ணுமே வேண்டாம்; வேண்டாம்...” வெறிபிடித்தவள்போல் தன் சீலைத் தும்பை வெட்டி உருவினாள்.

தெளிவாகச் சொன்னவளால் வெப்புராளம் கொண்டான் மனு. கட்டிலுக்கருகில் கிடக்கும் பலகைத் துண்டை எடுத்தான். ஓமனாளை நோக்கி வீசினான். டங்கென அவள் முன் நெற்றியில் விழுந்தது.

○

காலை நேர இடைவெளியில் ஓமனாளைச் சுற்றிப் பெண்கள் அமர்ந்திருந்தார்கள். தங்கம் ஆயிரத்தியெட்டு முறையேனும் மனுவைச் சபித்திருந்தாள். சிந்தாமணியும் சக தோழிகளும் அவனை வசைப்பாடி முடித்திருந்தார்கள்.

பலகையின் குச்சம் பட்ட இடத்திலிருந்து வெள்ளமும் இரத்தமும் கனிந்துகொண்டே இருந்தது. தங்கமும் கூட உள்ள பெண்களும் ஆஸ்பத்திரிக்கு அழைத்த பிறகும் ஓமனா போயிருக்கவில்லை. தொட்டுப் போட்ட மருந்தெண்ணெய் நெற்றி வழியே கசிந்திறங்கிக்கொண்டிருந்தது. மேசையில் கையை ஊன்றி ஓமனாளைப் பார்த்துக்கொண்டிருந்தான் ஓமனக்குட்டன். அவன் பார்வை தன் மேல் விழுவதை ஓமனா கவனிக்காமல் இல்லை. ஆனால் மனம் இப்போது ரெக்கை கட்டிக்கொள்ளவில்லை. வாழ்க்கையின் யதார்த்தம் வேறு; பொறுப்போ அன்போ இல்லாத கணவன், அவனுக்குப் பிறந்த பிள்ளைகள், தலையிலும் மனதிலும் கனக்கும் கடன். இவையெல்லாம் கடந்து ஓமனக்குட்டனிடம் எப்படி மனசு போகும்?

ஓமனக்குட்டனின் இந்தப் பார்வையெல்லாம் பிடிக்க வில்லை. இதையெல்லாம் தவிர்க்கும்படி அவனோடு பேச

நினைத்தாள். இப்படியே பார்த்துட்டு இருந்தால், செட்டில் உள்ள இதர பெண்கள் மோப்பம் பிடித்துவிடுவார்கள். அதுவே பிறகு பிரச்சினையாக மாறும். எதுக்கு இதெல்லாம் இனி? என்று அவனோடு வசமாகச் சொல்ல நினைத்தவள் புழுக்குத்துப் பருப்பைக் குடைந்து திருக்கினாள். கையிலிருந்த பிச்சாத்தி இடது கையின் பெருவிரலைப் பிளந்திறங்கியது. "ஆ..." சொட்டுச் சொட்டாகப் பருப்பில் இரத்தம் சிதறியது.

பிச்சாத்தி படுவதென்பதைப் பாசுபெரையில் யாரும் அதிசயமாக நினைத்து ஓம்பியிருக்க முடியாது. கையை உதறித் தனக்குக் கொடுத்திருக்கும் வேஸ்ட் துணியைக் கிழிக்க முயன்றவளை ஓமனக்குட்டன் பார்த்தான். அவன் பதறிக் கொண்டு எழுந்தான்.

"எடி மெக்காடே, ஓமனையிக்கி ஆ நோக்கு" சொன்னதோடு இல்லாமல் அவளருகே போனான்.

"மேசிரி இது எல்லாருக்கும் படியதுதான்." மெக்காடுக் காரியின் குரலில் கோபம் அமுங்கியது.

"பாஸ்பெரைக்காரியா தினம் அர லிட்டர் ரத்தமங்கி லும் ஒழிச்சிதான் சோலி பாக்க முடியும்." சிறியமணி சொன்னாள்.

"இங்கன ஆளாளுக்குப் பறையாம அவளை நோக்குடி."

அவன் குரலில் தடிமம் கூடிப் போக, ஓமனா தன் இடத்திலிருந்து எழுந்து வெளியே போனாள். அவள் நடக்கும் இடம் முழுவதும் சோரைத் துளிகள். மெக்காடும் கூடவே போனாள். ஆபீசிலிருந்து முதலுதவிக் கருவிகளை எடுத்துட்டு வந்து இவள் கை விரலில் கட்டுப் போட்டுவிட்டாள். ஆயினும் இரத்தம் கசிந்துகொண்டே இருந்தது. செட்டுக்குள் வரும் போது ஓமனக்குட்டன் முழுவதுமாக வியர்த்திருந்தான். செட் முழுவதும் அமைதியாகக் கிடந்தது. ஆளாளின் மனசில் மேசிரி ஓமனாளிடம் காட்டும் இந்தத் தனிப்பாசம் ஏன் என்ற கேள்வி அலம்பியதாகவே இருந்தது.

"பருப்பு பாசாக்கினவங்க வரிசையா எடுத்துட்டு வாங்க."

மெக்காடுக்காரி குரல் கொடுத்தாள். செட்டின் நடுத் தளத்தில் பருப்புகளை ஆய்வு செய்யக்கூடிய மேசையை இழுத்துப் போட்டாள். அம்மேசையைச் சுற்றிப் பருப்பு வகைகளைத் தட்டக்கூடிய ட்ரேய்களைப் பரத்தினாள். அவளுக்குரிய முறத்தை மேசையில் தட்டித் துடைத்தாள்.

"ஓமனே பாசாக்கிய பருப்பை எடுத்துட்டு வா..."

மேசிரிக்காரன் அவள் பெயரை அழைத்துக் கூப்பிட்டதும் செட் முழுவதும் நிமிர்ந்து பார்த்தது. ஓமனா பதுங்கினாள்.

“எளுச்சி வாடி... இவிட...”

அதில் ஒருவித செல்லமும் இருந்தது. கோபமும் இருந்தது. மேசிரி சொன்னால் மறுப்பு இல்லை. அட்டிப்போட்டு வைத்திருந்த பருப்புகளைக் குனிந்து தூக்கும்போது பலகைபட்ட நெற்றி கழன்று போவதுபோல் வலித்தது. இடது கை பெருவிரல் அற்று போனதுபோல் தரித்தது. முக்கி முனகி தூக்கிய பருப்பை மெக்காடின் அருகே கொண்டுவைத்தாள். மனசு படக்படக்கென்று இருந்தது. ஓமனக்குட்டன் பருப்பு எடுக்கும் மெக்காடின் மேசையருகே நின்றான். அனைத்து வகைப் பருப்புகளின் ஓட்டுத்தோல், மங்கல் எனச் செதுக்கி வைக்கப்படுத்தி எடுக்கும் பருப்புகளை ஒவ்வொன்றாக முறத்தில் தட்டி பாசாக்கி அவரவர் இடங்களில் அட்டிபோட்டு வைப்பார்கள். சரியாக்கிய பருப்புகளை மெக்காடிடம் கொண்டு கொடுப்பதென்பது கடினமான பரீட்சை எழுதித் தேர்வு முடிவுக்குக் காத்திருப்பதுபோலவே இருக்கும் என்பதால் ஓமனாளின் மனசில் படக்கடிப்பு கூடிக் கொண்டது. மேசிரிக்காரன் சோலிக்காரிகளின் பருப்பை வேவு பார்க்கும் வழக்கம் இருப்பதால் ஓமனக்குட்டன் தன் பருப்புகளைப் பார்த்து அதிலிருந்து குற்றப்பருப்புகள் அதிகம் எடுத்து விடுவானோ என்ற கூச்சமும் இருந்தது.

மெக்காடுக்காரியின் வீதியான மேசையின் ஓரத்தில், அடுக்கிப் போட்டிருக்கும் ட்ரேய்களில் சாய்ந்து ஓமனாளையே பார்த்தான். ஒருவித சுகமும் அவஸ்தையும் துன்பமுமாக முதலில் பத்து சைசு, இரண்டாவது நாற்பது, மூன்றாவது முன்னூற்றி இருபது என வகைப்படுத்திய பருப்புகளை மெக்காடுக்காரியின் முறத்தில் தட்டிக் கொடுத்தாள். மெக்காடுக்காரியும் ஒவ்வொன்றாக மேய்ந்து பார்த்துக் குற்றப்பருப்புகளை எடுத்துப் போட்டுக் கொடுத்தாள்.

“பருப்பெக்க விறுத்தியாயிட்டு பாசாக்கி எடுக்கணும். நிறப்புலண்டு பராதியொக்க வந்துட்டுண்டு. சோலி நேரம் ஆரும் பேசருது. நினக்கும் எந்து மாத்திறம் குற்றப்பருப்புகள் வருந்துண்டு இல்லே?” அவன் கேட்டது கூசலைக் கொடுக்க நிமிராமலே குற்றப்பருப்புகளைச் சுரண்டி கொண்டு நின்றாள்.

ஓமனாளின் அருகில் வந்தான் ஓமனக்குட்டன். அவன் அருகில் வரும்போதெல்லாம். எடுக்கும் ரோசாப்பூவின் வாசம் இப்போதும் வீசியது. அவன் கை கால்களின் விறுத்தியைக் கண்டாள். மாப்பிளையின் ஞாபகம் வந்தது. விரல்களில் நீண்டு

நிற்கும் நக இடுக்குகளின் அழுக்குகள், அக்குளின் நாற்றம், தோள்பட்டையின் தேமல், உரசிக் கழுவாத கால் வெடிப்பு எல்லாத்துக்கும் மேலான வாய் நாற்றம்... நினைக்கும்போதே குடலைப் புரட்டியது.

“பெண்டாட்டியிட்ட வரம்ப கொஞ்சமங்கிலும் அவளை ஒரு மனுசியா நினச்சணும் இன்னா. அதுக்கான வெகுமதியா வரணும் இன்னா...” அழுகை முட்ட எத்தனையோ நாள்கள் சொல்லியிருக்கிறாள்.

“ஆ... நெத்தியில எந்தூ பட்டு; குனிந்து வெள்ளைப் பருப்பை வாரியதுபோல் கேட்டவனால் நினைவை உதறினாள்...

“எந்தா நினக்கு சம்சாரிக்கியான் அறியாமோ?” இவன் ஓமனாளிடம் கேட்ட விதம் கண்டு மெக்காடுக்காரி நிமிர்ந்து பார்த்தாள்.

“நின்ற பர்த்தாவு நின்ன தல்லும் அல்லே.”

பதிலின்றி உதடுகளைக் கடித்துத் துக்கத்தை அடக்கினாள்.

“ஆருக்க பர்த்தாவு ஆர வச்சி ஓம்பியிட்டு மேசிரியே. எங்க கதையெல்லாம் பெருங்கத, இல்லியா ஓமனா...” மெக்காடுக்காரி பதமாகச் சொன்னாள்.

“ஈ... நாட்டுல குடிகாரனுவா அதிகரிச்சி போய். நின்ற பர்த்தாவும் குடிக்கும் அல்லே?”

“மேசிரிக்கி இப்ப என்ன அறியணும்... இவடத்த சோலி விறுத்தியாயிட்டு செய்யிறேனான்னு மட்டும் பாக்கணும். இல்லாம எனக்க குடும்ப கதையெல்லாம் மேசிரி அறியாண்டாம்.”

வெடுக்கெனச் சொல்லிவிட்டாள் ஓமனா.

செட்டில் பெண்கள் மேசிரிக்காரனை ஒரு விதமாகப் பார்த்தார்கள். ஓமனக்குட்டனின் முகம் வாடியது. கனத்த முகமாய் அவனைப் பார்த்த பெண்களிடம் சாடினான்.

“எடி வாயி நோக்காம சோலியளை நோக்கு.” அவமானத்தில் நெளிந்தான் மனசுக்குள். எதுவும் அறியாதவன்போல் கணக்குவழக்குகளில் மூழ்குவதுபோல் தன்னை ஆக்கினாலும் அவன் மனப் பொள்ளலை அடக்கவே முடியவில்லை.

ஓமனாளின் மீதான காதலை இப்போதுவரைக்கும் அவனால் அசைக்கவே முடியவில்லை. அக்காலகட்டத்திற்குப்

பிறகு அவன் வேறு கல்யாணமும் முடியவில்லை. வீட்டில் சில சூழ்நிலைகள் சரியாக இல்லாமல் போனதால் மட்டுமல்ல, மனசறிந்து இவளை மறக்கவும் மனசில்லாமல் ஆனான். அவள் தன்னிடம் சேரவில்லை என்பதைவிட அவள் நன்றாக வாழவில்லை என்பதில் அதிகத் துக்கம் அவனுக்கு. அதில் தலையிட வேண்டாமென ஓமனா சொன்னதில் அதீத கிலேசமாகிப்போனான்.

பருப்பைக் கொடுத்துவிட்டு இருப்பிடத்திற்கு வந்த ஓமனாளின் மனசு கதறியது. அவனோடு இப்படிச் சொல்லி யிருக்க வேண்டாமோ? மருகியது ஒருபுறம்; இன்னொரு புறம், சொல்ல வேண்டியதுதான். இதை இப்படியே வளர்த்து விட்டால் சரியாகாது என்று தோன்றியது.

நானே சாய ஆளில்லாத பெண். பிடித்துக்கொள்ளக் கைகளில்லாத பெண். ஓவெனச் சாய மார்புகூடு இல்லாத அபலை. எதோ ஒரு கணத்தில் இப்படியெல்லாம் ஓமனக் குட்டன் வந்து நின்றால் அப்படியே சாய்ந்து போவேனே அவனிடம். பிறகு என்ன ஆகும்? மனசில் டொக் பொக் என சத்தம் எழும்பியது. வியர்வை மினுங்கியது. தன் இருப்பிடத் திற்கு வந்து மேசையில் இருந்தாள். மனசு வேலையில் ஒண்டவில்லை. என்ன ஆனாலும் அவனை இதர பெண்கள் பார்க்கும்படிக்கு இப்படிச் சொல்லியிருக்கக் கூடாதோ? கண்களைச் சரித்து சிந்தாமணியைப் பார்த்தாள்.

“வெடுக்குன்னு சொல்லியிட்டியே மேசிரியிட்ட...”

“பின்ன சொல்ல வேண்டியதைச் சொல்லாண்டாமா?”

“ஆமா சொல்லியிட்டாலும் ஏன் ஒனக்க கண்ணு ரெண்டும் கலங்கிப் போயிருக்கு?”

“இல்லியே...” வெளியில் சொன்னாலும் மனசு கனத்துப் போய் கண்கள் கலங்கியிருக்கவே செய்தன.

அதை மறைக்கக் கீழே குனிந்தாள். உடுத்தியிருந்த சேலையின் அடியில் கட்டியிருந்த பாவாடையில் முகத்தை இருத்தித் துடைத்தாள். அடுக்குப் பாத்திரத்தில் கிடக்கும் தலைவலி மருந்தை எடுத்துத் தடவிக்கொள்ள முயன்றாள். அங்கே சிறிய பேப்பர் சுருளல். அதோடுகூட இரண்டு பைவ் ஸ்டார் மிட்டாய்கள். யாரு என் அடுக்குப் பாத்திரத்தில் மிட்டாயைக் கொண்டுபோட்டது. நினைவோடு நிமிருகையில் மேசையில் தலையைக் கவிழ்த்து இருக்கும் ஓமனக்குட்டன் தெரிந்தான்.

வருசங்கள் எத்தனை கழிந்திருந்தபோதும், அன்னிக்கு உள்ள அதே பழக்கம் இப்போதும் ஓமனக்குட்டனிடம் இருக்கிறதே. செட்டில் பாசம் உள்ள பெண்களுக்கு ஏதேனும் தூது சொல்ல வேண்டுமென்றால் இதுபோன்ற அடுக்குப் பாத்திரத்தில் தகவல் பரிமாற்றங்களை அன்றே நிகழ்த்துவார்கள். ஓமனக்குட்டன் வாங்கி வைத்திருந்த பல பொருள்களை இதிலிருந்து ஓமனா எடுத்ததுண்டு. அடியில் சின்னப் பாத்திரங்கள், மேல்பக்கம் பெரிய பாத்திரங்களென அடுக்கி வைத்திருக்கும் இந்த அடுக்குப் பாத்திரங்கள் இப்பெண்களின் வச்சுப்பூட்டு[5] போலவே இருக்கும். வீட்டில் உள்ள ரேசன் கார்டு, ஆதார் கார்டு, ஒதுக்கி வைக்கும் காசு, சாவி, எனப் பல பொருள்களை மறைத்து வைத்திருக்கும் இந்த அடுக்குப் பாத்திர வச்சுப்பூட்டு ஒவ்வொரு அண்டியாபீசுக்காரிக்கும் உண்டு. இப்படிப்பட்ட ஓமனாளின் அடுக்குப் பாத்திரத்தில் பேப்பர் சுருளும் முட்டாயும். முன்புள்ள நாள்களிலும் இப்படிதான் செய்தான். இப்போதும் ஏதேதோ செய்திருக்கிறான். நடுங்கிப் போன நிலையில் மிட்டாயோடு சுற்றிய பேப்பரைப் பிரிக்கும்போது என்ற அவன் அலைபேசி எண்கள் தெரிந்தன.

போன் நம்பரும் வச்சிமிட்டாயும் வச்சிருக்கியானா?

அவனை அழுத்தமாகப் பார்த்தாள். இவள் பார்வையை எதிர்பார்க்காமல் எழும்பி வெளியே போனான் ஓமனக் குட்டன். அவன் கையெழுத்துகளோடு மினுங்கிய போன் நம்பர் மனசுக்குள் பதிவாகிக்கொண்டேயிருந்தன. பேப்பரைக் கசக்கி வேஸ்ட் பாத்திரத்தில் போட்டாள். வெளிவாசலில் நின்ற ஓமனக்குட்டன் இவற்றைப் பார்த்துக்கொண்டே நின்றான்.

"எடி ஊணு களிக்காம் போவுன்னு ரோக்க பெயிட்டு வேகம் வராம். உச்சக்க பிறவு பருப்பு தூக்கான் உண்டு."

சோலிக்காரிகளுக்கு மதிய உணவு இடைவேளைக்காக செட் வாசலைத் திறந்துவிட்டான் ஓமனக்குட்டன்.

முறத்தில் மலைபோல் தட்டிப் போட்டிருந்த புழுக்குத்துப் பருப்புகள் ஒரு போதும் ஒதுங்கிப் போகாத சலிப்பில் இருந்த ஓமனாளுக்கு உச்ச சோறுக்கான[6] அவசியம் இருப்பதுபோல் தெரியவில்லை. காலையிலே நாரங்கா ஊறுகாய் வைத்துக் குடித்த பழஞ்சி நெஞ்சில் புளிப்பாக எரிந்துகொண்டிருந்தது.

---

5. மணிப்பர்ஸ்

6. மதியஉணவு

வீட்டின் சூழல், மாப்பிளையின் நிலை, பிள்ளைகளின் எதிர்காலம் ஆகியவற்றுடன் ஓமனக்குட்டனின் காதல் நெருக்கடியை உணர்ந்தவளுக்கு வேலை ஓடவே இல்லை. ஒவ்வொரு பருப்பாக எடுத்துத் துண்டு பொடி என அரிந்து மாற்றுகையில் மணிக்கட்டு உழைந்து, தோள்பட்டைவரைக்கும் தரித்தது. தலைநிமிர்க்காமலே ஆனவளுக்குக் கழுத்து மடுத்தது. கத்தி சீவிய விரல் மருகியது.

சாணை பிடித்த பிச்சாத்தியின் கூர்முனை விரல்களைக் கிழிக்காமல் இருக்க எவ்வளவோ பவ்வியமாகப் பருப்புகளை எடுத்துக்கொண்டிருந்தாலும் அது தன் வேலையைக் காட்டிக் கொண்டே இருந்தது. பட்ட இடத்திலே மறுபடியும் பட்டுப் பட்டு ஒரு கோலம் ஆகிக்கொண்டிருந்தாள் ஓமனா.

கற்றல் மிகுந்த பருப்பைச் சீவிச் சீவி, கிழிபட்ட இடத்திலே கிழித்துக்கொண்டிருந்தது. உள்ளங்கையில் ஏறியிருந்த கத்தியின் முகம் அடிக்கடி ஏனையை விரல்களையும் கிழித்துக் கொண்டிருந்தது. ஆட்காட்டி விரலின் நடு வரியில் அழுந்தி இருக்கும் பிச்சாத்தியின் தடிமம் காய்ப்பாகி அதிலிருந்தும் வலியோ வலி.

“யப்போ சீவம் போவுது...” கையிலிருந்த பிச்சாத்தியை முறத்தில் போட்டுட்டுக் கையைத் தூக்கி முறுவலித்துச் சொன்னாள். தலைக்கும் மேல் பேன்கள் பல கறங்கிய போதும் செட் வெப்பத்தில் தகித்தது.

கண்கள் காந்தி, தலைக்குள்ளிருந்து ஒருவிதமான குத்தல் காதுகள் வழியே எடுக்க, வெறுப்பாகிப்போனாள் ஓமனா, கொத்த வேலைக்குப் போக முடியாவிட்டாலும் குடும்பத்தின் கஷ்டத்தைப் பார்த்து ஏதேனும் வேலைக்குப் போகலாமென்ற மனசே இல்லாமல் ஆன மாப்பிளையை நினைக்க நினைக்க ஆத்திரம் மூண்டது. கிச்சிலி ஊத்திக் கொடுத்துத் தடவும் எண்ணெய் மினுக்கோடு கம்புமாகப் போயிருந்து வாசகம் விற்பான் மனு.

“எங்காலுக்கு மட்டும் பிரச்சினை இல்லீங்கி, பெண்ணு பெண்ணாட்டு என் பெண்டாட்டி வீட்டுல இருந்திருப்ப” பீமாத்து சொல்லுவான்...

“எங்காலு மட்டும் நல்லவிதமா இருந்திருந்தா, எம் பிள்ளைகளைப் பெரிய பள்ளிகளுல விட்டிருப்பேன்”

“எங்காலு மட்டும் இப்பிடி ஆகலன்னா, இதுக்கும் முன்ன கடனெல்லாம் தீர்த்து, வீட்டு வேலையைத் துடங்கி யிருப்பேன்.” அவனோடு கடை ஒட்டில் கூடுகிறவர்களிடமும்,

அக்கம்பக்கம் உள்ளவர்களிடம் இப்படியெல்லாம் சொல்லிச் சொல்லித் தன் காலைப் பெரிசாக்கிக் காட்டுவான். இதெல்லாம் பார்க்கையில் ஓமனாளுக்கு நெஞ்சம் குமுறும்.

அவள் கணக்குப்படியெல்லாம் வேலை அமையவில்லை. சீட்டுக் கொடுக்க முடியவில்லை. வேலைக்கு வந்த புதிதில் தொடங்கிய மாசச்சீட்டு வெறும் இரண்டோடு நிற்கிறது. ஒரே ஒரு முறை தாமசுக்கு வட்டி பைசா கொடுத்தாள். முன்பை விட அறக்கடையில்[7] பற்று கூடிவருகிறது. இல்லாமைகள் பெருகிவருகிறது. மாப்பிளைக்கும் சேர்த்து சோறுபோட வேண்டியிருக்கிறது. அவன் செலவுகளையும் பார்க்க வேண்டியிருக்கிறது. போதா நிலையில் வாராவாரம் வாங்கும் சம்பளத்தில் கணக்குக் கேட்கிறான். விகிதம் கேட்கிறான். எல்லாவற்றிலும் கொடுமை சனிக்கிழமைதோறும் ஏதோ ஒரு கூட்டுக்காரனைத் தொற்றிக்கொண்டு அண்டியாபீசின் பெரிய கேட் வாசலில் நிற்பது. தலை கனத்துப்போனது. ஏறஏறச் சறுவும் வாழ்க்கையில் கை கொடுப்பார் யாருமே இல்லாத நிலை.

இந்த வாரம் மட்டும் பதினேழாயிரம் ரூபாய் தேவைப் படுகிறது. மூத்த மகள் கோயிலில் புதுநன்மை[8] வகுப்பில் சேர்ந்திருக்கிறாள். அங்கு முன்கூட்டியே கூடிக் கிடக்கும் ஆண்டு வரி மட்டும் ஏழாயிரத்திற்கும் மேல். கலியாணத்திற்குப் பிறகு கோயிலில் வரிக்கணக்கை மனு இதுவரை முடித்திருக்க வில்லை. ஏதேனும் விசேசங்களுக்குக் கோயிலுக்குப் போகுகையில் எல்லா முடக்கு வரிகளையும் சேர்த்துக் கறந்துவிடுவார்கள்.

ஓமனா எவ்வளவோ கேட்டும் கமிட்டி கணக்கர் சம்மதிக்கவேயில்லை.

“புதுநன்மை வேணுமங்கி வரி பாக்கியங்கிலும் கட்டியே ஆகணும்.”

உறுதியோடு சொன்னான். இதுபோக பிருள்[9] வைத்த பிராக், ஷூ, சாக்ஸ், நெற்று, ரீத்து, சிறப்புக் காணிக்கை, அது இதுவென எப்படியும் பத்துப் பதினைந்தாயிரம் ரூபாயை இழுத்துக்கொண்டு போகும்.

இந்த நிலையில் மகள் “எனக்குப் புதுநன்மைக்குச் செலவு எடுக்கணும் அம்மோ” என்று நச்சரிக்கிறாள்.

---

7. நியாயவிலைக் கடை

8. கிறித்தவச் சடங்குமுறை

9. பூ வேலைப்பாடு

பெண் பிள்ளைகள் வயசுக்கு வரும் நிகழ்வை இப்பகுதியிலெல்லாம் வெளிப்படுத்துவதுமில்லை; அதிகமாகக் கொண்டாடுவதுமில்லை. அதற்கு ஈடான பெரும் செலவை இந்தப் புதுநன்மை நிகழ்வில் நிகழ்த்திவிடுவார்கள் கிறித்தவர்கள். கலியாண வீடு தோத்துப்போகும் அளவில் ஊரையே கூட்டி பந்தல் போட்டு, முதல் நற்கருணை வாங்கும் சிறுமியை (சிறுவனை) மணமகள்போல் அலங்கரித்து மேடையில் அமர்த்தி, சொந்த பந்தங்களுக்கு அழைப்பிதழ் வைத்துச் சிறப்பு செய்வார்கள். மோதிரங்கள், பவுன் வளையல்கள், துணிமணிகள், பணமெனச் சடங்குக்கான அன்பளிப்புகளை இது வழியாகப் பெற்றுக்கொள்வார்கள். ஓமனாளின் மூத்த மகள் கீதாளோடு புதுநன்மை படிக்கும் எல்லாப் பிள்ளைகளின் வீட்டிலும் இந்தச் செலவை ஏற்பாடு செய்திருக்கிறார்கள். இதைப் பார்த்துட்டு கீதாளும் இப்படிக் கேட்பதில் ஓமனாளுக்கு அதிக வலி மனதில்.

தகப்பன் செம்மையாக இருந்து, இந்தக் கடன்களெல்லாம் இல்லாமல் இருந்தால் தன் மகளுக்கும் நடத்தியிருப்பாள். கோயில் சார்ந்த காரியங்களுக்குமே பணம் இல்லாமல் ஆகுகையில், இதில் எப்படிச் செலவு எடுக்க முடியும்? சொந்த பந்தங்களை அழைத்து, அக்கம்பக்கம் சொல்லி சுமாரான செலவு வைக்க வேண்டுமென்றாலும் ஐம்பதாயிரத்திற்கும் மேலாகிவிடுமே. எங்கே போக?

வாழ்க்கையின் சுமை சோர்வடையச் செய்தது. பெரும் கடலில் கலக்கும் காயம்போல் இவ்வளவு பெரிய செலவுகளுக்ெல்லாம் இந்தப் பிச்சாத்திப் பிடித்துச் செய்யும் முந்திரி வேலை போதவில்லை.

பெருமூச்சோடு நிமிர்ந்தாள். மதிய இடைவேளைக்காக வெளியே போகும் பெண்களின் அரவத்தில் செட் கிடந்தது. ஓமனா காலையிலே கொண்டுவந்திருக்கவில்லை. குசுனியில் போய் கஞ்சி வெள்ளம் குடித்துப் பசியைப் போக்காலமென நினைத்தவள், பக்கத்தில் இருந்த சிந்தாமணியைப் பார்த்தாள்.

“குசுனி வரைக்கும் போமா?”

“ஓ... போலாம்.”

முன்பக்கம் வரைக்கும் சிதறிக் கிடந்த புழுக்குத்துப் பருப்பை ஒதுக்கிவைத்தாள். அப்படி ஒதுக்குகையில் ஒதுங்கி நின்ற பருப்புக் குவியல்களுக்குள் இருந்து மினுமினுவா மினுங்கியது. அண்டிப்பருப்புகளுக்குள் அப்படி என்ன மினுக்கம்? அதுவும் புழுக்குத்துப் பருப்பில். மினுங்கும்

பகுதியை இழுத்தாள். டங்கென உருண்டது மோதிரமொன்று. அப்படியே விக்கித்துப்போனாள் ஓமனா. எப்படியும் மூன்று கிராம் இருக்கும். வியர்த்துவிட்டாள். இது வேறு கம்பெனியிலிருந்து வந்த வரத்து பருப்பா? இல்ல இங்கே உள்ள பருப்பா? யோசித்தாள்.

வேறு கம்பெனிகளில் அதிகமாக இருக்கும் பருப்புகளைச் சில தருணங்களில் இங்கு கொண்டு இறக்குவார்கள். ஏதொ ஒரு சோலிக்காரியிடமிருந்து களைந்து வந்த மோதிரமிது. நெற்றியில் பெருகிய வியர்வை கன்னங்களில் உருண்டது. சிந்தாமணியைப் பார்த்தாள். அவளும் உச்சைக்கான எழும்பலுக்கு வேண்டிப் பருப்புகளை முறத்தில் ஒதுக்கிக்கொண் டிருந்தாள். இன்னும் செட் முழுவதும் கண்களைவிட்டாள். யாரும் தன்னைக் கவனிக்கவில்லை என்பது புரிந்தது. மேசிரிக்காரன் கனத்த முகமாக வெளியில் சென்ற சோலிக்காரி களைக் கவனித்துட்டு நின்றான். ஓமனா அவனோடு பேசியதி லிருந்து அவன் முகம் கனத்துதான் கிடக்கிறது.

யாரும் தன்னைக் கவனிக்கவில்லை என்பதை உறுதி செய்தவளுக்குத் தன் மகளின் புதுநன்மை ஓர்மையில் வந்தது. இது உண்டங்கி எதோ ஒரு சின்ன செலவையங்கிலும் நடத்தி விடலாம். நானாகப் போய் களவாண்டு எடுக்கலியே... பீலிங் சோலிக்காரி எவளோ களஞ்ச வகையிது. இதே கம்பெனியிலிருந்து களஞ்சி போயிருந்தா இதுக்கும் முன்ன காரியம் பரவியிருக்கும். ஒரு லாட் பருப்பு சுற்றி சுழன்று பாஸ் பெரையில் வர மூன்று நான்கு நாள்கள் ஆகும். இந்த நான்கு நாள்களில் யாருமே களையவில்லை. இது வேறு எங்கோ உள்ள கம்பெனி பருப்பு. இது எனக்காகவே கிடைத்ததுதான்; மெதுவாக எடுத்தாள்; உள்ளங்கை முழுவதும் வியர்வை பிசுபிசுத்தது. தொண்டை வறண்டது. அப்படியே அடுக்குப் பாத்திரத்திற்குள் கிடந்த சின்ன பர்சுக்குள் வைத்தாள். முகத்தை இருத்தித் துடைத்தாள்.

குசுனியிலிருந்து வாங்கிய கஞ்சி வெள்ளத்தில் உப்பும் சேர்த்து இதம் பதமாகக் குடித்துக்கொண்டிருந்த ஓமனாளின் மனசில் அமைதி என்பது இல்லவே இல்லை. அந்த மோதிரத்தி லிருந்து கை கால்கள் நீண்டு முளைத்து வந்து இவள் கழுத்தை அமுக்குவதுபோல் ஒரு வித அவஸ்தை. தன்னைக் கடந்து அங்கும் இங்கும் போகும் சோலிக்காரிகளில் யாருக்கேனும் முகம் கூராந்து போயிருக்கா? அழுதிருக்காங்களா? எதையோ தேடுறாங்களா? யாருக்கும் தெரியாமல் கவனித்தாள். குறிப்பாக பீலிங் செட் பெண்களையே நோட்டமிட்டாள்.

தல்லுபெரையிலிருந்து போர்மாவில் போகும் பருப்புகளை அப்படியே பீலிங் செட்டில்தானே அனுப்பிவைப்பார்கள். அங்கு மேல் தொலியைப் பொழித்து எஸ்ற்றபிளி, புழுக்குத்து, கருநரமென வகைப்படுத்தி பாஸ்பெரைக்கு அல்லவா அனுப்புவார்கள். அதனால் பீலிங் செட் பெண்கள் யாருக்கேனும் அழுகை இருக்கா? உள்ளுக்குள் போகும் கஞ்சி வெள்ளத்தின் சூட்டையும் மீறி மனசாட்சியின் புகை இவளை அமுக்கியது.

“சிந்தாமணி. எனக்கு தங்கம் சித்தியைக் காண வேண்டி யிருக்கு. இப்ப வாறேன் இன்னா”

விறுவிறுவென தல்லுபெரைக்குப் போனாள். அங்கு கிடக்கும் படிக்கட்டுகளில் அமர்ந்தபடியே பீலிங் செட்டைப் பார்த்தாள். தொலி மெக்காடுகளில் உள்ள லில்லி, திரேசி, இவர்களில் யாரேனும் இருக்குமோ? அவர்கள் கைவிரல்களைப் பார்த்தாள். சோறு தின்னுட்டு அருகே இருக்கும் பைப்புகளில் கை கழுவும் பீலிங்காரிகளின் விரல்களைப் பார்க்கப் பார்க்க அவையெல்லாம் தன்னைக் குத்துவதுபோலவே இருந்தது. இவ்விரல்களால் பொழிக்கும் பருப்புகளில் எத்தனை முறை நகங்கள் ஒடிந்துபோயிருக்கும்... எத்தனை முறை பருப்பு களின் மூக்குக் குத்தி ஏறிப் பழுத்துப்போயிருக்கும். பீலிங் பருப்புகளைப் பொழித்துப் பொழித்து விரல்களெல்லாம் கோணிப்போய்த் தெரிந்தன அப்பெண்களுக்கு.

இன்னும் அதிகமாக வியர்த்தது.

எனக்கு அந்த வகை வேண்டவே வேண்டாம்; அது எங்கூட இருந்தா என் மனசே வெடித்துப்போயிரும் என்று நினைத்தவள், வேகமாக பாஸ் செட்டுக்குள் போனாள். பலரும் சோறு தின்னுட்டு இன்னும் வந்திருக்கவில்லை. ஓமனக்குட்டன் மேசையில் சாய்ந்து கிடந்தான். அவன் கண்களின் சோகம் புரியாமல் இல்லை. தன் இருப்பிடத்தில் வந்தவள் அடுக்குப்பாத்திரத்தைத் திறந்து மோதிரத்தை எடுத்தாள். மேசிரிக்காரனிடம் போனாள்.

“மே... சிரி...”

மெதுவாக அழைத்தாள். தன் முன் நிற்பது ஓமனா தானா? வியப்போடு அவள் முகம் பார்த்தான்.

“இந்த... மோ... திரம்... எனக்க புழுக்குத்துப் பருப்புல கெடந்து. இது யாருக்கன்னு தெரியேல.” மேசிரியின் மேசையில் வைத்தாள். ஓமனக்குட்டன் அவளை அதிசயமாகப் பார்த்தான்.

"ஒரு கிராம் பவுன் இப்பள் எத்ர ரூபாண்ணு அறியாமோ?"

"அதெல்லாம் வேண்டியும் வித்தும் இருந்தாதானே தெரியும். அண்டியாபீசு அத்தப்பாடிகளுக்குப் பவுன் விலை கேட்க ஏது நேரம்?"

"ஒரு கிராமுக்கு ஏழாயிரத்தி சில்லற இப்பளத்த ரேட்." மோதிரத்தைக் கையில் வைத்துக் கனம் பார்த்தான்.

"இத நினக்கு வச்சூடே. எப்பிடியும் முக்கா பவுன் இருக்கும்." ஒரு வித சிரிப்பில் கேட்டான்.

"இதை எடுத்துட்டுப்போனா பேடிச்சே நாஞ்செத்துருவேன். அடுத்தவங்களுக்க சாதனமுன்னா எனக்குப் பேடி...ம், நடுக்கம்."

விறைக்கும் விரல்களைக் காட்டினாள். ஓமனக்குட்டனுக்கு அவ்விரல்களைப் பிடித்து முத்தமிடத் தோன்றியது.

"அண்டியாபீசுக்காரியளுக்க சுபாவமே இதுதானே." பெருமையாகச் சொன்னான் ஓமனாளோடு. அவள் எதையும் உள்வாங்காமல் தன் இடத்தில் போயிருந்துவிட்டாள் ஒரு மூச்சு. அதில் அப்படியொரு நிம்மதி கிடைத்தது.

ஓமனக்குட்டன் அம்மோதிரத்தை எடுத்துட்டு ஆபீஸ் ரூம் போனான். அது இனி எங்கு போகுமோ அங்கு போகும் என்பதில் ஓமனாளுக்குப் பரமதிருப்தி. இங்கு விசாரித்துவிட்டு, இங்கு இல்லையென்றால் பருப்பு எங்கிருந்து வந்ததோ அந்தக் கம்பெனியில் விசாரித்தால் களைந்த பெண்ணிடம் போய்ச் சேரும் மோதிரம். முகம் தெரியாத அந்தப் பெண் எங்கிருந்தோ தன்னை வாழ்த்துவதாக ஓமனாளுக்குத் தோன்றியது.

14

மாலை மூன்று மணிக்கே தல்லுபெரையில் ஒரே கசாமுசா. சிந்தாமணியின் ஊரில் மதுக்கடை திறப்பு எதிர்ப்புக்காகக் குசுகுசாகப் பெண்கள் ஆள்களைச் சேர்த்துக்கொண்டிருந்தார்கள். வேன் பிடிக்கவும், அங்கு கோசம் போடவும் குத்துவிளக்குதான் பிரதானம். தங்கம், பாலாமணி இன்னும் பல சோலிக்காரிகள் ஊரில் உள்ள இயக்க இளைஞர்களிடம் சொல்லிவைத்து மறுநாள் காலை ஒன்பது மணிக்கு மதுக்கடை திறக்கும் இடத்தில் தர்ணா நடத்தச் செய்யும் ஏற்பாட்டில் தல்லுபெரை கலைந்து கிடந்தது,

"எடி ஆருக்காணு இவிட இருக்கான் பற்றூல்லியோ அவளு புறத்து இறங்கான்."

தல்லு மேசிரி குத்துவிளக்கின் அருகே நின்று கத்தினான்.

"மேசிரியே, ஓமக்கொரு விசயம் தெரியுமா? எங்க நாட்டுல உள்ள பெட்டச்சியா எல்லாம் செணம் அறுதலியளா மாறியிட்டு இருக்கியாங்க. எங்க நாட்டுக்க ஏகப்பட்ட வருமானமே இந்தச் சாராய கடைகளிலண்டுதான் இருக்கு..."

"அதுக்கு ஞான் எந்தாடி செய்யணும். நிங்கள் வாய் நோக்கி நோக்கி பருப்பைத் தோணிய வசம் பொடியாயிட்டு வெட்டி தள்ளியங்கி என்ற சோலியானூ போவுந்தது."

"இவரு ஒரு மனுசன். ஒண்ணு சும்மாயிரும் ஓய்..." பாலாமணி மேசிரிக்காரனை அடக்க முயன்றாள்.

"நீயாடி எனிக்கி சம்பளம் தருந்தது. என்னை அடக்கி இருத்தான் நீ என்ற வீட்டுக்காரியோ. எடி எல்லாத்தையும் பிடிச்சி பெறத்துவிடான் நோக்கு. எடி மெக்காடே."

மேசிரிக்காரனின் கோபம் எகிறியது.

"குட்டே எல்லாரும் அடங்கி இருங்கா." மெக்காடுக்காரி எழும்பினாள்.

"மனுசண்ணா ஒண்ணுக்கொண்ணு நீக்குப்போக்கு வேணும். நாளைக்கி நம்ம சிந்தாமணியிக்க ஊருல திறக்க இருக்கிய மதுக்கடை எதிர்ப்புக்குப் போற பெட்டச்சியள ஒண்ணு கூட்டியிட்டு இருக்கியதுல ஓமக்கு எங்க ஓய் பருப்பு பொடிஞ்சிபோச்சி. ஒரு குடிகாரன் மாப்பிளையா அமஞ்சா அந்தப் பெட்டச்சி அனுபவிச்ச மானசீக நொம்பலம் ஓமக்கு எங்க ஓய் தெரியபோவுது?" ட்ரே கேட்டாள்.

"எடி எனக்கு என்ற பாடான்னு பிரதானம். புறத்துபோம்ப ஆரெக்க போவணுமுண்ணு கூடாலாஜன நடத்தான் நோக்கு. இது ஜோலிஸ்தனமாணு."

"குட்டே... ஒண்ணு அமருங்க. வெளியில போம்ப இது பத்தி பேசுலாம்."

தங்கம் உரக்கச் சொன்னாள். பெண்கள் மெதுமெதுவாக அமைதியானார்கள்.

அங்கும் இங்குமென பெயர் சேர்த்ததில் நாற்பத்தியேழு பெண்கள் மதுக்கடைப் போராட்டத்தில் ஒருங்கிணைந்தார்கள். எல்லோரையும் ஒன்று கூட்டிய குத்துவிளக்காகிய அன்னக்கிளியின் முகம் வழக்கத்திற்கு மாறான ராங்கியில் நிமிர்ந்திருப்பதை ஓமனா கவனித்தாள்.

அண்டியாபீசுக்காரிகளுக்கு ஒரு எழவும் தெரியாது; என்கிற கற்பிதங்களையெல்லாம் பொய்யாக்கிய அண்டியாபீசுக்காரிகளை வானம் பார்த்துக்கொண்டே இருந்தது.

❍

முடக்க வரிகளைக் கட்டாமல் நீட்டியடிப்புச் செய்கிறவர்களைக் கோயில் பிராதானிகள் பார்க்க அழைப்புக் கொடுத்திருந்தார்கள். அந்த அழைப்புக்காக ஓமனாளும் அண்டியாபீசில் அனுமதி கேட்டுட்டு வந்திருந்தாள். அவசர அவசரமாகக் கேட்டுட்டு வந்தவள், கை கால்களைச் சரியாகக் கழுவியிருக்கவில்லை. கருநரம் செதுக்கியதொலி தலைமுடி வரைக்கும் பொட்டுப் பொட்டாகப் பறந்துட்டு இருந்தன. கை முட்டுகள், கழுத்து என அண்டிபருப்பின் துகள்கள் ஒட்டி போயிருந்தன. கழுவாத கை கால்களின் விசர்ப்பால்[1] தேகம்

1. வியர்வை

நசநசவென இருந்தது. விசாரணைக்குரிய நிர்வாகிகள் இன்னும் வந்திருக்கவில்லை. ஓமனாளின் அருகே அவள் மகள்கள். இளையவள் பெரிய துன்பம் இல்லாதவளாகக் கொடி மரத்தினருகே விளையாடிக்கொண்டிருந்தாள் சகபிள்ளைகளோடு. மூத்த மகளுக்கு விங்விங்கென இருந்தது.

"அம்மோ, எப்பிடியங்கிலும் வரி பாக்கியைக் கெட்டுவியடி."

தள்ளையின் சீலை முந்தியை நவுடி நவுடிக் கேட்டாள்.

"பாக்கலாம்."

"நீ பாக்கலாமுன்னு சொன்னாலே அது நடக்காதுதான். வரிபாக்கி கெட்டலன்னா, புதுநன்ம இல்ல."

"நீ எப்பம்சும்மா இருப்பியா? புதுநன்ம இல்லீங்கி மோச்சம் கிட்டாம போயிருமோ?"

மகளைக் கடிந்தாள். தாயின் எரிச்சல் தாங்க முடியாதவள் கோயிலின் கீழ் பக்கம் நின்ற கல்சிலுவையில் போய் சாய்ந்தாள். ஓமனாளுக்கும் சங்கடம்தான். ஆனால் என்ன செய்வது?

"ஏக கத்தோலிக்க அப்போஸ்தலிக்க திருச்சபையை விசுவசிக்கிறேன்."

சின்ன வயதில் முட்டிமுட்டி மனனம் செய்த விசுவாசப் பிரமாணத்தின் வேர்களிலிருந்து கால்கள் விலகியிருக்க வில்லை. ஆனால் என்ன? கொடுமுடியான சட்டங்களிலும் வரிச்சுமைகளிலும் இயேசுவின் ஏழைகள் இல்லையா நசுங்கிப் போகிறோம். பெருமூச்சோடு சுழன்றாள். முகத்திலும் மனசிலும் வெம்மை வாரியடித்தது. கழுத்துவாக்கிலோட்டு வழியும் வியர்வையைச் சீலைத் தும்பால் துடைத்தாள். தும்பு முழுவதும் கருநரப்பருப்பின் பொடிகள் உருண்டன.

முன்னெல்லாம் கோயில் பக்கம் வந்தால் வசந்தமாக உடலைத் தழுவும் காற்று எங்கே போனது? ஏக்கமாக அக்கம் பக்கம் பார்த்தாள். கோயில் வளாகத்தில் சூழ்ந்து நின்ற புளியமரங்களைக் காணவில்லை. முன்பக்கமாக நின்ற நூற்றாண்டுகளுக்குமான வரலாறுகளைச் சொல்லி நின்ற ஒற்றைப் பனையைக் காணவில்லை. புதுசா ஒரு கோயிலோ, கட்டிடமோ, குருசடியோ வச்சணுமங்கி ஏன் உடனே சுத்தி நிற்கிற மரங்களை முறிக்கிறாங்க? கோயில் முகப்பில் இருந்த இயேசுவின் இருதயத்திடம் கேட்டாள்.

"நீ சொன்னியாக்கும் எனக்கு மரங்கள் வேண்டா முன்னு... இப்பிடியே நாலு பக்கமும் மரங்கள வெட்டினா, கோயிலுக்குள்ள இருக்க ஒனக்கு வெக்கையா இல்லா இருக்கும்?

எல்லா உயிர்களையும் நேசிக்கச் சொன்ன நீ. ஆனா அது எதுவுமே இங்க இல்ல."

மெல்லிய குரலில் கர்த்தரோடு பேசியவளைக் கமிட்டி நிர்வாகிகளின் வருகை கலைத்தது. எழும்பினாள். ஊத்தி[2]யைப் பெருக்கிய பொருளாளரைக் காணும்போது யூதாசுபோலவே தெரிந்தான்.

கனைத்தாள். இவளைக் கண்டதும் பொருளாளர் தன் மூப்பை காட்டினான்.

"அதுவும் இதுவும் பேசி இழுத்தடிப்பு செய்யாம வரி பாக்கிகளைக் கட்டுறவங்களுக்கு மட்டும் புதுநன்மைக்கு ஏற்பாடு செய்யுங்க."

ஞானதேச நிர்வாகிகளிடம் சொல்லுவதுபோல் ஓமனாளிடம் சொன்னான். கல் சிலுவையில் தலை சாய்ந்து நின்ற மூத்த மகள் உயிர் கலைவது போன்ற வருத்தத்தில் தாயைக் கட்டியணைத்து விசும்பினாள். ஓமனாளுக்கும் மனசு வலித்தது.

"நீ இப்ப என்னத்துக்குக் கரைய? நம்ம இயேசுவுக்கு இங்க ஒரு காரியம் ஆகணுமங்கிலும் இதுபோல வரி கெட்டிதான் ஆகணும். அவரும் நம்மள போல ஏழதான் மக்களே... கரையாத. இலவசமா பெற்றீர்கள்; இலவசமா கொடுங்களென அவரு சொன்னாரு. இங்க என்னாண்ணா எல்லாமே வியாபாரமா போச்சி."

ஓமனா பேசியது நிர்வாகியின் காதில் விழுந்தது.

"போறது அண்டியாபீசங்கிலும் பேசியது எதோ வலிய கலெட்டருக்க கணக்குல. நாலும் மூணும் தெரியாதவா நம்மள ஒரு மாதிரி சொல்லியது நல்லாவா இருக்கு. அவளுக்க திமிரப்பாரு. என்னால முடியல, கொஞ்சம் கருண காட்டுங்கன்னு சொன்னா நம்மா காட்ட மாட்டமா என்ன?"

யூதாசைப் போன்று அதிகாரக் கண்கள் உருட்டிச் சொன்னான் பொருளாளர்.

"அப்ப ஒங்க கருணையிலதான் நாங்க இயேசுவ பெற முடியுமோ?"

கையில் ஒட்டிய பருப்புப் பிசுவை உருட்டியபடியே கேட்டாள்.

கணக்கனுக்குக் கோபம் வந்தது.

---

2. தொப்பை

"ஒனக்கு இப்ப என்ன வேணும்?" விரல்களைத் தூக்கிக் கேட்டான்.

"எங்களுக்க ஏழ இயேசு வேணும். மனுச அன்புகளுக்குச் சட்டம் போடாத எளிய இயேசு வேணும். எங்களைப் போல உள்ள ஏழ பாழைகள் அணுகவே முடியாதபடிக்கு நீங்களே செய்து வைத்திருக்கிற இயேசுவை இப்ப எல்லாம் எங்களால எத்திக்கூடப் பாக்க முடியேல."

ஓமனாளின் கண்களில் ஒரு தீவிரம் கறங்கியது. அதற்குப் பல காரணங்கள் உண்டு.

போன மாதம் வார பூசையைச் சிறப்பித்த சிறுவர் இயக்கத்தில் சேர்ந்திருக்கும் தன் மூத்த மகளுக்குப் பூசையில் வாசிக்கும் முன்னுரையைக் கொடுக்க மறுத்திருக்கிறாள் சபையின் வழிகாட்டி மேரி. தமிழ் மீடியத்தில் படிக்கும் தன் மகளின் மொழி வாசிப்பு அவ்வளவு அழகாக இருக்கும். பள்ளியில் நடத்தும் பேச்சுப் போட்டிகளிலெல்லாம் முதல் பரிசு எடுக்கக் கூடியவள். அவளுக்கு ஒரு வாய்ப்பு கேட்டதுக்குச் சபை வழிகாட்டி என்ன சொன்னாளாம்?

"ஒனக்க கொம்ம அண்டியாபீசுக்கு இல்லியா போறாளாம். ஒனக்கெல்லாம் எங்க வாசிக்க வரும்?"

சொன்னதோடு இல்லாமல் இங்கிலீசு மீடியத்தில் படிக்கும் செக்கரட்டரியின் மகளுக்குக் கொடுத்தார்கள். அந்தச் சிறுமி தமிழ் உச்சரிப்பு இல்லாமல் வாசித்ததைப் பெருமையாக பீத்திக்கொண்டார்கள். திறமைகள் இருந்தாலும் இயேசுவின் பீடத்தில் ஏற ஏழைகளுக்கு முன்னுரிமை இல்லை என்பதை ஓமனா அனுபவித்த கோபம் மனசில் கிடக்கவே செய்தது. வீட்டில் வந்து அழுத மகளைத் தேற்றவும் முடியாமல் திருச்சபையின் பணக்காரப் போக்குகளை விளக்கவும் முடியாமல் பட்ட அவஸ்தையின் நொம்பலம் மனசில் கிடக்கவே செய்கிறது. சிறுவர் இயக்கத்தின் பாட்டு வகுப்பில் போன மகளையும் பின்னுக்குத்தான் விட்டார்கள்.

"ஒனக்க கொம்ம அண்டியாபீசு. கொப்பன் ஒரு குடிகாரன். ஒனக்கெல்லாம் அப்பிடியெல்லாம் பெரிய டேலண்ட் இல்ல பாட்டுல" என்று கொயர்மாஸ்டர் சொல்லிவிட்டான்.

எவ்வளவுதான் முட்டிமுட்டிக் கர்த்தரின் சபையில் நுழைந்தாலும் அது வலிமை மிக்கவர்களின் கோட்டை யாகவே இருக்கிறது. முட்டும் ஏழைகளின் தலைகள்தான் சிதைந்துபோகின்றன.

அண்டியாபீசு

சின்ன வயதில் படிக்காதவர்களின் வகுப்பில் கொண்டு இருத்தியது. இப்போதெல்லாம் படித்தவர்களுக்கு மட்டுமே முன்னுரிமை கொடுக்கிறார்கள். பவுளி சித்தியின் கூட்டுக்காரி கிறிஸ்டி என்பவள் கர்த்தருக்காகவே கல்யாணம் செய்யாமல் வாழ்ந்தவள். சிறுவயதிலே ஞான காரியங்களில் அதிக ஆர்வம் கொண்ட அவள், கோயிலே கதியென்று இருந்தவள். பிள்ளைகளுக்கு ஞான காரியம் கற்றுக் கொடுப்பாள். ஞானஉபதேச மந்திரங்கள் கற்றுக்கொடுப்பாள். தினமும் பூசை காரியங்களில் பங்கெடுப்பாள். கடந்த ஆறு மாசங்களுக்கு முன் கோயில் சேவைகளிலிருந்து அவளைநிறுத்திவிட்டார்கள்.

"பிஎட் படிச்சவங்க மட்டும்தான் கோயில் காரியங்களில், ஞானதேச ஆசிரியர்களாக வர வேண்டுமென்பது சட்டம்." சாமியாரு பூசையில் சொன்னதைக் கேட்டு கிறிஸ்டியோ அந்த இடத்திலே மயங்கி விழுந்தாள். அவளோ, பண்டத்த ஆறாம் கிளாஸ். பைபிளின் எல்லா வசனங்களும் அவளுக்கு அத்துப்படி. திருமறையின் எல்லாச் செபங்களும் மனப்பாடம். மரியாளின் சங்கிலி செபம் பச்சை வெள்ளம்போல் தெரியும். புனிதர்களின் புகழ்மாலையை மூச்சுவிடாமல் பாடுவாள். எல்லாத்துக்கும் மேலாக இயேசுவின் மீது அளப்பரிய அன்பு கொண்டவள். இருதய சுரூபத்திற்குத் தினமும் ரோசாப் பூ கொண்டுவைப்பாள். அவளின் செயல்பாடுகளில் கர்த்தரே மயங்கிப்போய்க் கிடக்க, இங்கு என்னான்னா ஆலய சேவைக்கு, அதற்கான மக்கள் பணிக்கு பிஎட் பட்டதாரிகள்தான் தேவையாம். கல்விக்கும் கடவுளுக்கும் அப்படி என்ன சம்மந்தம்? தனக்குரிய வாய்ப்பு இல்லாத நிலையில், ஏங்கிப்போன கிறிஸ்டி படுத்த படுக்கையாகி விட்டாள்.

எளிய இயேசுவை அனுபவிக்க கல்வியோ, பணமோ, காணிக்கைகளோ வரிகளோ தேவையில்லை என்பதை உணர்ந்தவள் கேட்ட கேள்வியால் நிர்வாகிகளின் முகங்கள் கலவரத்தில் கோபம் அடைந்தன.

"நீ எங்களுக்கு உபதேசம் வைக்கிறியா?"

மன்ற நிர்வாகி கர்ஜித்தான்.

"பின்ன நான்தான் உபதேசிக்கணும்."

சொன்னவள் சிணுங்கி அழும் மகளை இழுத்தாள்.

"நம்மளைப் போல உள்ளவங்க மனசுக்குள்ள கட்டுற கோயிலுக்குள்ளதான் இயேசப்பா இருப்பாரு மோளே. அங்க

தான் அவருக்க சிம்மாசனம் இருக்கு." சொல்லியபடியே மகளை அழைத்தாள்.

மகளோ ஏங்கிகொண்டே நடந்தாள். ஆலய பிராதானிகள் அவளை வெறித்துப் பார்த்துக்கொண்டிருந்தார்கள்.

○

பத்து மணிக்கான இடைவெளியில் பாஸ்பெரை சலசலப்பானது. பல முறை மேசிரிக்கான மேசையில் பார்த்து ஓமனாளும் ஒருவித துயரில் ஆனாள். காலையிலிருந்து இது வரைக்கும் ஓமனக்குட்டன் செட்டில் வரவே இல்லை. அக்கம் பக்கம் பலமுறை கண்களைச் சுழட்டியபோதும் அவனின் தும்பு தெரியவில்லை. சூடுவெள்ளம் குடிக்கப் போவதுபோல் குசுனிக்குப் போனபோதும் அவனைக் காணவில்லை. மெக்காடுக்காரியோடு கேட்கவும் ஒருமாதிரி இருந்தது. இல்லன்னாலும், செட்டில் குசுகுசான பேச்சு இவளைப் பற்றிக் கிடக்கவே செய்கிறது.

"மேசிரி அவளுக்குப் பருப்பு கிலோ தூக்கிக் கொடுக்கையில் எப்படியும் அர கிலோயங்கிலும் குறச்சிதான் தூக்குவாரு."

"அவா பருப்புல எம்புடு குத்தமிருந்தாலும் கண்டுக்க மாட்டாரு."

"அவளுக்க வெள்ள கவுண்ட் சரியா இல்லன்னாலும் வெள்ளப்பருப்பை வார விடுவாரு."

"காலத்த பிந்தி வந்தாலும் பெரிசா கேட்கியது இல்ல. அவா செட்டுல பேசினாலும் கண்டுக்க மாட்டாரு. அவா பொடிப் பருப்பை பிச்சாத்தி வச்சி அரியிறதைப் பாத்தாலும் ஒண்ணுமே சொல்லியது இல்ல. பாத்திரம் வச்சி நரக்கி பொடிச்சாலும் பாத்துட்டுப் பாக்காம ஒரு போக்கு. அவா பண்டத்த சினேகிதிக்காரியாம் இல்லியா."

இப்படியான விமர்சனங்களைக் காதுபடக் கேட்டுக் கொண்டிருக்கும் நிலையில், மேசிரி எங்கே எனக் கேட்க முடியுமா? அவனை முழுவதும் வெறுத்ததுபோல் வெளியில் காட்டினாலும் மனசில் அழுத்தமாக அவன் இருக்கிறான் என்பதை செட்டில் அவன் இல்லாத பொழுதுகளில் உணரத் தொடங்கினாள்.

"அந்திக்கி பருப்பு தூக்கணும். எல்லாரும் செணம் சோலி முடியுங்கா." மெக்காடுக்காரி முடுக்கினாள் சோலிக்காரிகளை...

“மேசிரியை இன்னிக்கிக் காணவே இல்லியே. . .”

இவளுக்காகக் கேட்டது போலவே சிறுமணி கேட்டாள்.

“அவருக்கு காச்சல்.” மெக்காடுக்காரி சொன்ன அக்கணம் ஓமனாளுக்கு மனசில் காய்ச்சல் அடித்தது.

“காச்சலா. . ?”

“அப்ப வீட்டுக்குப் பெயிருக்காரோ” சிறுமணி கேட்டாள்.

“ஆமா, அவருக்க வீட்டுல பெண்டாட்டி பிள்ளையளா இல்லியா கெடந்து களையுது. . .”

வசந்தா சொன்னாள்.

ஓமனாளின் கையிருந்த பாஸ்பிச்சாத்தி அப்படியே உருவி முறத்தில் விழுந்தது.

அப்படி என்ன காதலை அப்போதும் இவனிடம் காட்டினேன் என்று கல்யாணத்தைக் கூடப் பண்ணிக்காம வாழ்க்கையைத் தரிசாக வச்சிட்டான். விம்மிக்கொண்டு வந்தது. காய்ச்சலென்று படுத்தால் கம்பெனி அவனுக்கான ஒத்தடமெல்லாம் கொடுக்குமா? அவனுக்கென உள்ள அறையில் சுருண்டு கிடப்பான். சூடுவெள்ளம் வேணுமங்கிலும் குசுனிக்காரியோடு வந்து கேட்டு வாங்கியிட்டுத்தான் போகணும். தலைக்கு மோட்டில் காத்திருக்க யாருமே இருக்க மாட்டார்கள். எதோ கூட வேலை செய்யும் ஆண்களின் தயவில் பக்கத்திலிருக்கும் ஆஸ்பத்திரியில் போய் மருந்து வாங்கினால் உண்டு. மருந்து வாங்கியிருப்பானா? சூடு வெள்ளம் குடிச்சிருப்பானா?

“ஓமனா என்ன யோசன? இனிதானா புழுக்குத்துப் பருப்பு வெட்டணும்?”

மெக்காடுக்காரி அதட்டினாள். தலையைப் பருப்பில் குனித்தாள், மனம் குனியவே இல்லை. மதிய இடைவேளையில் பெரிய கேட்டின் வெளியே போக தீர்மானித்தாள்.

வீட்டுக்குச் சோறு தின்னப் போறேன் என்று சொல்லிவிட்டு பாஸ் வாங்கினாள் ஓமனா. பெரிய கேட்டின் வெளியே வந்தாள். உச்சி வெயில் மண்டையைப் பிளந்தது. காலில் வேறு செருப்பு போட்டிருக்கவில்லை. மெடிக்கலுக்குப் போகவே வெளியே வந்தாள். ஓமனக்குட்டனுக்குக் காய்ச்சல் மாத்திரை வாங்கணும். அவன் சாப்பிட அரைக்கிலோயங்கிலும் ஆப்பிள் வாங்கணும். கையில் இருந்த பர்சைத் திறந்தாள். வெறும் நாற்பத்தி நாலு ரூபா மட்டுமே கிடந்தது. இந்த நாற்பத்திநாலு

ரூபாயுக்கு ஆப்பிள் வாங்க முடியாது. ஏக்கமாக இருந்தது. ஏன் இந்தத் தவிப்பு என்றும் தெரியவில்லை.

பாதங்கள் பொள்ளும் வெப்பத்தையும் பொருட்படுத்தாமல் சேலை தும்பைத் தலையில் போட்டப்படியே மெடிக்கல் நோக்கி நடந்தாள். ஓமனக்குட்டனின் காய்ச்சல் தன்மீதும் இருப்பது போலவே சுட்டுக்கொண்டிருந்தது.

இரண்டு நேரத்திற்கான காய்ச்சல் மாத்திரையை வாங்கினாள். கைலேஞ்சியில் பொதிந்து பர்சில் வைத்தாள். திருப்பி நடந்தாள்.

அண்டியாபீசு பெரிய கேட்டினருகே வந்தவள் எதிர்ப்புறம் இருந்த பழக்கடையைப் பார்த்தாள். அதனருகே இருந்த சத்தியனின் காய்கறிக் கடை பூட்டப்பட்டிருப்பதையும் கவனித்தாள். சத்தியன் இன்னும் பழைய நிலைக்கு வரவில்லை. அடிக்கடி இயலாமையில் விழுகிறான். ஆஸ்பத்திரியில் ஆகிறான். இதன் பொருட்டான துன்பம் தங்கத்திற்கு நிறைய.

நினைத்தப்படியே பழக்கடையின் முன் நின்றாள்.

“ஒரு அரக்கிலோ ஆப்பிளு கடம் கிட்டுமா. அந்திக்கி தல்லாம்.”

இப்படியெல்லாம் கடன் வைத்தேனும் அவனைக் கவனிக்கும் அளவுக்குக் காதல் இருப்பதை உணர்ந்தவளுக்குத் தன் மீதே வியப்பாக இருந்தது.

பழக்கடைக்காரனுக்கு ஓமனாளைத் தெரியும். அண்டியாபீசுக்காரிகளுக்குக் கடன் கொடுத்தும் வாங்கியுமாக இருப்பவன் என்பதால் அரைக் கிலோ ஆப்பிளை நிறுத்தான். வெறும் மூன்று சின்னப் பழங்களைப் பொதிந்து கொடுத்தான். அவற்றை நெஞ்சோடு அணைத்துக்கொண்டு நடந்தாள். எதோ தன் மகன் சுகவீனப்பட்டுக் கிடப்பதுபோலும் அவனுக்குக் கொடுக்கவே இதெல்லாம் என்பது போலவும் மனசு தாய்மையில் கனத்தது. சாலையைக் கடந்து பெரியவாசலை மிதிக்கும் அக்கணம்...

“பெண்ணே...”

இளக்காரமான இவ்வழைப்பு மிகவும் பழக்கப்பட்ட தன் மாப்பிளையின் குரலாக இருந்தது. அவனின் எதோ ஒரு கூட்டுக்காரனின் பைக்கின் பின்னே ஊன்றுகம்பு ஒன்றைப் பிடித்தபடி இருந்தவனைப் பார்த்தாலே அடிவயிறிலிருந்து வரும் கசப்பு தவிர்க்கவே முடியாதது. அவனின் தாடி

முடியின் நரச்சி பெலச்சலும் கண்களின் கயமையும் அதில் நிற்கும் ஆணாதிக்க கொடுமையும் ஓமனாளால் பார்க்கவே முடியவில்லை.

“அண்டியாபீசுக்குண்ணு வந்துட்டு ரோட்டுல எவனைப் பாத்துட்டு நடக்கிய?” நக்கலாகக் கேட்டான்.

“கையில எம்புடு சக்கறம் வச்சிருக்கியா” பல்லை இளித்துக்கொண்டு வந்தவனிடமிருந்து தப்பினாலே ஓமனக் குட்டனுக்கு இந்த ஆப்பிளை, மாத்திரையைக் கொடுக்க முடியும். இல்லண்ணா, ரோடு என்றும் பார்க்காமல் மானபங்கம் செய்துவிடுவான். தென்னி தென்னி தன்னருகே வந்தவனை தள்ளிவிட்டு அண்டியாபீசின் பெரிய கேட்டுக்குள் ஓடினாள். ஓடியவளைக் கை நீட்டி இழுக்கையில் சில்லறைகள் பொதிந்த அவளது கைக்குட்டையின் தும்பு அவன் கையில் கிடைக்க, அதனுள் இருந்த சில்லறைகள் கீழே சிதறும் சத்தம் கேட்டது.

பதறும் நெஞ்சைத் திடப்படுத்தியவளாகக் கேட்டினுள் வந்தவள் உள்பக்கமான பெரிய கொண்டியைப் போட்டு அதில் சாய்ந்து மூச்சைவிட்டாள். மேலும் கீழுமாக மூச்சை விட்டவள் கேட்டின் இடைவெளி வழியாகப் பார்க்கையில், தன் கைக்குட்டையிலிருந்து விழுந்த சில்லறைகளைப் பிச்சைக்காரன்போல் பொறுக்கும் மாப்பிளையைக் கண்டு மன அழுத்தம் கூடியது.

காய்ச்சல் ஓய்வுக்காக வாட்சர் செட்டின் உள்பக்க அறையில் படுத்துக்கிடந்த ஓமனக்குட்டன், ஓமனாளின் அரவம் கேட்டு எழுந்து வந்து அவளையே கவனித்துக் கொண்டு நின்றான். வியர்வையில் ஒழுகும் அவள் முகம், கண்களின் மிரட்சி, நடுங்கும் உடல். அவளருகே போனான்.

அங்கே எல்லாக் காட்சிகளையும் பார்த்ததும் அவனுக்குப் புரிந்தது. அவனை இவ்விடத்தில் ஓமனா எதிர்பார்க்கவே வில்லை. கண்ணீரும் கம்பலையுமான முகத்தோடு நின்றவளின் மூச்சு எகிறியது. சொந்த மாப்பிளையால் முகம் முழுவதும் அச்சக் கோடுகள் வரிந்து தொங்கியதை ஓமனக்குட்டன் உள்வாங்கினான்.

“இவிட வா...”

அக்கம் பக்கம் யோசிக்காமல் ஓமனாளின் கையைப் பிடித்து வாட்சர் செட்டில் கூட்டியிட்டுப் போனான். அங்கே யாருமில்லை என்பது புரிந்தது. கிடுகிடுவென ஆடி நின்ற ஓமனாளின் தேகத்தைக் கவனித்தான். ஒரு கணம்

எதுவும் யோசிக்கவில்லை, அவளை இதமாக அணைத்தான். சற்றும் எதிர்பார்க்கவேயில்லை ஓமனா. அதுக்காக அவள் வெடுக்கென எழும்பவும் இல்லை. வாழ்க்கை அலைச்சல்களில் தளரும்போதெல்லாம் காலம் காலமாகத் தேடிய தோள் அல்லவா இது. இப்படியோரு ஆசுவாசம். சொந்த மாப்பிளை இதுவரைக்கும் இப்படி செய்ததில்லை. கழன்றுபோகும் போதெல்லாம் இப்படியொரு இளைப்பாறுதலைத்தானே பெட்டச்சி தேடுவா? நினைத்தவள், அடுத்த கணமே; அதுக்காக இது எனக்குரிய சாய்வா? எனக்கு உரிமைப்பட்ட தோளா? படக்கென எழும்பினாள். விலகினாள்.

"ஓமக்கு கா... ச்சலு... ன்னு செட்டுல சொல்லுச்சுனம். அதான் இந்தக் காச்சல் மாத்திரையும்... ஆப்பிளும்..."

அவன் கையில் திணித்துவிட்டு வேகவேகமாக அவ்விடம் விட்டு நழுவ முயன்றாள். அவனோ இவள் கையைப் பிடித்தான். பிச்சாத்தி தணப்பில் கறுப்பேறிய விரல்களைப் பிடித்து முத்தமிட்டான். இவள் விம்மிவிட்டாள்.

"நீ இங்கன சீவிச்ச அல்ல ஈ ஓமனக்குட்டன் ஆசப் பட்டது. சீவிதமொக்கப் போய் அல்லே."

"எனக்கு ரெண்டு மக்கா இருக்காங்க. நான் நல்லாதான் இருக்கேன்."

கையை உருவிக்கொண்டு ஓடினாள். மனசு பக்பக்கென்று துடித்தது. உடல் முழுவதும் புதுவிதமான இரத்தம் ஓடியது. அவனோடு சேர்ந்து நிற்கையில் எழுந்த மணம், மார்பில் கிடந்த முடிகளின் வருடல், அவன் அணைப்பில்தான் எத்தனை ஆளுமை தெரிந்தது. இப்பெரும் உலகிருந்து காப்பாற்றி விடுவேன் என்கிற விதமான அணைப்பு அல்லவா அது? அப்படியொரு அணைப்பில் கிடக்கும்போது வாழ்க்கையின் பெரிய கணமெல்லாம் இல்லவே இல்லை. தாமசைக் கண்டு பயமே இல்லை. கடன் பிரச்சினைகளின் நெருக்கடியில்லை. எங்கோ பாதுகாப்பாக இந்த ஓமனா இருக்கிறாள் என்பது போல் அல்லவா இருந்தது. வெறுமையாகக் கிடந்த வாழ்க்கையின் பக்கங்களிலெல்லாம் ஓமனக்குட்டன் எழுதுவதுபோலவே இருந்தது. இப்போது அவனின் காய்ச்சல் இவள் உடலில் குடி புகுந்திருந்தது.

செட்டில் இருக்க முடியவில்லை. ஒருவிதக் குளிரும் தலைவலியும் காய்ச்சலுமாகக் கிடுவெட்டம்[3] துள்ளினாள் ஓமனா.

---

3. நடுங்கி

“நீ உச்சைக்கி நல்லாதானே வீட்டுக்குப் போன?”

சிந்தாமணி கேட்டாள். மெக்காடுக்காரி கேட்டாள். யாரோடும் எதுவும் பேச இயலவில்லை. ஓய்வக அறையில் போய்ப் படுக்கவே ஏங்கினாள்.

கருக்கல் வைக்கும் நேரம். வீட்டின் பின் பக்க வாசலில் இருந்தாள் ஓமனா. காய்ச்சல் கொஞ்சம் விட்டிருந்தது. ஆனாலும் உடலின் நடுக்கம் குறைந்ததுபோலில்லை. ஈரோலி மரத்தையே பார்த்தவளின் சுண்டில் ஒருவித இளநகை கிடந்தாடியது. அவள் கண்களில் ஒரு வித மயக்கம் கறங்கியது[4]. வெறித்த அவள் பார்வையில் சுகமான எதோ ஒரு ஊர்வலம் மிதந்துகொண்டிருப்பதையும் ஈரோலி மரம் பார்த்துக் கொண்டே நின்றது.

கால்களிலிருந்தே ஒருவித மிதப்பு தலைவரைக்கும் பரவிக் கிடந்தது. இப்படியா ஒரு ஆண்மகனின் அணைப்பு இருக்கும்? நினைக்க நினைக்கப் பரவசமே பொங்கியது. ஈரோலி கிளைகளுக்குள் குச்சுமுச்செனச் சோடிப் பறவைகள் சிறகடிக்கும் சத்தம் கேட்டவளுக்குத் தன்னையும் மீறிய ஓமனக்குட்டனின் தேகம் பரவியது. மேகக் கூட்டங்களைப் பார்த்தாள். அதன் ஓரங்களின் வெளீர் கோடுகளைப் பார்க்கையில் ஓமனக் குட்டனின் சிரிப்பைப் போலவே சந்தமாக[5] இருந்தது. அங்கே நீந்தும் நிலாவைப் பார்க்கையில் அவன் முகம்போலவே தெரிந்தது. ஏன் இவ்வுலகம் சட்டென எனக்கு அழகாகவும் சுவையாகவும் மாறியிருக்கிறது.

“நான் சந்தோசமா இருக்கேன் ஈரோலியே, ஒரு பெட்டச்சி அனுபவிக்கும் சந்தோசமிது. இதை ஒனக்கு உணர முடியுமா? ஒரு ஆணு ஒன்ன கெட்டிப்பிடிச்சிருக்கா? அந்த அன்பை நீ அனுபவிச்சிருக்கியா?” இவள் கேள்விகளை உள்வாங்கியது போல மரத்தின் கிளைகளிலிருந்து சில பழுத்த இலைகள் தரை நோக்கி உதிர்ந்தன.

“ஒ... ஒனக்கு இலையுதிர்காலமா? அப்ப என் சந்தோசம் உனக்குப் புரியுமா?” சொன்னவள் யானைப் பாறையைப் பார்த்தாள்.

“ஒனக்குப் புரிய முடியுமா?”

“குட்டே தேவடியா கூதி...”

---

4. சுழன்றது

5. அழகாக

வெளியில் மாப்பிளை மனுவின் அழைப்பு.

"என்னை நீ ரோட்டுல தள்ளியிட்டுட்டுப் போன இல்ல. ஒனக்குச் சம்பாரிச்சிய திமிரு இருக்கியதுனாலதானே என்னை இப்பிடி பண்ணுன? இப்ப பாருட்டி என்னை."

பின்வாசலில் இருந்தபடியே மாப்பிளையைக் கவனித்தாள். அதிகமாகக் குடித்திருக்கிறான். அதிகமாகச் சுய நினைவில் இல்லை. ஆனாலும் தனக்குக் கீழே உள்ளவள் என்ற இளக்காரம் அவனிடம் குறையவே இல்லை. அவன் கண்களின் பழுப்புத் தனத்தை உற்றுப் பார்க்கவே ஒருவித அருவருப்பு மோலோங்கியது.

"என்ன ஆனாலும் நீ எனக்க பெண்டாட்டியிட்டி. எனக்கு அடங்கிதான் நீ இருக்கணும். எனக்குக் காலு முறிஞ்சி போச்சுண்ணு ஒனக்கு நிசாரம்[6] கூடியிட்டு. அதுக்காக ஒனக்கச் சகாயத்துல வாழுவேன்னு நினச்சாத. நான் நானா இருந்தா நீ நாளையிலண்டு வேலைக்கிப் போ மாட்ட. எனக்க அம்மமேல சத்தியமா சொல்லியேன். வெள்ளமோ தண்ணியோ குடிச்சிட்டு நீ வீட்டுல கிடக்கேலன்னா அப்ப இருக்கு"

ஓமனா எதுவும் பேசவில்லை. பேசப் பிடிக்கவில்லை. ஓமனக்குட்டனின் அரவணைப்புக்குள் இருப்பதுபோல் மனசு அமைதியில் கிடந்தது. இவன் பொருட்டு அதை இழக்க விரும்ப வில்லை.

"ஒனக்க நாக்கு செத்தாட்டி கெடக்கு?"

முன்கதவை நெரித்துக்கொண்டு உள்ளே ஏறினான்.

"ஒனக்கு அண்டியாபீசுல மாப்பிளையா காணுமா காணும். அதான் எனக்க கிட்ட வாறாயில்ல. கேரளத்துக்காரனுகளுக்க தோலுல மயங்கி போனியட்டி நீ?"

அவனின் துருத்தின வருகை ஓமனாளுக்குப் புரிந்தது. வன்புணர்வுக்கு வருகிறான். மனசைக் கொன்னுட்டுப் பின்ன கூடிகளிக்க எவளுக்குக் களியும்? இனி இப்பவந்தாலும் கோழிக்கபீட்டையை பின்னிப்பிடுங்கியதுபோல ...அய்யோ வேண்டாம். எனக்கான ஒரு அணைப்பு சுகம் இருக்கே அது கலையவே கூடாதெனப் பின்வாசல் வழியே ஓடினாள்...

"கெட்டுன மாப்பிளையைப் பட்டினி போட்டுட்டு வேற எவனுக்கெல்லாமோ கொண்டு கொடுத்துட்டுத் திரியா போலயிருக்கு."

---

6. இளக்காரம்

கிச்சிலி சாடையாகச் சொன்னது காதில் விழாமல் இல்லை. பிள்ளைகள் டியுவிசனுக்குப் போயிருக்கும் நிலையில் அவர்கள் வரும் வரைக்கும் தங்கத்தின் வீட்டில் போயிருக்க அவள் வீட்டிற்குப் போனாள் ஓமனா.

தங்கத்தின் வீட்டின் முன்பக்கக் கதவு சாத்திக் கிடந்தது. மெல்லத் தட்டினாள். எந்த அரவமும் இல்லை. எங்க போயிட்டா?

"சித்தியே..." குரல் கொடுத்தப்படியே போகுகையில் வீட்டின் பின்பக்க அடுக்களை வாசலில் இருந்தாள் தங்கம். அவள் கன்னத்தில் கண்ணீர்க் கோடுகள். முகம் விம்மித் தொங்கியது.

"ஏன்..."

பாசமாகத் தங்கத்தின் கையை எடுத்துத் தன் மடியில் வைத்தாள். அண்டிக்கறையின் தடிமத்தில் தன் விரல்களை வைத்துத் தடவினாள்.

"என் சத்தியனை டாக்டருகளெல்லாம் கையை மலத்தியாச்சிபோல தெரியுது"

சொல்லும்போதே தாடை விம்மியது.

"ஆரு சொன்னா..."

போனைக் காட்டினாள். சத்தியன் போன்பண்ணிப் பத்து நிமிசம் ஆகியிருந்தது.

"எனக்கு என்னங்கிலும் ஆனாலும் நீ பழையதுபோல சந்தோசமா இருக்கணுமுன்னு சொல்லியான். அதுபோக அவனுக்க கடையும், கடையடியும் என் பேருல எழுதி வச்சட்டான்னு கேட்கியாமுட்டி."

ஓமனா வியப்பாகப் பார்த்தாள்.

எத்ர கோடியிக்க வகையது..."

"நீ என்ன சொன்ன..?"

"எனக்கெதுக்கு? அவனுக்க சினேகம் மாத்திரம்தான் நான் கேட்டதும் தேடுனதும். அவன் இல்லாத ஒரு காலம் வந்தா அந்தச் சொத்தும் பத்தும் எனக்கு உதவுமுன்னு சொல்லியான்."

"அவராட்டு என்னங்கிலும் தந்தா தரட்டு சித்தியே. உனக்கும் வயசான காலத்தில என்னங்கிலும் இருந்தா இருக்கட்டுமே."

சொன்னவளைத் தீர்க்கமாகப் பார்த்தாள்.

“நாளை எங்கிறதை தங்கம் நினச்சியதே இல்ல மக்கா. இல்லாமலே அவனுக்க சொத்துப் பத்தைக் கண்டுதான் நான் பத்தியிட்டு இருக்கேன்னு அவனுக்கக் குடும்பக்காரங்க எல்லாம் என்னைப் போட்டு முசும்புவாங்க. எனக்கு அப்பிடியெல்லாம் ஒண்ணுமே வேண்டாம். நான் மனசு வச்சா அவனுக்கான எல்லாத்தையும் எழுதி வேண்ட முடியும். அந்த அளவுக்கு அவனும் எனட்ட பாசமா இருக்கியான். ஆனா நம்மளையெல்லாம் வளத்த அண்டியாபீசு அப்பிடியெல்லாம் படிச்சி தரேல. பத்துப் பைசாயங்கிலும். உழச்சிதானே வாழ்ந்து பழகினோம். கடைசி காலத்திலும் எனக்குச் சோறு தர அண்டியாபீசு பென்சன் உதவும். பணமெல்லாம் ஒரு விசயமா சொல்லு. மனசு ஒத்த ஒரு பாசம் இல்லன்னா வேற என்ன இருக்கு?”

தங்கத்தை இதமாக அணைத்தாள். அவள் பேச்சையும் கவனத்தையும் மாற்ற நினைத்தாள்.

“ஆமா, நேத்திக்கி மதுக்கடை போராட்டத்துக்குப் போனப்ப நம்ம குத்துவிளக்கை கைது பண்ணியிருந்து இல்லா?”

ஓமனா சொன்னதும் சிரித்தாள் தங்கம்.

“ஒ, அது ஒரு பெரிய கத. அவா களத்தில இறங்குனப்ப நம்ம குத்துவிளக்கு போலவே இல்ல அவா கண்டியா? அவளுக்க ஆகோசமும் முகமும் கண்டியா? நம்மா எல்லாம் இறங்கி நின்னதுனால அந்த இடத்துல இனி சாப்பு வரவே வராம ஆகியிட்டு. பெட்டச்சியா வெளியில வந்துட்டா, பின்ன அதுல வெற்றிதான் எல்லா விசயமும்.”

மனசில் இவ்வளவு வலிமையும் வல்லமையும் உள்ளவள் சத்தியனின் விசயத்தில் மட்டும் ஏன் மிகவும் மெல்லிய மனசுக்காரியா இருக்காளோ? ஒருவேளை அதுதான் காதலோ என்று நினைத்தாள் ஓமனா.

15

தன் முன் விரிந்து கிடக்கும் இருபத்தி மூன்று கிலோ வெள்ளைப்பருப்பைத் தெரிந்து கொண்டிருந்தாள் ஓமனா. இது நாடன்பருப்பு என்பதால் பருப்புகளெல்லாம் அப்படியொரு கனத்தில் இருந்தன. நாடன் பருப்பு என்றாலே சோலிக்காரிகளுக்கு வேலை செய்யப் பிடிக்கும். ஒவ்வொரு பருப்பும் பெரிசாக இருக்கும்.

"நாடன் பருப்பாக்கும். நாப்பது நிறைய கிடக்கும். பாத்துத் தெரியணும்."

பின்பக்கம் கையை மடக்கி வைத்தபடியே செட்டைச் சுற்றி வந்தான் ஓமனக்குட்டன்.

ஐந்து கிலோ பாத்திரங்கள் இரண்டில் நாற்பது பருப்புகள் பறக்கி நிரப்பிய பின்னும் இன்னும் நாற்பது பருப்புகள் நிறைய வந்துகொண்டே இருந்தன. ஓமனா தெரிந்துவைத்த நாற்பது வகைப் பருப்புகளை வாரி அதில் கிடக்கும் முன்னூற்றி இருபது பருப்புகளை எடுத்து மேசையில் போட்டுக் கொண்டே இருந்தான் ஓமனக்குட்டன். குனிந்து பறக்குகிறவனின் கைகள் வெள்ளை தெரியும் இவள் கைகளோடு உரசி உரசிப் போயின. தன் கையைப் பின்னுக்கு இழுத்தாள் ஓமனா.

எந்தவொரு பவுன் வகையும் ஓமனாளின் உடம்பில் இல்ல. காதில் ஒற்றையாக ஒரு குமிழ். அதன் பின்பக்கம் பச்சையாக அழுக்குத் தெரிந்தது. இரு கைகளும் வெறுமையாகவே தெரிந்தன. ஜெம்பருக்குள் ஒளித்துப் போட்டிருந்த ஜெபமாலை முத்துக்கள் ஓமனக்குட்டனின் கண்களில் தெரிந்தன. பாசி வகைகள், ஒட்டு பொட்டுகள், நகபாலீஷ், பூ என வேலை செட்டுக்குள் பெண்கள் அணிய அனுமதி இல்லை. இவையெல்லாம் போட்டுட்டுச் செட்டில் ஏறக் கூடாது என்பது கட்டளையாக

இருக்கும் போது இவள் எப்படி இந்த ஜெபமாலையோடு உள்ளே வந்தாள். அதில் கிடக்கும் முத்துக்கள் உடைந்து பருப்போடு கலக்குமென ஐஎஸ்ஏ சாருகள் குற்றம் சொல்லுவார்களே. தன் வாயால் அவள் கழுத்தில் கிடக்கும் ஜெபமாலையைக் கழட்டி எடுக்கச் சொல்ல அவனுக்கு மனம் வரவில்லை.

“எடி மெக்காடே”

மெக்காடுக்காரியை அழைக்கும் அக்கணத்தில் செட்டுக்குள் வந்தார் செக்கர் சார். பெண்களின் கை கால் விரல்கள், காதுகள், கை வளையல்கள், பொட்டு என்ன வகை, மாலை என்ன கை என்பதெல்லாம் ஆராய அடிக்கடி செட்டுக்குள் வரும் சாரைக் கண்டதும், தலைகளில் இருக்கும் தொப்பியின் சறுவலைப் பெண்கள் சரி செய்தார்கள். ஓமனாளுக்கு இன்னும் அரை மணிக்கூறுக்குள் செட்டிலிருந்து மகள்களின் பள்ளியில் நடக்கும் பெற்றோர் ஆசிரியர் கூட்டத்திற்குப் போகணும். அதனாலே கண்ணும் கவனமுமாக வெள்ளையைத் தெரிந்துகொண்டிருந்தாள். செட்டுக்குள் வந்த சாரையும் கவனிக்கவில்லை.

செக்கர் சாரைக் கண்டதும் ஓமனக்குட்டனின் மனம் பதற்றமானது. இவன் கண்களைத் தப்பித் தன் சோலிக்காரிகள் யாரேனும் பொட்டோ, பூவோ. பாசியோ, முத்தோ எதேனும் வைத்திருந்து அது பிடிக்கப்பட்டால் ஓமனக்குட்டனுக்குப் பிரச்சினைதான்.

ஒவ்வொரு பெண்ணாகப் பார்த்துட்டே வந்த செக்கர் வசந்தா என்பவளின் அருகே வந்ததும் நின்றான்.

“எடி நின்ற, காலில அது எந்தா?”

சிவப்பு வண்ணத்தில் விரல்களில் அடித்திருந்த நவபாலீசைக் கேட்டான்.

“எழும்புடி.” இருப்பிலிருந்து எழும்பினாள் வசந்தா.

“எடி நின்ற, நெற்றியில அது எந்தா பொட்டு? ஒட்டு பொட்டானோ?”

லீலா என்பவளை எழுப்பிவிட்டு அவள் நெற்றியிலிருந்த பொட்டை எடுக்கவைத்தான்.

“எடி இவிட நிரப்பிங் செண்டரு உண்டுண்ணு அறியும் இல்லே, பருப்புல பூவோ பொட்டோ விழுந்தா பருப்பு கேடு பிடிக்கும். புழு பிடிக்கும். நிங்களுன்ற கையில கிடக்குந்தன்னூ மண்ணும் கல்லும் அல்ல, இது மனுசன் தின்னுற்ற ஆகாரமா?

அந்த உத்தரவாதம் வேணும். நீ இதொக்க நோக்குந்தது இல்ல அல்லே”

ஓமனக்குட்டனோடு சாடினான். வளையல் போட்டவளை, பொட்டு வைத்தவளை, ரோசா பூ சொருகினவளையெல்லாம் செட்டின் வெளியே போகவைத்தான். ஒவ்வொருவராகப் பார்த்துப் பார்த்து வந்தவன் ஓமனாளின் அருகே வந்தான். அவன் கழுத்தில் கிடக்கும் முத்துகளாலான ஜெபமாலையைக் கண்டதும் மேசியைக் கோபமாகப் பார்த்தான்.

“அது ஒக்க முத்துகளான்னூ. நின்ற கண்ணுல இதொக்க கண்டில்ல இல்லே; புடிச்சி பொறத்து விடான் நோக்கு.”

“ஓமனே...” இறுவலோடு அழைத்தான்.

“ஆ... கழுத்தில கெடக்குது எந்துனா?”

செக்கர் சார் கோபமாகக் கேட்டான். செக்கரின் கோபம் நியாயமானது என்பது ஓமனாளுக்கும் புரியாமல் இல்லை. ஆனால் இந்த ஜெபமாலை கழுத்தில் போட்டு மாசங்கள் ஆகிவிட்டது. இது முத்தால் ஆனது இல்லை. மரத்தாலானது. இது உதிராது என்பதாலே அவளும் கம்பெனிக்குப் போட்டுட்டு வரத் தொடங்கினாள். அருகில் இருக்கும் பருப்பு பேக்கிங் செண்டரில் பாஸ்பருப்பு போகும் போது பூவோ, பொட்டோ, பாசிகளோ கிடந்து பருப்பு பேக்கிங் செய்தால் அந்தப் பார்சல் முழுவதும் உள்ள பருப்புகள் கேடாகத் திரும்பவரும் என்ற பெரும் இழப்பு இருக்கும்படியால் செக்கரின் கோபமும் ஆய்வும் நியாயமானது. ஆனால் இது பாசி ஜெபமாலை இல்லையே...

“கவரிங் போட்டா அண்டிச்சூட்டுல கழுத்தெல்லாம் சொறிஞ்சிபோயிரும் சாறே, இது வெறும் மரத்தாலான ஜபமால, இது உதிராது. எங்க கோயிலுல போனமாசம் வந்த கிறிஸ்டல் சிஸ்டர் தந்தது.”

“அப்போள், இது முத்து அல்லே?” ஓமனக்குட்டனின் தவிப்பு இருக்கே.

“இல்ல மேசிரியே. மரத்துல செஞ்சது”

“நின்ற சோத்தியம் அறியாண்டாம். கழட்டி இவிடகொடு. அவிட வலிய செக்கர் சாறுகளுட்ட கேட்டுட்டு ஞான் பறையாம்”

கழுத்தில் கிடந்த ஜெபமாலையை உருவினாள். தொப்பி யோடு மாட்டிக்கொண்ட ஜெபமாலை கழுத்தை விட்டு

எழும்ப மிகவும் சிரமம் கொண்டது. அதன் சிலுவை முழுவதும் அண்டிக்கறை அப்பிக் கிடந்தது.

மேசையில் இருந்த பழைய பேப்பரில் ஒன்றை எடுத்துத் தன் உள்ளங்கையில் வைத்தார் செக்கர் சார். அதன்மேல் ஓமனாளின் ஜெபமாலையை வைக்கச் சொன்னான். அதில் அவ்வளவுக்கு அழுக்கு இருந்தது. உழைப்பின் உப்பு இருந்தது. ஜெபமாலையைப் பேப்பரில் வைத்து உரசினான். அதிலிருந்து எந்தப் பொடிதலும் இல்லாமல் ஆனது. பலரும் பார்க்கும் படியாகத் தன் ஏழ்மை மட்டுமல்ல; தன் கர்த்தரும் கசக்கப் படுவதில் வருத்தம் மிகுந்தது.

“நீ பொறத்துப் போ...”

தெரிந்துகொண்டிருந்த வெள்ளைப் பருப்புகளை விட்டுட்டு செட்டின் வெளியே போனாள். செக்கர் சார் தன் ஜெபமாலையோடு ஆபீஸ் ரூம் போனான்.

செக்கர் சார் போன திசையையே பார்த்தாள். இனி அங்கே உள்ள பெரிய சாறுகளோடு இது முத்தா, மரமா என்று விசாரிப்பார்கள். என்னைப் போலவே எனக்க ஜெபமாலைக்கும் அலங்கோலம்தான்.

“வீட்டுக் கஷ்டம் என்னிக்கும் கஷ்டம்தான். இவளாட்டு என்னங்கிலும் பாத்தெடுத்துக் கழுத்துல ஒரு பவுன் உண்டாக்கி போட்டாதான் உண்டு. ஒரு பெட்டச்சிக்க கழுத்துல இப்ப வரைக்கும் ஒரு பவுன் வகையங்கிலும் இல்லன்னா சே,”

செட்டுக்குள் பலரும் தனக்காகப் பேசுவதைக் கேட்டாள். போர்மாவுக்குப் போகும் வெளிப்படியில் இருந்தாள் ஓமனா. கஷ்டமாகவே இருந்தது.வெற்றுக்கழுத்தைத் தடவியபடியே இருந்தாள். வாசலில் நின்ற ஓமனக்குட்டன் அவள் கழுத்தையே பார்த்தான்.

“நின்ன ஞான் பொன்னிட்டு பூவிட்டுப் பாக்கான் ஓமனே” என்று சொன்னதை ஓர்மித்தான்.

“ஓமனே...” மெல்ல அழைத்தான்.

“மால இடணோ” வெளியில் நிறுத்தப்பட்ட வேற சோலிக்காரிகள் கேட்காதபடிக்குத் தன் கழுத்தில் கிடந்த வெந்தயக்கண்ணி மாலையைத் தொட்டுக் கேட்டான். அவள் அதைப் பொருட்படுத்தவில்லை.

“மேசிரியே, என் பிள்ளைகளுக்க பள்ளிவரைக்கும் போணும். பதினொன்று மணிக்குக் கூட்டம் துடங்கும். நான்

போட்டா. இனி எப்பிடியும் ஜெபமாலை ஆய்வு செஞ்சி முடிஞ்ச பிறகுதான் செட்டுல ஏத்துவுனம். நான் அதுக்குள்ள போயிட்டு வரட்டா?"

சுவரில் கிடக்கும் கடிகாரத்தைப் பார்த்தான்.

"பொயிட்டு எப்ப வரும்?"

"உச்சைக்கு."

"உச்சைக்க முன்ன வெள்ள வாரணும்..."

"அதுக்க முன்ன வல்லாம்/"

அவனின் முகம் பார்க்காமலே சொன்னாள்.

"போ."

"செட்டுக்குள்ள போய் பர்ச எடுக்கணும்."

கேட்டுவிட்டு செட்டுக்குள் போனவள், அடுக்குப் பாத்திரத்தில் கிடக்கும் பர்சை எடுத்தாள். கூடவே போனையும், கடிகாரத்தைப் பார்த்தாள். இன்னும் இருபது நிமிசத்தில் பள்ளியில் இருந்தாக வேண்டும். வேகமாக வெளியேறினாள்.

மெயின் சாலையில் அப்படி வெயில். பஸ்ஸில் போனால் பத்து ரூபாய் ஆகும். அதுக்கான செழிப்பில் பர்சு இல்லை. வேகமாக நடக்க முடிவு செய்தாள். சீலையைத் தலை வழியே மூடினாள். நடக்கத் தொடங்கினாள். பள்ளிக்கூட வாசலை அடையும் முன் விசர்த்துப் பூத்திருந்தாள். ஆங்காங்கே பெற்றோர்கள் தெரிந்தார்கள். இன்னும் கூட்டம் ஆரம்பித்திருக்கவில்லையென்பது கொஞ்சம் ஆறுதலாக இருந்தது.

அலுவலக அறையின் எதிர்ப்புறம் அமைந்திருந்த திண்டைப் பார்த்தாள். அதனருகே நின்ற பன்னீர் மரங்களின் நிழல் சுகமாக இருந்தது. காம்புகள் நீண்ட வெள்ளைப் பூக்கள் சில தரையில் விழுந்து கிடந்தன. அவற்றின்மீது கால்களை வைக்கவே மனம் இல்லாமல் ஆனாள். தன் பாதத்தில் ஒட்டியிருக்கும் அண்டிப்பருப்பின் நசநசப்பு அவைகளின் வெண்மையை அழுக்காக்குமோ. பார்த்துப் பார்த்துப் பாதங்களை வைத்தவள், திட்டில் இருந்தாள். வெற்றுக் கழுத்தை அடிக்கடி தடவிக் கொடுத்தாள். பிள்ளைகள் இதே நிலையில் பார்த்தால் "ஏன்மால போடல?" என்று கேட்டு நொங்கெடுப்பார்கள்.

கால்களைத் திண்டில் நீட்டினாள். பாதத்தில் பருப்பு ஒட்டு இருப்பதால் ஈக்கள் மொச்சின. காற்றின் தயவால் கண்கள் சொக்கி வந்தன.

“அம்மோ...” பிள்ளைகள் எப்படி அடையாளம் கண்டார்களோ, ஓடி வந்து எழுப்பினார்கள்.

“முட்டாய் வேண்டியிட்டு வந்தியா?”

“ஏன் ஒன் மால எங்க?”

“ஏன் நீ இந்த சீலையை உடுத்தியிட்டு வந்த? ஏன் நீ செருப்பு போடல?

“ஏம்மா நீ அய்யமா வந்திருக்கிய?”

மாறிமாறிக் கேள்விகளால் பின்னிப் பிடுங்கினார்கள். ஓமனா ஒரு பதிலும் சொல்லவில்லை. இந்த மாதிரியான கூட்டங்களில் பெரும்பாலும் பங்கேற்க விரும்புவதில்லை ஓமனா. ஒவ்வொரு பிள்ளையின் பெற்றோர்களும் கேட்கும் கேள்விகளைப் போன்று அவளுக்கு நுட்பமான கல்வி சார்ந்த கேள்விகள் இருப்பதில்லை. கேட்கத் தெரிவதும் இல்லை. இக்கூட்டத்திற்காக அதிக மெனக்கடலோடு அம்மாக்கள் வருவார்கள். அழகான சாரி, அடுக்கான மாலை, மேனாமினுக்கோடு ஆசிரியர்களை அணுகி பிள்ளைகளைப் பற்றிய பெருமையும், புகழுமாகச் சூழுவார்கள். அங்கெல்லாம் ஓமனாளுக்கான உரையாடல் இடம்பெற்றிருக்கவே இல்லை.

இந்தத் தடவை இளைய மகளின் கணக்கு டீச்சர் கண்டிப்பாகப் பார்க்கச் சொல்லிவிட்டிருந்தார்கள். எதுக்கோ என்னவோ? கேள்விகளோடு பிள்ளைகளோடு நிகழ்வு நடக்கும் இடத்திற்குப் போனாள்.

பின்பக்க வரிசையில் போய் இருந்தாள். பிள்ளைகளின் படிப்பு, எதிர்காலம், கல்விச் சுற்றுலா, அதில் பெற்றோர்களின் கடமை இதுபற்றியெல்லாம் பேசினார்கள். காபியும் வடையும் கொடுத்தார்கள். கூட்டம் முடிந்ததும் கணக்கு டீச்சரைச் சந்திக்கப் போனாள்.

அலுவலகத்தின் முன்பக்கம் பிரம்மாண்டமாக நின்ற பலா மரத்தடியில் முன்கூட்டியே பல ஆசிரியர்கள் மாணவர்கள் பெற்றோர்களெனப் பேசிக்கொண்டு நின்றார்கள். ஓமனா ஒதுங்கியே நின்றாள்.

“ரீனாவுக்க அம்மதானே” கணக்கு டீச்சரே அழைத்தாள். அவளாகவே அழைத்தது இதமாக இருந்தது.

“இங்க பாருங்க, ஒங்க மகளுக்கு கணக்கு வரவே இல்ல. எதாவது டியுவிசன் விடுறிங்களா?”

“ஆமா பெயிட்டுத்தான் இருக்கா”

“ஏன் நீங்க ஸ்பெசலா வீட்டுல வச்சி கொஞ்சம் சொல்லிக் கொடுத்தா என்ன?” அக்கம்பக்கம் நின்றவர்கள் பார்த்துக் கொண்டு நின்றார்கள்.

“எனக்கு அந்த அளவுக்குக் கணக்கெல்லாம் வராது பாருங்க.”

கைகளைத் தேய்த்தபடியே சொன்னாள். அதிலிருந்து பருப்புத் துகள்கள் உருண்டன.

“இப்பிடியே படிப்பு வரலன்னா பேசாம அண்டியாபீசுல போய் சேருன்னு நானே பல தடவை அவளுட்ட சொல்லி யிட்டேன்.”

“சீச்சரே...” இதமாக அழைத்தாள்.

“அண்டியாபீசு சோலியிண்ணா எதோ வெறும் முட்டாள்கள் புழுங்கிற இடம் இல்ல. அங்க உள்ள சோலி படிக்கவும் மூளை வேணும்.”

“அப்பிடியென்ன பெரிய மூள வேணும். ஓங்க பெண்ணால என் கிளாசுக்க மானமே போயிரும்போல இருக்கு. மக்குண்ணா ஒத்துக்கிட்டு மாடு மேச்சவோ, அண்டியாபீசுக்குப் போகவே செய்யுறதுதானே நல்லது...”

யாருக்கெல்லாம் அறிவு இல்லை என்கிற முடிவுக்கு வருகிறார்களோ அவர்களையெல்லாம் அண்டியாபீசுக்குப் போ என்று சொல்வது ரொம்ப பழகிபோன ஒரு சொல்.

“செருப்பு தச்சிய தகப்பனைப் பாத்து வளந்த மகன் ஒரு நாட்டுக்கே அதிபரா மாறுனாராம். தகப்பன் கட்டுமரம் செய்யுறதைப் பாத்து வளந்த மகன் விமானம் விட்டாராம். பள்ளிக்கூடமே வேண்டாமுன்னு ஒதுக்கிவச்ச ஒரு மகன் பெரிய அறிவியல் விஞ்ஞானியா மாறி மின்சாரத்தைக் கண்டுப்பிடிச்சாராம். இதைப்பத்தியெல்லாம் எங்க கோயில் திருநாளுல வந்த ஒரு பேச்சாளாரு சொன்னதைப் பெருமையாக் கேட்டு மனசுல வச்சிருக்கேன். நானும் ஒரு அண்டியாபீசுதான். அதுக்காக எனக்கமொவா அண்டியாபீசுக்குத்தான் வரணும் என்கிற விதி இருக்கா என்ன? கணக்குப் பாடம் வரலன்னா அறிவியல் பாடம் வராமலா போவும். இல்ல தமிழ்ப் பாடம் படிக்காமலா இருப்பா. அவா எதோ ஒண்ணு படிப்பா சீச்சரே. அதுல எனக்கு நம்பிக்கையிருக்கு. தள்ள அண்டியாபீசுக்காரியா இருக்கிறதுனால கணக்குப்பாடம் வரல, அண்டியாபீசுக்குக் கூட்டியிட்டுப் போண்ணு சொல்லுதியளே இது ஞாயமா சீச்சரே.”

கண்கள் கலங்கிப் போனவளின் கேள்வியால் திகைத்தாள் வாத்திச்சி.

"உழைக்கிறோம். உழச்சி வாழுறோம். மற்றப்படி எங்களுக்கும் மூள உண்டு." சொன்னவள் விறுவிறுவென நடந்தாள்.

மன தாகமும், வாழ்க்கை தாகமும் பிடைந்தெடுத்த நிலையில் பள்ளியிலிருந்து திரும்பி நடந்தவளுக்கு சர்பத் குடிக்கலாம்போல் இருந்தது. கம்பெனியின் முன் பக்கம் இருக்கும் அம்புரோசு என்பவனின் கடையில் போனாள். உச்சைக்கான தகிப்புச் சாலையில் கானல் நீராகத் தெரிந்தது. தலையில் கிடந்த சீலையெடுத்து முகத்தையும் கழுத்தையும் துடைத்தாள். வெற்றுக் கழுத்தின் தாபம் பார்க்கவே சங்கடமாக இருந்தது.

"ஒரு சர்பத் தாரும் ஓய்."

"உச்சசோறு தின்னிய நேரம் சர்பத் வேண்டி குடிச்சிய?"

"தவிச்சுது."

வறண்ட வாயை நாக்கால் சுழட்டினாள்.

கலக்கி கொடுத்த சர்பத்தை ஒரே மூச்சில் குடித்தாள்.

"எம்புடு..?"

"இருபது ரூபா"

"ஒரு சர்பத் இரண்டு ரூபாயுக்கி குடிச்ச ஓர்ம இருக்கு. இப்ப வந்து வந்து இருபது ரூபா ஆகியிருக்கு. ஆக ஒரு எலுமிச்சம் பழத்த பிழிஞ்சி எள்ளுபோல நன்னாரியை ஊத்தி கலக்கியதுக்கு இம்புடு ரூபாயா?"

"எனக்க கடையிலதான் இருபது ரூபா. அப்பறம் இப்பறம் பெய் கேட்டு பாரு, இருபத்தியஞ்சி ரூபா. ஒரு குப்பி வெள்ளமே இருபது ரூபா விக்கிய தேசத்துல ஒரு சர்பத்துக்கு கணக்குக் கேக்குதியே?"

"கணக்கெல்லாம் கேக்கல ஓய். நாடு போயிட்டிருக்கிய போக்கச் சொல்லியேன். காலுக்கும் கையுக்குமா களஞ்சி கிடந்த வெள்ளம் இப்ப குப்பியளுல விலை பொருளா ஆனப்பவே நம்ம அழிஞ்சிட்டோமுன்னு தெரியலியாக்கும்... எல்லாம் கர்மம்."

கைலேஞ்சியில் பொதிந்து வைத்திருந்த நூறு ரூபாய் நோட்டை நீட்டினாள். நேற்று சாயங்காலம் சீட்டுக்காரி

லீலாவிடமிருந்து ஆயிரம் ரூபாய் பற்று வாங்கியதில் இருந்த மிச்ச பைசா இது. ஆத்திர அவசர நிலையில் வேலைக்காரிகள், மேனேஜரிடமிருந்து பற்று வாங்குவது உண்டு. ஓமனக்குட்டன் வந்த பிறகு அவனிடமிருந்து கடன் வாங்க மனசு இல்லை ஓமனாளுக்கு.

நூறு ரூபாயை வாங்கிய கடைக்காரன் சில்லறை ரூபாயை எண்ணிக் கொடுத்தான். அவளும் எண்ணாமல் வாங்கினாள். கொடுத்தவனின் பார்வை அவளின் வெற்றுக் கழுத்துக்கும் கீழே போனதை ஓமனா கவனிக்காமல் இல்லை.

"ஒன் மாப்பிள ஒரு குடிகாரன் இல்லியா? சரியான போக்கு இல்லியோ ஒனட்ட/"

"கெட்டுவனன் சரியா இல்லீங்கி பின்ன என்ன சீவிதம் இல்லியா..."

அவனோடு எந்த பதிலும் சொல்லாமல் சாலையைக் கடந்தாள். பெரிய வாசலில் போகுகையில் கையில் கனத்த ரூபாய் நோட்டுகளைக் கவனித்தாள். அதன் கனம் என்னவோ சொன்னது. கொடுத்தது நூறு ரூபாய். திருப்பி எண்பது ரூபாய்தான் கிடைக்க வேண்டும். இது நிறைய இருக்கே. கைலேஞ்சியைப் பிரித்து என்னத் தொடங்கினாள். கூடுதலாக நூறு ரூபாய் வைத்திருக்கிறான் சர்பத்துக்காரன். எண்ணி முடித்தவள் அவனைப் பார்த்தாள்.

"ஒனக்குதான் நீ வச்சுக்க..."

சைகையில் சொன்னவனின் முகம் முழுவதும் அப்படியொரு வழிச்சல். எரிச்சல் பொத்துக்கொண்டு வந்தது. மீண்டும் சாலையைக் கடந்தாள். தனக்கு வர வேண்டிய ரூபாயைத் தவிர கூடுதலாக அவன் வைத்திருந்த ரூபாயை அவன் கடையில் வைத்தாள்.

"ஒனக்கொரு அனுசருணையாதான் வச்சேன். மாப்பிளையும் செரியில்லாம, எத்ர நாளைக்கி அண்டியளை எளச்சி நீ சீவிப்ப?"

"ஒனக்க அனுசருணை நான் கேட்டனா? எனக்க மாப்பிள குடிகாரன்தான். பொறுப்பு இல்லாதவன்தான். அதெல்லாம் தெரிஞ்சிதான் சோலிக்கி வந்திருக்கியேன். நான் படிப்பறிவு இல்லாதவாதான். சுத்த அண்டியாபீசுக்காரிதான். அதுக்காக ஒனக்க சௌசின்னியத்தை[1] நான் கேட்கல. ஒரு கிலோ

1. இரக்கம்

புழுக்குத்து வெட்டி எடுக்க ஒரு மணிநேரம் ஆகதான் செய்யும். குறுக்கு முறிஞ்சிதான் போகும். ஆனாலும் அதுல கிட்டிய சந்தோசம் ஒனக்க இந்த பைசாயுல இல்ல."

வீராப்பாகச் சொன்னவளின் கோபத்தைக் கடைக் காரனால் சகிக்க முடியவில்லை.

"அண்டியாபீசுக்காரிதானே, ஏழ பாழதானே, இசக்கம் காட்டி காரியம் சாதிச்சுலாமுன்னு நினச்சா, அது எனட்ட மட்டுமில்ல; எவளுட்டேயும் நடக்காது. அப்பிடி ஓசுலதான் வாழ்க்கையை நடத்திக்கணுமுன்னா, ஊருலேயும் ஆளுகா இருக்கியாங்க. உழைச்சிதான் வாழணுமுன்னு தெருவுல இறங்கின எங்களுக்கெல்லாம் அண்டியாபீசுதான் மாப்பிளைக் காரனா இருக்கு."

16

மனுவின் குறட்டை ஒருவித எரிச்சலை ஏற்படுத்திக்கொண்டே இருந்தது. உறக்கம் வரப் பிடிக்கவில்லை. ஆபீசில் கொடுத்த ஆதார் கார்டில் இருக்கும் அவள் பிறந்த நாளைக் கண்ட ஓமனக் குட்டன் அவளுக்காகச் சேலை எடுத்து வைத்திருக்கிறான் அடுக்குப்பாத்திரத்தில். இளம் பச்சையில் மெல்லிய கோடுகள் போட்ட அந்தச் சேலையில் தன்னை நிறுத்திப் பார்த்தால் பேரழகி போலவே தெரியும். ஆனால் என்ன உரிமையில் சேலையை எடுத்துக் கட்ட முடியும்? புதுச் சேலை யின் மினுக்கம் கண்டால் மாப்பிளைக்காரனுக்கு உடனே புரியும். இவ்வளவு விலை கூடிய சேலைக்கு எங்கிருந்து பைசா வந்தது என கணக்குக் கேட்பான். அதுபோக தாமசின் தொந்தரவு நாளுக்கு நாள் கூடிக் கொண்டே போகிறது. கடன்காரர்களின் சல்லியம் தாங்க முடியாமல் இருக்கும்போது இப்படிப்பட்ட சேலையோடு வெளியில் கண்டால் விடுவார்களா?

இல்லாவிடினும் இந்த ஓமனக்குட்டனுக்கு ஏன் என் மீது இவ்வளவு கரிசனை? ஏன் இவ்வளவு காதல். இதுக்கு என்ன கைமாறு செய்ய போகிறேன்?

நினைவுகளோடு இருந்தாள். வானவீதியின் ஊர்வலத்தில் தன்னை அந்தச் சேலைக்காரியாக இணைத்துக்கொண்டு உலாவினாள். இதைக் குலைக்கும்படி கிச்சிலியின் வீட்டில் தாறுமாறான சத்தம்.

“அப்ப நீ அவனைக் குடி முழுகியிட்டு வந்துட்ட... ஒன்பிள்ளைகளைக்கூட நீ விட்டுட்டு வந்துருக்கிய?” இது கிச்சிலி.

"ஆமா. எனக்கு இனி அவன் வேண்டாம். எனக்கு இனியாவது எனக்காக வாழணும்." இது மாலா.

"வாழ்க்கையாக்கும் இது. சும்மா எதோ மண்ணும் செரட்டையும் வச்சி விளையாடுறதுன்னு நினைக்காத."

"இதுவரைக்கும்தான் அப்பிடி விளையாடியிட்டேன். இனி அப்பிடியெல்லாம் இல்ல."

"அப்ப ஒன் முடிவுதான் என்ன?"

"எனக்கு என் மனசுக்குப் பிடிச்சவன்கூட வாழணும்."

"அதுக்காக?"

"டைவஸ்ஸுக்கு அப்பளை பண்ணியிருக்கேன்."

"அய்யோ... எனக்க மானம் மரியாதி எல்லாம் போச்சே..."

கிச்சிலி பெருங்குரலெடுத்து அழத் தொடங்கினாள். குறட்டை விட்டுத் தூங்கியவன் எதோ ஒரு உணர்வில் தள்ளைக்காரியின் சத்தம் கேட்டு எழும்பினான்.

"இவளுக்கு ஏன் கெடகெடப்பு இல்லியோ?" வெளிப்பக்க விளக்கு சுச்சை போட்டுட்டு கிச்சிலியிடம் போனான்.

"லே மோனே, ஒனக்க தொங்கச்சியிக்கும் மச்சினாருக்கும் அப்பளே ஒத்துப்போகாமதான் இருந்து. இப்ப என்னான்னா, இவா ரெண்டு மக்களையும் விட்டுட்டு அவனையும் விட்டுட்டு, இவா ஆஸுத்திரி டிரைவர் பயலுக்ககூடப் போகப்போறாளாம்."

"ஏமுட்டி ஒனக்கு பைத்தியம் கிய்த்தியம் பிடிச்சிருக்கா? மச்சினனுட்ட என்ன கொறட்டி?"

"எல்லாம் குறதான். நான் திரும்பினா குத்தம். நிமிந்தா குத்தம். தும்மினா குத்தம்."

"மாப்பிளையின்னா அப்பிடிதான் இருப்பான்."

"அதுக்காக நான் என்ன ஆடுமாடா? இல்ல அவன் வீட்டு பட்டியா? எனக்கும் மானம் மரியாதி இருக்கு. எனக்குன்னு சில காதல் பக்கங்கள் இருக்கு. அது எதுகூடேயும் அவன் பேசினதே இல்ல."

சொல்லி முடியும் முன், மனு அவள் கன்னத்தில் அறைந்தான். எல்லாவற்றையும் கேட்டுக்கொண்டிருந்த ஓமனா வெடவெடத்துப்போனாள்.

"என்னட்டி பெரிய காதல் உங்களுக்கெல்லாம்? ரெண்டு பிள்ளையளை தந்திருக்கியான். இதைவிட அவன் என்ன செய்யணும்?"

"பெட்டப்பட்டியளுக்கும் தான் பிள்ள பெறக்குது. அதெல்லாம் எல்லா ஜீவராசிகளுக்கும் உள்ள இயல்பான விசயம். ஆனா..."

அதற்கு மேல் அவள் பேச்சை கிச்சிலி அமுக்கினாள்.

"லே ஒன் மச்சினாருக்கு போனு செய். அங்க என்னான்னு நான் கேக்கட்டு."

"அவருட்ட கேக்க என்ன இருக்கு? ஆணுன்னா எதோ கொஞ்சம் முன்ன பின்ன இருக்கத்தான் செய்வாங்க. அதை யெல்லாம் தூக்கிப்பிடிச்சிட்டு ஆ ஊன்னு நின்னா, அது ஞாயம் ஆகாது. குட்டே மாலா, நீ வீட்டுக்கு போ. நான் ஒன்ன கொண்டு விடியேன்." மனு குரலை எழுப்பினான்.

"இது என் வாழ்க்கை, நான் முடிவு செய்வேன்" என்று சொன்னவளை முறைத்தான்.

"ஒன் வாழ்க்கை வாழ்க்கையின்னு பெரிசா சொல்லுதியே நீ இப்படியொரு நிலையை அடைய நான் எத்ர வருசம் வெளிநாட்டுல கெடந்து கஷ்டப்பட்டேன்னு தெரியுமா? அப்பவே நீ ஒன் வாழ்க்கையை முடிவு செஞ்சிருந்தியங்கி, நான் இன்னிக்கு எனக்க பெண்டாட்டியிக்க குத்து வேளம் கேட்டுருக்காண்டாம்... அவா அண்டியாபீசுக்குப் போயிருக்காண்டாம்"

முதன்முதலாகத் தன் மீதான ஒரு பேச்சு மனுவிடமிருந்து வருவதை வியப்பாகப் பார்த்தாள். நினைத்தாள்.

"எல்லாம் நஷ்டப்பட்டு வாழ்க்கையே தோத்துப்போன நிலையில வாழுறதுக்குக் காரணமே இந்தக் குடும்பம் நல்லா இருக்க வேண்டிதான். சீவிதமுன்னா கூடுதலும் குறவும் இருக்கும். அதையெல்லாம் அனுசரிச்சி போறவாதான் பெண்டாட்டி. தாம்தூம்முன்னு ஒன் போக்குல வாரி கெட்டியிட்டு வந்தியே. ஒன் பிள்ளையளை நினச்சி பாரு."

○

"வா வீட்டுக்கு"

மாலாவின் கையைப் பிடித்து இழுத்தான்.

"நான் அங்க எல்லாம் வர மாட்டேன். எனக்கு எங்க போகணுமோ அங்க போகத் தெரியும்."

சொன்னவள் மறுகணமே போனை எடுத்தாள். வழக்கம் போல் அழைத்தாள்.

“லே இவள விடாதல மோனே...”

கிச்சிலி பெருங்குரலில் அழுவதைக் கேட்கக் கஷ்டமாக இருந்தது ஓமனாளுக்கு. நிற்கிறேன் என்று வீறாப்புக் காட்டுகிறவள் அப்படியே இருப்பதில்தான் அழகு என்பது போலவே நினைத்தாள்.

இந்த மாலாவுக்கு அப்பிடி என்னதான் பிரச்சினையோ வீட்டில். மாப்பிளையும் சோலிக்காரன். பெரிய வீடு, வசதி எல்லாமே இருந்தும் தன்னிலும் குறைந்த வருமானத்தில், வாழ்க்கைத் தரத்தில் உள்ள ஒருவனோடு லயப்பட்டுக் கிடக்கிறாளே.

இதற்கு மேலும் கேட்டுட்டு இருப்பதில் ஞாயம் இல்லை என்பதை உணர்ந்தவள், வீட்டின் முன்பக்கம் வந்தாள். மாலாவுக்காகவே காத்து நின்றது வெளியில் ஒரு வாகனம். தோள்பையைத் தூக்கிப் போட்டுட்டு வேகமாகப் போகிறவளின் பின்னே கிச்சிலி ஓடினாள். மனுவும் விரைந்தான். அவள் யாரையும் பொருட்படுத்தவில்லை; போய்விட்டாள்.

விடிய விடிய செத்த வீட்டில் அழுவதுபோல் கிச்சிலி அழுதாள். அவளை ஆற்றியெடுக்கும் வல்லமை இல்லாத வளாக விழித்திருந்தாள் ஓமனா.

காலை ஏழு மணி. சுவரோடு சாய்ந்தே இருந்தாள் கிச்சிலி. அவளின் டிவி பெட்டியில் துளியும் அனக்கமில்லை.

அவளே இவளே அங்காடி கெட்டவளே, அண்டியாபீசே என்றெல்லாம் கிச்சிலி ஏறி முழங்கும்போது தெரியும் ஆகோச முகம் இப்போது துளியும் இல்லை. கீரைபோல் குழைந்திருந்தாள். அவளின் நாடி நரம்பெல்லாம் தளர்ச்சையாக இருந்தது. இதெல்லாம் கவனித்த ஓமனாளுக்கு என்னவோபோல் இருந்தது. வழக்கம்போல் அவள் நாலு சாடை சொல்வதும், அதற்கு இவள் பதில் சொல்வதும், சீறுவதும் பரிகாசமாகச் சிரிப்பதும் எதோ ஒரு வீரசூலி பக்கத்தில் வாழ்கிறாள் என்கிற வலுவை ஓமனாளுக்குக் கொடுத்துட்டே இருக்கும். ஆனால் இப்போது இப்படி ஆகி விட்டாளே...

தேயிலையைக் காச்சி இறக்கியவள், மாப்பிளையின் அருகே இரண்டு டம்ளரில் கொண்டு ஊத்தி வைத்தாள்.

“ஒண்ண அவ்வியளுட்ட கொண்டு கொடும். நேத்தே ஒண்ணும் தின்னு காணாது.”

“ஒனக்க ஒடுக்கத்த கரிசனையைக் கண்டாலும்தான் உண்டு. போட்டி அங்க” எடுத்தெறிந்தான் மனு.

“ஒன்னாலதான் எங் குடும்பம் தீந்துபோனது”

“ஏன் நான் என்ன செய்தேனாம்?”

“சும்மா சும்மா சொல்லி ஒப்பாரு வைப்ப இல்லா, ஒமக்க குடும்பத்த பாத்தூரு என்னையும் மக்களையும் பாத்துரான்னு. ஒமக்க தொங்கச்சி கடத்துக்கு நான் பலியானேன்னு சொல்லி சொல்லி வெட்ட வச்ச இல்லா. அதான் இப்ப ஒண்ணும் இல்லாம போவபோவுது.”

அவன் முகத்தைப் பார்க்கவே எரிச்சலாக வந்தது. எங்கோடி என்ன நடந்தாலும் அதுக்கொரு பாவ பழி நானா கிட்டினேன் இவனுக்கு.

“இருக்கியவன் நல்லா இருந்தா செரச்சியவன் நல்லா செரப்பானாம். அப்பிடி ஒரு சுலோகம் உண்டு நாட்டுல. ஆணு ஆணா இருந்தா பெட்டச்சி என்னத்துக்குத் திச திரும்பி போகணும். எதோ வழியும் வாசலும் இல்லாம இல்ல ஒவ்வொருத்தியும் வாழியது. எதோ வாழ்க்கப்பட்டுட்டோ மேன்னு ஒரு சின்ன மனசாட்சியங்கிலும் இருக்கியதுனால தான் பிடிச்சாட்டாலும் வாழ்ந்து தொலச்சியது.”

“அப்ப ஒன் மனசுல அப்பிடியெல்லாம் ஒரு எண்ணம் இருக்கு இல்லியா?” முறுவினான்.

“அப்பிடி ஒரு எண்ணம் வரணுமங்கி ஒமக்க லெச்சணம் தான் காரணமா இருக்குலாம்.”

“எனட்ட என்னட்டி லெச்சணக்குறவைக் கண்ட?” எழும்பினான். வெளியில் நடக்கும்போது மட்டும்தான் அக்கம் பக்கம் உள்ளவர்கள் பார்க்கும்படி கால் சரியாகாததுபோல் நடிக்கிறான். வீட்டுக்குள் இயல்பாகவே இருந்தான்.

“அப்பிடி என்னட்டி லெச்சணக்குறவ கண்ட பலவட்டற..?”

அவன் முகத்தின் கோபத்தில் நான் தோற்க மாட்டேன் என்கிற திமிரைக் கண்டாள். கையில் அகப்பட்டால் சதைத்து விடுவான் என்பதை உணர்ந்தவள் பின்வாசல் வழியே ஓடினாள். ஈரோலியில் முக்கால்வாசி இலைகளும் பழுத்துத் தொங்கின. இறுக்கி ஒரு காற்று வீசினாலே எல்லாம் கீழே விழுந்துவிடும் என்பது புரிந்தவள்; காற்றைப் பார்த்து ஈரோலியின் நிலையைச் சொல்ல ஆசைப்பட்டாள்.

கோயிலில் சாவு மணி ஒலிக்கும் சத்தம் கேட்டது.

இரைக்க இரைக்க ஓடி வந்தவள் தங்கத்தின் வீட்டில் சேர்ந்தாள்.

கோயிலில் ஒலிக்கும் சாவு மணியின் சத்தம் இன்னும் நின்றபாடில்லை.

தங்கத்தின் வாசல் கதவு பூட்டப்பட்டிருந்தது. திக்திக் என்று திரும்பி பார்த்தாள். மாப்பிளைக்காரன் விரட்டி வருகிறானோ என்கிற பயம் இருந்தது.

தங்கம் எங்க போயிட்டா?

நினைத்த கணமே தல்லுபெரைக்காரிகளான குத்துவிளக்கு, எம் ஏ, ட்ரே. பாலாமணி என்கிற தோழமைகள் சோகம் அப்பிய முகத்தோடு வந்தார்கள்.

"தங்கம் எங்க?" குத்துவிளக்கின் முகத்தில் கனமான சோகம்...

"ஏன்..?"

"அவளுக்க சத்தியன் இல்லியா செத்திருக்காம்."

"ஓ..." உதடு விரித்தாள்.

இந்த நேரத்தில் தங்கம் எங்கு போயிருப்பாள் என்பது ஓரளவுக்கு ஊகிக்க முடிந்த நிலையில் எல்லோருமாக சத்தியனின் வீட்டிற்குப் போனார்கள்.

17

சத்தியனின் பெரிய வீட்டின் வாசலருகே பலரும் போயும் வந்துமாக இருக்க, அங்கே ஒரு ஒற்றைப்புள்ளியாக வெளியே நின்றாள் தங்கம். அரசல்புரசலாகத் தங்கத்திற்கும் சத்தியனுக்குமான தொடர்பை அவன் மனைவி குடும்பமெல்லாம் அறிந்த நிலையில் துணிச்சலாக உள்ளே போக இயலாமல் வாசலிலே நின்றிருந்தாள் தங்கம்.

“தங்கம் சித்தியே...”

ஓமனா அவளை அழைத்தபடியே ஓடினாள். கூடவே தல்லுபெரைத் தோழிகளும்...

வெளிச்சுவரைப் பிடித்து நின்றவளின் கண்கள் இரத்தம்போல் சிவந்திருந்தது. தொண்டைக்குழிக்குள் அப்படியொரு வருத்தம் பிணைந்து கனத்துத் தெரிந்தது. தன் தோழிகளைக் கண்டவள் விசும்பத் தொடங்கினாள். கைகளை மலத்தினாள்.

“பெயிட்டான் என் சத்தியன். நேத்துக்கூடப் பேசினான் போணுல, எனக்கும் அவனுக்குமான அன்புக்கு ஒரு அடையாளமே இல்லாம போச்சி.”

மூக்களை அத்திறங்க அழுதவளை ஓமனா தன் தோளில் சாய்த்தாள்.

“என் வாழ்க்கை முடியுறப்ப என்னை இவன் வழி அனுப்பி வைக்க கூடவே இருப்பான்னு நினச்சேன். ஆனா என்னை முந்தியிட்டுப் போயிட்டான். என் அண்டிக்கறை பிடிச்ச கையைத் திவசம் முத்துவான். இந்த ஒலகத்திலே நான்தான் பேரழகி என்கிறவன் கிடக்கிற கிடையைப் பாரு.”

“ஒ... ஒடுக்கத்த ஒனக்க சினேகம்... வா இப்பிடி. கெட்டுனவனையே சொந்தமா நினச்ச முடியாத ஒலகத்துல அடுத்தவளுக்க மாப்பிளைக்கி நீ இப்பிடி அழுது மருகி ஏங்குறது நல்லாவே இல்ல தங்கமே. கண்ணத் துடச்சிட்டு மனசைத் தேத்தியிட்டு வா வீட்டுல. நமக்குன்னு கரையக்கும் சிரிக்கவும் ஒரு விசயமா ஒலகத்துல இருக்கு...”

குத்துவிளக்கு தங்கத்தை தன் கையோடு அணைத்தாள்.

இவர்களையெல்லாம் உள்பக்கமாக நின்று கவனித்தாள் சத்தியனின் மனைவியின் மூத்த மாமி கண்ணம்மா. முன் கூட்டியே சத்தியனுக்கும் தங்கத்திற்குமான நெருக்கம் வீட்டில் அறிந்தபோதும் சரி, அவன் இவளுக்குக் கடையும் சூழலும் எழுதி கொடுக்க முனைந்தபோதும் சரி களத்தில் இறங்கி கர்ச்சித்தவள் இந்த கண்ணம்மா. எதோ இவர்களின் கெடுபிடிகளுக்கெல்லாம் பயந்து சத்தியன் அந்த முயற்சியைக் கைவிட்டதாகவே அவன் குடும்பத்தில் பலரும் நினைத்துக் கொள்கிறார்கள். ஆனால் உண்மையான காரணம் தங்கம் அதற்கு இசையவேயில்லை என்பதே.

“எப்ப நினச்சாலும் உனக்கும் எனக்குமான காதல் மட்டுமே நம்ம மனசுல ஓர்மையா இருக்கணும். நீ எனக்கு ஒரு வீடோ கடையோ தந்துட்டா, அதுல நம்ம சினேகத்துக்குன்னு எதோ ஒரு கொடுக்கல் வாங்கல் வந்துருந்து. நீ எனக்கு எல்லாமே தருவேண்ணா ஒன்ன சினேகிச்சேன் சொல்லு. எனக்கு கையும் காலும் இருக்கு. பதினொரு வயசிலே அண்டியாபீசுக்குப் போனவளுக்கு ரெண்டு மூணு பென்சன் தெவஞ்சி கெடக்கு. இதுக்கும் மேல எனக்கு என்னத்துக்குச் சத்தியா? நாளொரு காலம் எதோ ஒன்ன மயக்கி பறக்கி ஒஞ்சொத்துச் சொகத்துக்காகவே ஒன்ன வச்சிட்டேன்னு ஊரும் ஒலகமும் நான் ஒன்மேல வச்சிருக்க அன்ப கொச்சையா பேசும். பின்ன என்னா, எனக்கும் ஒரு ஆச இருக்கு. ஒனக்கும் முன்னே நாஞ்செத்துட்டேன்னா, என் சவப்பெட்டியைத் தூக்க நீயும் ஒரு ஓரமா வந்து நிக்கணும் அம்படந்தான்.”

சொல்லிச் சிரித்தவளைக் கண்ணீர் முகமாகப் பார்த்தவன் இப்போது மூச்சு இல்லாமல் கிடக்கிறான். அவன் அருகே போய் உரிமையோடு ஒரு சத்தம் அழவோ, கால்களின் அருகே அமர்ந்து பாடுசூடு சொல்லவோ உரிமை இல்லாமல் வாசலுக்கும் வெளியே நின்றாள்.

என்ன ஆனாலும் சத்தியனின் சொத்துகளில் தங்கம் எதுவும் கேட்டுவிடக் கூடாதே, குடும்பத்திற்கும் தெரியாமல்

எதாவது எழுதி கொடுத்துட்டுப் போய், அதைக் கேட்க தங்கம் வந்து நிற்கிறாளோ என்கிற தெவளை இடியில் கண்ணம்மா வெளியே வந்தாள். அவள் முகம் கோபத்தில் மினுங்கியது. தங்கத்தையும் கூடவே நின்றவர்களையும் பொசுக்கிவிடுவது போல் கேவலமாகப் பார்த்தாள்.

"அண்டியாபீசுக்காரிகளுக்கு இஞ்ச என்ன சோலி?" எகத்தளமாகக் கேட்டாள்.

"ஒண்ணு காணணும்" தங்கம் பரிதவிப்பாகச் சொன்னாள்.

"ஆர ஆரு காணணுமுன்னு ஒரு விதிமுறை வேண்டாம். அவனுக்க உரிமைக்காரி கண்டா போதும். நீ இப்ப ஒழுங்கா போனியங்கி கொள்ளாம். இல்லீங்கி போலிசை விளிச்ச வேண்டியிருக்கும். நீ என்னத்துக்கு அவனை மயக்கி பறக்கி வச்சிட்டு இருந்தேன்னு இந்த ஊருக்கே தெரியும்."

அவள் என்ன சொல்ல வருகிறாளென்பது தங்கத்திற்கும் புரிந்தது.

"பணம் காசுன்னு பாத்துப் பழகியிருந்தா, இப்ப இந்த வீடு கூட எம்பேருக்கு மாத்தியிருப்பான் சத்தியன். ஒங்க யாருக்குமே புரியாதவளை அவனுக்குத்தான் புரிய முடியும்."

"ஓ... பெரிய புரிதலு. கண்டவளுக்க மாப்பிளையிட்ட பசப்பு காட்டி புனிதத்துவம் காட்டுற நீயெல்லாம்..."

அசிங்கமாகத் திட்டத் தொடங்கினாள். தங்கத்தைத் தோழிகள் பிடித்து இழுத்தார்கள்.

"ஆரு பிடிச்சி இழுத்தாலும், என்ன பாக்க அனுமதிச்சாம போனாலும் எனக்கு வேண்டி எனக்க கிட்ட நீ வரணும் தங்கமே. ஊரும் உலகமும் சேர்ந்து புகழ் பாடி மலர்மாலைகள் அணிவிச்சாலும் அதெல்லாம் வெளிவேசம். மனசறிஞ்சி நீ எனக்கு வேண்டி எதோ ஒரு காட்டுப்பூவங்கிலும் தரக்கு எஞ்சாவுக்கு நீ வரணும்."

எப்போதோ சத்தியன் சொன்னது மனசில் கறங்க, தன்னைப் பிடித்த தோழிகளை உலுக்கினாள். வரும்போதே ஓமனாளின் வீட்டின் பின்பக்கம் யானைப்பாறையோடு சேர்ந்து நின்ற வடலியில் படர்ந்து கிடந்த காட்டுப்பிச்சியின் சில பூக்களைப் பறித்து மடியோடு கட்டி வைத்திருக்க, அவற்றை எடுத்தாள். இவர்களை மீறிக் கொண்டு வீட்டின் படியில் ஏறினாள். அதற்குள் சத்தியனின் உயிரற்ற உடலருகே அமர்ந்திருந்த அவன் மனைவி எழுந்து வெளியே வந்தாள்.

மலர்வதி

காதலும் வேகமுமாக வீட்டில் ஏறியவளை நிமிர்ந்து நின்று செள்ளையில் ஒரு அடி வைத்தாள். தங்கம் அப்படியே பொறி கலங்கினாள்.

"ஒனக்க அண்டியாபீசு புத்தியை என் வீடுவரைக்கும் கொண்டுவாறியே, இது என் மாப்பிள. ஊரறிய எனக்குத் தாலி கெட்டினவன்."

நடுங்கிப் போனாள் தங்கம்.

அன்புக்கு வலுவான உரிமை வேண்டும். அது என்ன உறவு முறை என்பதை சபையில் அறிவிக்க வேண்டும். அதற்கொரு அடையாளம் வேண்டும். இல்லாவிடில் அதில் உயிர்போல் பாசம் இருந்தாலும் அது கள்ள உறவு. அசிங்கமான பந்தம்.

"இவன் ஒனக்கு யாரு?" முழங்கினாள். சூழ இருந்தவர்கள் கேட்டார்கள். ஒரு சின்ன பதில்கூடச் சொல்ல முடியவில்லை. என் உயிரில் இருக்கிறான். உணர்வில் இருக்கிறான். என் பெண்மைக்குப் பிடித்தமானவன். என்றெல்லாம் சொல்ல முடியுமா?

"போ இறங்கி." மனைவிக்காரி இறுவினாள்.

"எனக்குத் தெரியாம அப்பிடி என்னங்கிலும் எழுதி பறக்கி வாங்கியிருந்தாலும் சட்டத்துக்க முன்ன அதெல்லாம் சொல்லுபடியாகாது. அதையும் மனசுல வச்சிக்க..."

விரக்தியாக அவளைப் பார்த்தாள். நீண்டு கிடக்கும் சத்தியனின் வளைந்த கால்களின் பாதங்கள் மட்டுமே கண்களில் தெரிந்தன.

என் கணவன், தாலி கெட்டியவன் என்றெல்லாம் உரிமையில் பேசுகிறவளின் கண்களைப் பார்த்தாள். அங்கே சத்தியனுக்கான கண்ணீர் இல்லை. அவள் காதலனைத்தான் அங்கே பார்க்க முடிந்தது. உள்ளங்கையில் கசங்கியிருந்த காட்டுப்பிச்சி பூக்களை வாசல் வழியே எறிந்தாள். அவன் காலருகே மட்டுமே அப்பூக்களுக்குப் போக முடிந்தது.

கண்களிலிருந்து கண்ணீர் சொரிந்தன.

"தங்கம் சித்தியே..." ஓமனா அவளை அணைத்தாள்.

"அவனுக்க சரீரம்தான் அங்க கெடக்கு. அவன் மனசும் உணர்வும் எனட்டதான் இருக்கு"

தனக்குத் தானே ஆறுதல் சொல்லிக்கொண்டவள், குத்துவிளக்கைப் பார்த்தாள்.

“நம்ம முத்தச்சியிக்க வீட்டுக்க கிட்ட ஒரு சாராயக்கடை தொறக்க இருக்குனம், நீங்க எல்லாம் வந்து அதை தடுக்க போராடணுமுன்னு சொன்னாளே அது என்னிக்கு?”

கண்களில் ஒழுகும் நீரை இருத்தித் துடைத்தப்படியே கேட்டாள் தங்கம்.

“நிக்காம ஓடியிட்டே இருக்கணும். அப்பதான் வாழ்க்கை சலிக்காதுன்னு சத்தியன் எனட்டச் சொல்லுவான்.” கண்களின் நீர் மடைபோல் ஒழுகியது தங்கத்திற்கு. தோழிகள் அவளை இதமாக அணைத்தார்கள்.

அண்டியாபீசுக்கு வழக்கத்தைவிட நேரமாகிவிட்டது. சின்ன மகளுக்குக் காய்ச்சல் ஆகிப்போன நிலையில் காலையிலே ஆஸ்பத்திரிக்குக் கொண்டுபோய் மருந்து வாங்கி, அவளுக்குரிய பாடு சூடுகளைப் பார்த்து மூத்தவளைப் பள்ளிக்கு அனுப்பி என நிமிருகையில் மணி எட்டரையைத் தாண்டி விட்டது. ஒரு வழியாகக் கிளம்புகையில் தளத்தில் கால்களை விரித்துக் கிடக்கும் மாப்பிளையைப் பார்க்கையில் எரிச்சலாக வந்தது.

“அப்பிடி என்ன நீக்கம்பு இவன் காலுல வந்துட்டு? எவனையும் ஊம்பி பறக்கி குடிச்சி மோளக்குத் தெரியுது இல்லியா. வீட்டுல ரெண்டு பெட்டக்குட்டியா வளருதுண்ணு மனசுல ஒரு ஈரம் இருக்கா?” என்று தன்னிலே புலம்பினாள்.

அவன் முதுகில் விழும் இளம்வெளியிலும், தேகத்தில் வந்தமரும் ஈச்சிகளும் ஆழப்பட்ட விரக்தியைக் கொடுத்தன. கெட்டிக்கார ஆண்கள் இல்லாமல் போவதால் குடும்பப் பெண்களின் வேர்கள் அறுந்துபோகிறதே. ஓங்கி ஒரு சவுட்டுக் கொடுக்க வேண்டும்போல் தோன்றியது.

“இப்பிடி சள்ளையும் மலத்தியிட்டுக்[1] கெடக்கியது. சங்சனுல இருக்கிய அறக்கடையில கேட்டுப் போப்பாதா? அங்க விக்கவேண்ட ஆளு தேவையாமே?”

சேலையில் ஊக்கை வைத்தப்படியே கேட்டாள்.

“நான் ஒருத்தி பாடுபட்டு அப்பிடி என்னதான் செய்ய ஒக்கும்?”

---

1. கால்களை விரித்து

“குட்டே காலத்தே ஒனக்கு கிறுக்கங்கி ஊளம்பாறைக்கிப் போ. நீ என்னத்தட்டி ஒத்தெய்க்கி மலத்துன. எதோ இப்ப பீக்கிறி வேலைக்கிப் போறாளாம்...”

“ஓமக்கே ஒரு மனசாட்சி இருக்கா ஓய்? காலு காலுன்னு இப்பிடி கள்ளச்சோளு[2] அடிச்சிட்டுக் கெடந்தா எப்பிடியின்னு கேக்கியேன்?”

“அதெல்லாம் பாக்குலாம்.”

“என்னிக்கிப் பாப்புரு. மூத்த குட்டி எப்பன்னு இல்லாம முக்குல விழும்.”

“அதுக்கு என்னை செத்துப்போவ சொல்லுதியா?”

“அதையங்கிலும் செய்யும்.”

“அப்ப நான் சாவணும் இல்லியா ஒனக்கு? எங்கி ஒனக்கேத்த எதம் அண்டியாபீசுக்காரனுக்ககூடப் போவுலா முன்னு கச்ச கட்டியிட்டு இருக்கிய இல்லியா?”

“ஓ. கச்சக்கெட்டியிட்டு இருக்கேன். ஓம்மளக் கொண்டு போக்கு இல்லன்னா நான் பின்ன என்ன செய்யக்கு? எப்பிடி யங்கிலும் வாழ வேண்டியிருக்கே. ரெண்டணத்த பெத்துப் போட்டுட்டேனே...”

தன் வயிற்றில் தானே அடித்துக்கொண்டாள். அந்த நேரத்தில் வீட்டின் முன் தாமசின் கடுமையான குரல் எகிறியது.

“இன்னா இன்னான்னு சொல்லி வருசமும் ரெண்டுணு கழியுது. எனக்கு இந்தக் கிழமையில ருபா தரேலியங்கி, ரெண்டுல ஒண்ணு பாக்காம விட மாட்டேன்”

முழங்கினான் முழக்கம். அவன் சத்தம் கேட்டதும் தலை வழியே இழுத்து மூடிவிட்டு, எதுவும் தெரியாமல் உறங்கிக் கிடப்பவன் போலவே ஆனான் மாப்பிளைக்காரன். அவன் வீட்டுக்குள் வந்தான். அரவம் கேட்ட பூனை அடுக்களையி லிருந்து எத்தி வெளியே சாடியது.

“இப்பிடியே போனா என்ன ஆகுமுன்னு தெரியுமா?”

மனு கிடக்கும் பாயின் அருகே நின்று கேட்டான். அவனுக்கு இந்தப் பக்கமாக நின்றிருந்த ஓமனா மூடிக் கிடக்கும் போர்வைக்குள் கிடக்கும் மாப்பிளையை வெறித்தாள்.

---

2. வேலைக்குப் போகாமல்

"அவனக் கொண்டு களிவில்லன்னு எனக்குத் தெரியும். எனக்கும் அவனுக்கும் ஒரு குழப்பமும் இல்ல. என் சகாயத்துல அவனுக்குக் குடிச்ச பலதும் வேண்டி கொடுப்பேன். ஒனக்க மாப்பிளை ஒன்னப்போல திமிரு பிடிச்சிட்டுச் சிலம்ப மாட்டான். அண்ணோன்னு சினேகமா விளிப்பான். நேத்திக்கும் என் வீட்டுல வந்து அவன் கஷ்டங்கள சொல்லியிட்டுத்தான் போனான். நான் தேடி வந்தது ஒன்னதான்."

வெளிறினாள் ஓமனா. மனைவியின் கடன், கணவனின் கடனென்று தனித் தனிக் கடன்களா ஒரு குடும்பத்தில்? என்னைப் பார்க்கையில் படுக்க வா என்பதுபோல் பல்லை இளிக்கும் கடன்காரனின் வீட்டிற்குப் போகிறான். அவன் கொடுக்கும் பிச்சைகளை வாங்குகிறான். தோளில் கை போடுகிறான். அழுகிறான். இவனா ஆம்புள.

"நீ நினச்சியதுபோல ஒண்ணும் ஒன் மாப்பிள இல்ல. நீ எங்கூட எப்பிடி இசக்கமா இருந்தாலும் அவனொன்றும் அத ஒரு விசயமா எடுக்க மாட்டான்."

கண்களைச் சரித்துச் சொன்னவனின் குசுகுசுப்பு நிச்சயமாக மனுவுக்குக் கேட்டிருக்கும். கேட்டும் மூடியிருக்கும் துணியை எளக்கவில்லை. பலுசைக்காரனின் சட்டையைப் பிடிக்கவில்லை. செத்த நாய். இவனா மாப்பிளை!

போன வாரத்தில் பருப்பு நிறுக்க நிற்கையில் பருப்பு சைசு படிக்க வந்து நின்ற வாலிபப் பையன் இடையில் வந்தபோது அவன் கை விரல்கள் பட்டுவிட்டதென்று அவனை அழைத்துக் கண்டமட்டுக்குத் திட்டி அனுப்பிய ஓமனக்குட்டனின் ஞாபகம் வந்தது.

ஒவ்வொரு நாள் வீட்டுக்கு வரும்போதும் "சூழ்ச்சிச்சி போணும் கேட்டோ" என்று அனுசருணை காட்டும் அவன் எனக்கு யாரு? இவன் எனக்கு யாரு? ஒருத்தன்கூடக் கெடந்தாலும் குற்றமில்லை. அப்படியேனும் கடனை மீட்டு என்று கிடக்கிறானே. இவனா ஆணு? இவனா எனக்க மாப்பிளை?

"என்னத்துக்கு இந்தப் பகல் வேசம் போடிய?" தாமஸ் ஓமனாளின் கையைப் பிடித்து இழுத்தான்.

"இங்கேருங்கா, இங்கேருங்கா, இந்த தாமஸ்..."

கால்களால் அவன் படுக்கையைத் தட்டினாள். அவனோ தூக்கத்தில் புரள்வதுபோல் புரண்டான். ஓமனாளுக்கு

நன்றாகவே புரிந்தது. கணவன் என்பவனால் கைவிடப் படுவதை. கண் முன்னே வைத்து இதே தாமஸ் அத்துமீறல் நிகழ்த்தினாலும் மௌனம் காப்பான். இவனுக்குரிய குடியை, கொண்டாட்டத்தை தாமஸ் பார்த்துக்கொள்வான். தன் பலத்தைத் திரட்டி அவனிடமிருந்து கைகளை விடுவித்தாள். பின்வாசல் வழியே ஓடினாள். காற்றின் அசைவில் உதிரும் பழுத்த இலைகளோடு நிற்கும் ஈரோலி மரத்தைப் பார்த்தாள். அதன் இதயத்தோடு சாய்ந்து ஒருவாடு அழ மனம் ஏங்கியது. இலைகளின் வெளறலைக்[3] கண்டவளுக்குப் புரிந்தது. இன்னும் சில நாள்களில் இம்மரத்தின் இலைகளெல்லாம் போய்விடும். வாழ்க்கையின் ஓட்டத்திற்கேற்றப்படி தங்களை விடைபெறலுக்கு ஒப்புவிக்கும் இலைகளைப் பார்க்கையில் ஏனோ கரச்சி வந்தது. ஓடிப் போய் மரத்தைக் கட்டியணைத் தாள். அதன் உச்சியில் இப்போது பறவைகள் இல்லை. பழங்களில்லை. ஊனமுற்ற அணிலொன்று கிளைகள் தாவ முயற்சித்துக் கொண்டிருந்தது.

மரத்தோடு பிணைந்து நின்றவளை துரத்திக்கொண்டு வெளியேயும் வந்தான் தாமஸ். அவன் முகத்தில் அப்படியொரு வன்மம்.

“பெலத்துன ஒனக்க மாப்பிளையைக் கண்ட இல்லியா? இப்பிடியொரு தேகக் கட்டையை வச்சிட்டு என்னத்துக்குப் பத்தினி வேசம் போட்டுட்டு. வெறுதே மண்ணுக்குப் போற சரீரம் ஒரு பலுசை முடக்குக்கங்கிலும் ஒதவட்டுமே.”

பல்லை இளித்து வக்கணையாகப் பேசியவனை முறைத்தாள். இதுக்கு மேல் எதுவும் செய்ய முடியாது என்பது புரிய மீண்டும் ஓடினாள்.

“இஞ்ச நில்லு.” இறுவலோடு துரத்தினான். கிச்சிலிக்கு இந்த அரவங்கள் கேட்டிருக்க வேண்டும். முற்றத்தில் வந்தாள். மூச்சிரைக்க ஓடுகிறவளையும், துரத்துகிறவனையும் பார்த்தாள்.

“தாமஸூ... இது என்னது?” அவள் குரலில் கோபமும் தடிமமும் கிடந்தது.

“கொடுத்த கடனுக்கு ஈடா இப்பிடியா கேப்ப நீ? ஒழுங்கு மரியாதியா போனியங்கி கொள்ளாம்.”

கிச்சிலி தனக்காக இப்படியொரு வார்த்தையைச் சொல்வாள் என்று ஓமனா நினைத்துக்கூடப் பார்க்கவில்லை.

---

3. பழுத்த இலைகள்

"என்னவோ கேட்க நாதிகெட்டுப் போயிட்டாளே. நமக்கு என்ன வேணுமங்கிலும் பண்ணுலாமுன்னு உள்ள நீக்கம்பெடுத்த நினப்ப சுட்டுத் தள்ளு. வீட்ல ஒருத்தன் இருக்கியானா இல்ல செத்தானா?"

மகனைக் கேட்டப்படியே வீட்டுக்குள் போனாள். ஓமனாளின் உடலும் மனசும் சந்தோசத்தில் நடுங்கியது. எங்கோ ஒரு பாலைவனத்தில் ஒரு சொட்டுக்கூட வெள்ளம் கிடைக்காமல் தவிக்கும் பரிதவிக்கும் வாழ்க்கையில் ஒரு சொட்டு வெள்ளம்போல் கிச்சிலி தனக்காகப் பேசியது அப்படியொரு இதம் பதமாக இருந்தது.

"லே... லே மனு..." மகனை இறுவி அழைத்தாள்.

"கொடுத்த கடனுக்கு ஈடாக பெண்டாட்டியை இழுத்து பறிக்க வீட்டுக்குள்ளே வந்த பட்டியை அடிச்சி விரட்டாம செத்தால கெடக்கிய... லே..."

மூடி வலித்துக் கிடக்கும் மகனின் போர்வையை இழுத்தாள்.

"ஆணு ஆணா இல்லாம போகம்பதான் பெட்டச்சியா வேலி சாடியிட்டே இருக்கியது. வீட்டுக்குள்ள நிறைவு கிட்டேலங்கி பின்ன அவா என்ன செய்வா? கொடிமுடிஞ்ச நாட்டுல என்ன ஒரு வாழ்க்கையின்னு ஆகி போச்சி? அவனுக்கு எம்புடு கொடுக்கணுமாம்?"

வெளிப்பக்கம் ஈரோலி மரத்தோடு சாய்ந்து நின்றவளிடம் சாடையாகக் கேட்டாள்.

"வாற போனஸுக்குப் போட்டிருக்கிய சீட்டையும் பிடிச்சி அவனுக்க கடத்தைத் தீக்க நினச்சிருக்கியேன்."

தலைகுனிந்து விரலைச் சொடுக்கியபடியே பதில் சொன்னாள் ஓமனா.

"சவத்துக்குப் பெறந்தவனுக்க மூளையும் கெட்டு மனசும் இல்லியா கெட்டுப்போய் கிடக்கியான்... த்தூ..."

மகனைக் காறித் துப்பியிட்டுப் போனவளை நிமிர்ந்து பார்த்தாள். கிச்சிலியை இப்படி முகத்தோடு முகமாகப் பார்த்திருக்கவில்லை. அவளுக்கு ஏனோ நன்றி சொல்ல வேண்டும்போல் இருந்தது. தன் கைகளைக் குவித்து நெஞ்சோடு வைத்து நன்றி என்பதுபோல் சொன்னாள்.

கிச்சிலியின் மனசுக்குள் அப்படியொரு தவிப்பு மிகுந்தது. அண்டியாபீசுக்காரி என்று ஒதுக்கிவைத்திருந்தவளின் வாழ்க்கையும் அதில் கிடக்கும் பண்புகளும் அவளை என்னவோ செய்தன.

தனக்கு நன்றி சொல்லி நின்றவளிடம் தன் கையைக் கூப்பிக் கும்பிட்டாள் பதிலுக்கு. கிச்சிலியின் விரல்கள் நடுங்கு வதைக் கவனித்தாள்.

"இல்ல... இல்ல கிச்சிலி எப்பவும் கிச்சிலியாகவே திமிராகவே இருக்கணும். இதெல்லாம் பாக்க எனக்கு வலுவே இல்ல" மரத்தோடு கதறினாள் ஓமனாள்.

18

வேகமாக நடந்தாலும் பத்து நிமிசம் நடந்தாலே அண்டியாபீசு வரும். லோக்கல் பஸ்ஸுகள் மட்டுமே வீட்டின் அருகே இருப்பதால், ஆத்திர அவசரமென்றால் அதுவும் வேளைக்கு வராது என்பதால் மெயின் சாலையில் வேகமாக நடந்தாள் ஓமனா. இன்றைக்கு இருக்கும் மனநிலையில் வேலைக்குப் போக மனசில்லை தான். ஆனால் இந்த லாட் பருப்பை முடித்துக் கொடுத்தாலே சம்பளத்திற்குக் கணக்கு எழுது வார்கள் என்பதால் வேலையை முடக்கம் செய்ய மனசில்லை; முடியவில்லை.

அவள் வேகத்திற்கான ஈடுகொடுக்க வில்லை. காலில் போட்டிருக்கும் செருப்பு. வலது காலின் சிலிப்பர் செருப்பு அற்றுப்போய் மாசம் ஒன்றரை ஆகிவிட்டது. அதன் மெயின் வாறில் குத்திப் பொருத்திய ஊக்கும் கழன்று கழன்று போக இடறும் ஒவ்வொரு சமயமும் செருப்பை உருவி ஊக்கை இறுக்கி வைத்துவிட்டு மீண்டுமாக நடந்தாள். செட்டின் வெளியே கழட்டிப் போட்டிருக்கும் இவளது செருப்பை அடையாளம் கண்ட ஓமனக்குட்டன்,

“இது எந்தா ஓமனே செருப்பு?” என்று கேட்ட போது கூசலாகவே இருந்தது.

“நின்ன ஒரு மகராணியாட்டம் வச்சி நோக்கான் எனிக்கி எந்தூமாத்திரம் ஆசையின்னு அறியாமோ”

“எனக்கு அப்பிடியெல்லாம் ஆச இல்ல மேசிரியே”

“எடி நீ என்னை மேசிரியின்னு விளிச்சருது. ஞான் நின்ற காமுகனா?”

சொல்வதைக் கேட்டுச் சிரிக்காமலும் இருக்க முடிய வில்லை. முழுதும் அணைந்த ஒரு வாழ்க்கையில் இவன் ஊற்றும் ஒரு சொட்டு எண்ணெய்யும் இனி வாழ்க்கையை மாற்றப்போவதில்லை என்றே நினைத்தாள். சினேகிக்கிறான் என்பதற்காக குடும்பத்தை விட்டுட்டு அவனோடு போகவா முடியும்? மாப்பிளையால் கிடைக்காத பல சந்தோசங்களை இவனிடமிருந்து பெற தைரியம் இருக்கா... பின்ன எதுக்கு இதுக்கெல்லாம்?

தனக்குத் தானே பேசிக்கொண்டவள் அண்டியாபீசின் பெரிய வாசலைத் தள்ளினாள். உட்புறம் கொண்டி போட்டிருந்தது. இன்னுமாகத் தள்ளினாள்.

“சமயம் பத்து கழிஞ்சு... இனியான்னு சோலி செய்யான் வருந்நது... இல்லே...” கேட்டபடியே வாட்சர் கதவைத் திறக்க, அங்கே வாட்சர்செட்டில் ஓமனக்குட்டன் தெரிந்தான்.

“இப்ப இவன் என்னத்துக்கு இஞ்ச நிக்கியான்?”

கேட்டைத் திறந்த வாட்சனும் எதோ வழி ஒருக்கிவிடுவது போல் மேல் நோக்கிப் போனான்.

ஓமனக்குட்டன் வாட்சர் செட்டின் சுவரில் சாய்ந்து நின்றான்.

“நின்ற சீவிதமெக்க தங்கம் என்னிடத்துப் பறஞ்சிட்டு உண்டு.”

சொன்னவனின் கையில் ஒரு பொதி இருந்தது. அதை இவளிடம் நீட்டினான். அந்தக் கவரின் வெளிப்பக்கம் பக்கத்தில் உள்ள செருப்புக் கடையின் பெயர் தெரிந்தது. இதெல்லாம் பார்த்தவளுக்கு அதிர்ச்சியாக இருந்தது. கல்யாணம் முடிந்த இந்தப் பத்துப் பதினொரு வருசங்களில் ஒரு சின்ன சிலெய்டுகூட மாப்பிளைக்காரன் வாங்கிக் கொடுத்திருக்கவே இல்லை. மனைவிக்கு எது இல்லை யென்பதுகூட அவன் கண்டுப்பிடித்திருக்கவே இல்லை. பொட்டுப் போடாமல் இருக்கும் நெற்றியை, பவுடர் இல்லாமல் இருக்கும் முகத்தை, தலைமுடியின் நீளம், அதன் தடிமம் எதுவுமே அவனுக்குத் தெரியாது. சொன்னதும் இல்லை.

ஓமனக்குட்டன் அப்படி இல்லை; நெற்றியில் பொட்டு இல்லாமல் சோலிக்கு வந்தால்...

“எந்தே ஓமனா, இப்பிடிவெறுதே நெத்தி கிடக்கு. ஒரு பொட்டு எக்க குத்தியிட்டு ஐஸ்வரியமா வரணும்” என்று சொல்வான். சேலை உடுக்கும் அழகைச் சொல்லுவான்.

அன்பு கொடுக்கல் வாங்கலில் இல்லைதான். ஆனால் மனசுக்குப் பிடித்தவன் கொடுக்கும் எதோ ஒன்றைத் தனக்கான உலகத்தின் வெளிச்சம்போலவே நினைத்துப்போகிறாள் பெட்டச்சி.

“எனக்கு இதெல்லாம் வேண்டாம் மேசிரி” என்று சொன்னவள் படக்கென மேல் நோக்கி நடந்தாள்.

“ஓமனே...” பதறலோடு அழைத்தவன் அவள் கையைப் பிடித்தான். அவளே நினைக்காத நேரத்தில் அவளைக் கட்டியணைத்து நெற்றியில் முத்தினான்.

“எனிக்கி எதுவும் நின்னிடத்துன்று வேண்டாம் மோளே, என்ற பொன்னார குட்டி எவிட இருந்தாலும் சந்தோசமா சீவிச்சணும். அது மாத்ரம் மதி எனிக்கு. ஆனா நின்ற சீவிதம் அங்கன இல்லன்னு ஞான் அறியும். எனிக்கி எந்து செய்யான் பற்றும் பற? நீ பொறுக்குந்நோ என்னிடத்து. எல்லாம் உபேஷிச்சிட்டு[1] என்ற ஈக்கையைப் பிடிச்சிட்டு வருந்நுன்னோ...” பதுங்கிக் கிடந்தவள் படாரென எழும்பினாள்.

தன் மகள்கள் அம்மோ என அழைப்பதுபோல் கேட்டது. வாழ்விலும் தாழ்விலும் இன்பத்திலும் துன்பத்திலும் இவனுக்கு பிரமாணிக்கமாக[2] இருப்பேன் என்று மனுவின் தாலியைக் கழுத்தில் வாங்கும்போது இறைவனின் முன் செய்துகொடுத்த ஒப்பந்தம் மனசில் ஓங்கி ஒலித்தது. மனசு படக்படக்கென அடித்தது. விறுவிறுவென ஓடினாள்.

வேலைக்கு மனசில்லாமல் ஆனவள், போர்மாவுக்குப் போகும் வாசல்படியிலே தலையைப் பிடித்துட்டு இருந்தாள். உடலெங்கும் ஓமனக்குட்டனின் வாசம் பரவிக் கிடந்தது. அவனோடு சாய்கையில் இவளுக்குள் பிடைத்து எழும்பிய பெண்மை இன்னொரு அவஸ்தையாக இருந்தது. மாப்பிளைக்காரன் தொடலுக்கும் இவனின் அணைப்புக்கு மான வித்தியாசம் மனத்திரையில் விழுந்துட்டே இருந்தது.

அவன் விரல்களைப் பிடிக்க மாட்டான். முகத்தைப் பாக்க மாட்டான். கண்களைத் தரிசிக்க மாட்டான். இதம் பதமாக நெற்றியை வருட மாட்டான். வெறும் ஒரு காமத்தின் பேரிரச்சலோடு இடியாக இறங்குகிறவனைவிட ஓமனக்குட்டனின் அணைப்பில் கிடைத்த இதம் பதம் எங்கோ ஓடி ஒளித்த பெண்மையின் எல்லாச் சத்தங்களையும் எழுப்பி விட்டிருந்தது. மாபெரும் அவஸ்தையில் உழன்றாள் ஓமனா.

---

1. விட்டுவிட்டு

2. உண்மையாக

அவன் சொன்னதுபோல் அவன் கையைப் பிடிச்சிட்டுப் போனால்... ஓமனாளின் கடன் பிரச்சினைகள் தீரும். எங்கோ ஓர் இடத்தில் எந்த சஞ்சலமும் இல்லாமல் வாழ்ந்து போகலாம். போயிரட்டா. அந்த பெரும் நரகத்திலிருந்து. இப்பெரும் நினைவு வந்ததுமே, "அம்மோ..." இளைய மகள் காய்ச்சலில் முனகுவதுபோல் ஒலித்தது.

"சம்பள பருப்பை வேண்டி வச்சிட்டு இப்பிடி செட்டுக்கு வெளியில இருந்தா எப்பிடியாக்கும். கருநரம் மட்டும் எட்டுக் கிலோ இருக்கு."

மெக்காடுக்காரி ஓமனாளிடம் சொல்ல, இவ்வார சம்பளத்தின் முக்கியம் நினைத்தாள். வேலைக்கு மாட்டும் கவுனைக் கைகளில் நூத்தினாள். தொப்பியை வைத்தாள். அடுக்குப்பெட்டியிலிருந்து பிச்சாத்தியை எடுத்தாள். கருநரத்தை முறத்தில் தட்டினாள்.

வேலை முடிந்த அந்திவேளை. கமுக்கூடு முழுவதும் விசர்த்த வேர்வையின் துர்நாற்றம் உடம்பு முழுவதும் அண்டிப்பருப்பின் வெட்கையை இழுத்தடிக்க, வீட்டிற்கு நடந்துகொண்டிருந்தாள். இரண்டு வாரமாகக் கூடவே வேலை செய்யும் கூட்டுக்காரி சிந்தாமணி வேலைக்கு வரவில்லை. அவள் மாப்பிளைக்குக் குடி முற்றிக் கல்லீரல் பழுத்து ஆசாரிப்பள்ளம் ஆஸ்பத்திரியில் இருக்கிறான். பார்க்கப் போக வேண்டுமென்ற சிந்தனையோடு நடந்தாள்.

வீட்டுக்குப் போகும் வழிப்பாதையில் நடந்தவளின் முன்பக்கமாகச் சாய்ந்தபடியே நடக்கும் தன் மாப்பிளையைப் பார்த்தாள். அவனை அந்தச் சாய்தலோடு அணைத்தபடி தாமஸ். மாப்பிளையின் கையில் உணவுப் பொட்டலம் ஆடிஆடிக் கிடப்பதைக் கண்டாள். வேண்ட மட்டுக்குக் குடிக்கவும் வாங்கிக் கொடுத்துச் சாப்பிடவும் பொதியல் வாங்கிக் கொடுத்திருக்கிறான் இந்த தாமஸ். வெறுப்பாக இருந்தது.

வீட்டிற்குள் நுழையும்போதே பிரியாணி வாசம் மூக்கில் ஏறியது. பிள்ளைகளுக்கு அப்படியொரு மகிழ்ச்சி.

பின்பக்க வாசலில் அமர்ந்திருந்த தள்ளையிடம் போய் மொஞ்சினார்கள்[3].

"அம்மோ. அப்பா ப்ரியாணி வேண்டியிட்டு வந்துருக்கு." மூத்தமகள் குசுகுசா சொன்னாள்.

"அது ப்ரியாணி இல்ல மக்கா... பீ."

3. அணைந்தார்கள்

பிள்ளைகளின் முகத்திலடித்தது இவ்வார்த்தை.

“கொப்பன் கொண்டு வந்த ப்ரியாணியை ரெண்டு பேரும் தொட்டுக்கூடப் பாக்கப்பாது. அம்ம அடுத்த கிழம உங்க ரெண்டு பேருக்கும் இதவிட நல்ல ப்ரியாணி அழயா மண்டபத்துல[4] போய் வேண்டியிட்டு வருவேன்.”

ஒரு வாரம் என்பது எவ்வளவு பெரிய இடைவெளி? இப்போது மணக்கும் இம்மணத்தை எப்படிக் கடக்க முடியும்?

“குட்டே... கீ... தா...” மனு மூத்தவளை அழைத்தான்.

“இந்த ப்ரியாணியைக் கொம்மைக்கும் கொடுத்துத் தின்னுங்கா.”

ஓமனா தன் மகள்களின் கையைப் பிடித்துத் தன்னோடு இருத்தினாள்.

“குட்டே றீனா...” இளைய மகளை அழைத்தான்.

பதிலில்லை.

“குட்டே எல்லாரும் ஒரேயடியா செத்தா போனியா? கொம்ம எவனுக்க கூடட்டி போனா?”

கேட்டவன் தானே அடுக்களைக்குப் போனான். அங்கே கமத்தி வைத்திருந்த பாத்திரங்களை இழுத்தான். தடா புடாலென் விழுந்த சில்வர் பாத்திரங்களின் ஒச்சையால் பூனை திசை கெட்டு ஓடியது.

“தள்ளே தின்ன தேவடியா. அண்டியாபீசுக்குப் போன பிறகு கூதி கனத்துத்தான் போனா... குட்டே ஓமனா...”

அதட்டலோடு அழைத்தான். கையில் எடுத்த வீதியான பிளையிட்டைத் தன் முன்னே வைத்து ப்ரியாணி பொதியைத் திறந்து அதில் தட்டினான். கூடவே சால்னா கறியை ஊத்தி விரவினான். ஓடிப்போன பூனை இப்போது நுணையால் கரஞ்சபடியே வீட்டைச் சுற்றியது.

“மக்களே, அப்பன் ப்ரியாணி தா... ளேன். வாளுங்கா.”

நாக்குழறலோடு அழைத்தான். குழந்தைகளுக்கு நூறுசதவீதம் ப்ரியாணிக்கான கெதிப்பு மிகுந்தது. அமுக்கிப் பிடித்து வைத்திருக்கும் ஓமனாளின் கையை எரிச்சலாகவும் கனமாகவும் பார்த்தார்கள்.

“நம்ம அப்பாதானே...” மூத்தவள் மருகினாள்.

---

4. அழகிய மண்டபம்

“வேலைக்கிப் போய் உழச்சி வேண்டியிட்டு வர சொல்லு. அந்தப் பன்ன பய ஓசுல கொடுத்த வகையை வேண்டி வச்சிட்டு விளிச்சியான். அதை நம்மா தின்னப்பாது. வெறும் ப்ரியாணி இல்ல வாழ்க்கை.”

“அம்மைக்கி நம்மா அப்பாயிட்டண்டு ஒண்ணும் வேண்டியது பிடிச்சாது”அழும் நிலைக்கு ஆளானார்கள் பிள்ளைகள்.

“மக்களே...” மீண்டுமாக அழைத்தான். பிள்ளைகள் தள்ளையின் கைப் பிடியை அகற்றவும் முடியாமல் பிரியாணியைத் தின்னவும் முடியாமல் திகைத்தார்கள்.

எவரின் அரவமும் கேட்காத நிலையில் மனு எழுந்தான். பின்வாசலில் இருக்கும் ஓமனாளையும் பிள்ளைகளையும் கண்டான்.

“எப்ப பாரு பின்ன வாசலுல போய் ஒரு இருப்பு. ஈரோலி தான் இவளுக்க மாப்பிளையா காணும். குட்டே. ஓமனா, நான் விளிச்சா ஒனக்குக் கேக்காதோ? இன்னட்டி”

அவன் அளஞ்ச பிரியாணியை நீட்டினான். ஓமனா முகத்தை வெட்டினாள். குழந்தைகள் தட்டையே பார்த்தார்கள். கையிலிருந்த பிரியாணித் தட்டோடு ஓமனாளின் அருகே அமர்ந்தான் மனு.

அவன் இருந்ததும் பொசுக்கென மூக்கில் ஏறிய சாராய வாடை சங்கை இறுக்கி மூச்சை முட்டவைத்தது. லொக் லொக் என இருமத் தொடங்கினாள் ஓமனா. முன்பெல்லாம் தன் சித்தியின் சித்தப்பா குடித்துவிட்டு வந்து பாட்டும் கதையுமாகச் சொல்லித் தருகையில் வீசும் வாசம் வேறாக இருந்தது. மண்ணை அடி ஆழமாகத் தோண்டும்போது வீசும் மணம்போல். காட்டுப்பூக்கள் கரிந்து வாசம் வீசுவதுபோலென இருந்த நாட்டு வகை சரக்குகளெல்லாம் போய் இப்போது விசத்தை விற்று அதைக் குடிப்பவனின் மொடை கொலவாத நாற்றமாக இருக்கிறதே...

“வேற எவனுக்க மணமும் கிட்டி காணும். அதான் இப்ப எல்லாம் என்னை முகம் சுழிச்சிய இல்லியா?”

வக்கணையாகக் கேட்டவன் சிரித்தான். முன்பக்க வரிசையின் கடைசிப் பற்கள் கறுப்படித்துத் தெரிந்தன. இன்னும் சில நாள்களில் இவன் ஓட்டைப்பல்லனாகவும் மாறுவான். சிரிக்கும்போது தொண்டையில் இழுத்த கருபிரு கபம் இவன் இதயம் வலுவாக இல்லை என்பதையும் சொன்னது. இப்படியே

போனால் இவனும் சிந்தாமணியின் மாப்பிளையைப் போல் கிடையில் ஆகுவான். கல்லீரல், மண்ணீரல், குந்தம் குடச்சக்கறம் எல்லாமே போக்காகக் கிடையில் ஆகி பீயும் மோளுமாகப் படுக்கையில் கிடக்கத்தான் போகிறான். நினைத்தாலே கனம் கனமாக இருந்தது.

தட்டில் இன்னுமாக சால்னா ஊத்திக் குழைத்து, பார்சலில் இருக்கும் கோழி எலும்பைச் சவைத்து கண்டமட்டுக்குத் தட்டிலே துப்பி,

"இன்னா மக்கமளே தின்னுங்க..." என்று உருட்டி பிள்ளைகளின் கையில் கொடுக்கப் போனான். ஓமனா அவன் கையைத் தட்டினாள். இவனுக்குக் கோபம் பொங்கியது.

"நானும் அப்பமே பாத்துட்டுத்தான் இருக்கேன் ஒனக்க கிணாட்டலை. நான் ஒரு வக கொண்டுவந்தா ஒனக்கு மேவாதே; தின்னுட்டி இத."

தான் அளைந்துவைத்ததை ஓமனாவிடம் தள்ளினான். நல்ல காலத்திலே மாப்பிளையின் மிச்சமெனத் தின்னு பழகியிருக்கவில்லை. அதில் பெரிய பிடித்தமும் இருந்திருக்க வில்லை. இப்போதோ குடித்துக் குளைத்துத் துப்பி தள்ளிய வகையைத் தின்னவே பிடிக்கவில்லை.

"தின்னுங்கட்டி..."

பிள்ளைகளையும் சேர்த்து இறுவினான். குழந்தை களுக்கு பிரியாணி மீதான பிடிமானம் போனது. தகப்பன் இறுவாமல் இருந்தால் நலமென்று தோன்றியது.

"எனக்க மிச்சம் தின்னமாட்டியோ..." ஓமனாளின் கையைப் பிடித்துத் திருக்கி அவள் மடியில் பிரியாணியை வைத்துத் தன் கையால் வாரி வாயில் துருத்தினான். தொண்டையில் சிக்கி மூக்கு வழியே பிரியாணிப் பருக்கைகள் எற, மூச்சுக்காகப் பிடைக்கத் தொடங்கினாள்.

"அப்போ... ஓ... பிரியாணி நாங்க... தின்னியோம்..."

பிள்ளைகள் அவன் காலைப் பிடித்துக் கதறினார்கள்.

"அப்பிடி வாங்க வழிக்கி. கொம்மைக்கும் கொடுத்துத் தின்னுங்க... செணம்..."

அவிழும் கைலியை உதறி இறுக்கியபடியே போனவன், தளத்தில் போய்க் கிடந்தான். இனி எப்போது போதை தெளியுமோ?

தகப்பன் கொடுத்துட்டுப் போன பிரியாணியை வாயில் துருத்தி விக்கவும் முடியாமல் விழுங்கவும் முடியாமல் தவிக்கும் பிள்ளைகளைப் பார்த்தவள், வேகமாக வாங்கிப் பறித்தாள். பின்பக்கம் சுழலும் பூனையை அழைத்தாள். அதுவும் வர மறுத்தது.

பிள்ளைகள் பசியோடுதான் உறங்கியிருந்தார்கள். உறக்கத் தலத்தில் போகப் பிடிக்கவில்லை ஓமனாளுக்கு. மனுவின் குறட்டைக் கேட்டது. எப்போது முழிப்பானோ அப்போது வருவான் மாப்பிளை என்கிற உரிமையோடு.எரிச்சலாக வந்தது. எப்படி இந்தப் பொருந்தாதவனைக் கழட்டி எறிவது. பின்பக்கம் போய் இருந்தாள். வானம் தெளிவாகத் தெரிந்தது.

ஆகக்கூடி தாலி கெட்டிவிட்டவுடன எனக்க எல்லா ஆசாபாசமும் போகணுமா? அதுக்காகவா இத்தனை துக்குரும்? இத்தனைக்கும் புனிதமென கெட்டிய தாலிகூட இவனுக்கான கடனுக்காக அடகில் போய் இருக்கிறது. நான் அண்டியாபீசுக்காரிதான். ஆனா என்ன நானும் நாலு பெண்களைப் போல சுயமரியாதைக்காரி.

நினைவுகளூடே திறந்து கிடக்கும் உலகைப் பார்த்தாள். முழு நிலாவின் வெளிச்சத்தில் இரவு வெளிறி கிடந்தது. பட்பட்டான வெளிச்சத்தில் ஈரோலி மட்டும் உறங்காமல் நின்றது. ஒவ்வொரு முறையும் அது அசையும்போது பூ உதிர்வதுபோல் பொலாபாலவென்று விழும் பழுத்த இலைகள் மரத்திடமிருந்து விடைபெற்றுப் போய்க்கொண் டிருந்தன. மரமென்ற ஒட்டுதலிருந்து பிரிந்து விழும் இலைகள் மரணத்தின் சேதியைச் சொல்வதுபோலவே கேட்டது. எந்த ஓசையும் இல்லாமல். ஆர்ப்பரிப்பு இல்லாமல், அலறலும் இல்லாமல் எவ்வளவு அமைதியாக மரத்திலிருந்து இலைகள் விலகிப் போகின்றன. தன் சாவை எவ்வளவு எளிதாக ஏற்றுக்கொள்கின்றன. தன்னிடமிருந்து விடைபெறும் இலைகளுக்காக மரம் துக்கம் கொண்டாட முடியுமா? யோசனையுடன் மரத்தின் உச்சியைப் பார்த்தாள்.

மரத்துக்கும் இவளுக்குமான மௌன பாசையைக் குலைக்கும்படியாக.

“அய்யோ... ஒ...”

கிச்சிலியின் அலறல் குரல். அடிச்சி பறந்து ஓடினாள் ஓமனா. அங்கே வீட்டு முற்றத்தில் வெட்டி மறிந்தான் கிச்சிலி யின் இளைய மருமகன்.

மாலா போன மன அழுத்தமும் அவமானமும் தாங்காமல் விசம் குடித்தவன் மாமியாரின் வீட்டின் முன் உயிருக்காகப் போராடித் துடித்துக்கொண்டிருந்தான்.

"அய்யோ... நான் என்ன பாவம் செஞ்சேன்?"

மாரில் அடித்து அலறினாள். வாயில் நுரையும் இரத்தமும் தள்ளி, கண்கள் மேற்சொருகி உடலைத் தரையில் போட்டு உருட்டும் மாலாவின் கணவன் சாஜியை உன்னிப்பாகப் பார்த்தாள் ஓமனா.

தன்னோடு இல்லாமல் போனவளைப் பழிவாங்கவா இப்படி செய்தான்? அவமானம் தாங்காமலா இப்படிச் செய்தான்? அப்படியெனில் என் மாப்பிளையும் நான் ஓமனக் குட்டனோடு போனால் இதுபோல் செய்வானா? அவனும் தோற்றுப்போய் தன் ஆண்மை பொசுங்கி செத்தொழிஞ்சி போவானோ? அவன் அவமானப்படணும். அதை நான் பார்க்கணும். மனசு கறுவியது.

"மனு வீட்டுலதானா..." அழுகையோடு கேட்டாள் ஓமனாளிடம்.

சுயம் திரும்பியவள் ஆமா என்பது போல் தலையை ஆட்டினாள். அதற்குள் மனுவும் வீட்டிலிருந்து வெளியே வந்தான். ஓமனாளின் பிள்ளைகள் அழத் தொடங்கினார்கள்.

மாலாவின் கணவன் பிழைக்கவில்லை. ஆஸ்பத்திரிக்குத் தூக்கும்போதே அவன் உயிர் விலகியிருந்தது. அவனைத் தூக்கி ஆம்புலன்சில் போடும்போது வெளிச்சாடி நின்ற கண்கள் ஓமனாளை இன்னமும் குத்திக்கொண்டே நின்றன. அக்கண்கள் மாப்பிளையின் கண்கள்போலவே இதய முனையை அறுத்துக்கொண்டே நின்றன. மனுவையும் தோற்கடிக்க மனசு துடித்தது. ஓமனா என்னும் பெண்ணின் ஆன்மாவின் நரம்புகளை மெல்லமெல்ல அறுத்தவன் துடித்துத் துடித்துச் சாகவே வேண்டும். அவனால் பூர்த்திசெய்யப்படாத தன்னைத் தனக்குப் பிடித்தவனிடம் ஒப்படைக்கும்போது அந்த அவமானம் தாங்காமல் அவனும் புரள வேண்டும். கடன்காரன் தன் கண்முன்னே பிடித்து இழுக்கும்போது மூடு துணியைப் போட்டு முகத்தை மறைத்தவன் எதோ ஒருகாலத்தில் தன் பிள்ளைகளுக்கு இப்படியொரு நிலை வந்தாலும் கண்களை மூடிகொண்டு இருப்பான். இப்படிப்பட்டவனின் கொண்டையின் நிமிர்வை ஒடிக்க வேண்டுமெனில் நான் இந்த வீட்டை விட்டுட்டுப் போகணும்...

"மனுவுக்க பெண்டாட்டி ஓடிப் போயிட்டாளாமே. பெண்டாட்டியை வச்சி வாழத் தெரியாதவன் த்தூ" என ஊர் துப்பும் போது அந்த வெம்மையில் அவன் பொசுங்கி சுருண்டு சாகுவான். அப்படிச் சாகும்போது அவனுக்க கண்களைப் பார்க்கணும் நான்.

இப்படியெல்லாம் நினைக்கக் கூடியவளாக வளர்ந்தவ ளில்லை ஓமனா. வருங்காலக் கணவனைப் பற்றிய எத்தனையோ ஆசைகளோடும் அன்போடும்தான் இல்லறத்தில் நுழைந்தாள். அந்த அன்பும் ஆசைகளும் இடிந்து பொடிந்து துகள் துகளாக மாறிய பின் தன்னை அறியாமலே கணவன் தலைகுனிய வேண்டுமென ஆசைபடுகிறாள்.

"அம்மோ... ஓ" பிள்ளைகள் கோயிலிருந்து வந்திருந் தார்கள். ஒழுங்காகப் பூசைக்குப் போனதில் கிடைத்த படங்கள் ஆளாளுக்குக் கைகளில் இருந்தன. அம்மா, அப்பா, பிள்ளையென்கிற ஒருங்கிணையோடு இயேசு மரி சூசை வீற்றியிருக்கும் படத்தைப் பார்க்கையில் இனம்புரியாத சோகம் பிசைந்தது. குடும்பத்தின் கற்களை அசைக்க எனக்குப் பலம் உண்டோ? கேள்வியோடு நிமிர்ந்தாள். வெளிப்பக்கம் ஈரோலி மரத்தின் பழுத்த இலைகள் பறந்தன.

19

கம்பெனியில் அவசர வேலை நடந்து கொண்டிருந்தது. இன்னும் இரண்டு வாரத்தில் ஓணம் வரக்கூடிய நிலையில் அதற்குரிய நாளில் வேலைநிறுத்தம் நிகழ்த்த வேண்டுமென்ற அவசரம் ஒருபுறம். பாஸ் செட்டில் நிறப்பு பகுதி யிலிருந்து குற்றமெனத் திரும்பே தள்ளிய வெள்ளைப் பருப்பின் மஞ்சள் பருப்பைப் பறக்க வேண்டிய நெருக்கத்தில் இருந்தார்கள்... அவரவர் பயன்படுத்திய பாத்திர வகைகளைக் கழுவி ஒதுக்கி வைக்கச் சிலர் முயன்றுகொண்டிருந்தார்கள். ஓணக்காலத்தில் வேலை நிறுத்தும்போது கம்பெனி செட்வரைக்கும் கழுவி, மேசைகளைத் துடைத்து, பாத்திர வகைகளைக் கழுவி என ஒதுக்கல் பறக்கலோடு கம்பெனி செட்டுகள் அவசரத்தில் கிடந்தன.

பாஸ் செட்டில் தளத்தில் சீட்டுகளை விரித்துப் போட்டு அதில் குற்றப்பருப்பைத் தட்டி மஞ்சள் அதிகமாக அடித்திருக்கும் பருப்புகளைப் பறக்கி மாற்றிக்கொண்டிருந்தார்கள். ஓமனக்குட்டனின் கண்கள் வேளைக்கொரு முறை ஓமனாளிடம் போய் நின்றன. அவள் கண்களைப் பார்க்கையி லெல்லாம் இனம்புரியாத துக்கம் நெஞ்சை அடைத்தது.

"அங்கன இவிட இல்லாத எந்த பிள்ளராண்ணு நின்ற மனச கலச்சுது?" நாட்டில் கலியாணத்திற்கு மறுத்தபோது அவன் அம்மாவன் கேட்டதை நினைத்தான்.

"இவிட சந்தனம் போலுள்ள குட்டிகள் உண்டு... நீ எந்த பாண்டிக்காரிக்கியாட்டு நின்ற சீவிதம் நசுப்பிச்சு..." அம்மாக்காரி அழுததை நினைத்தான்.

மலையாளிகளெல்லாம் கொலையாளிகள் இல்லை. காதலுக்கான மனசு எனக்கும் இருக்கு என்ற உறுதிப்பாட்டில் ஆனவனுக்கு ஓமனாளைவிட வேறு யாரையும் பிடித்திருக்க வில்லை. அதற்கு என்ன காரணமென்று சொல்லத் தெரிந்திருக்க வில்லை.

"எடி மஞ்ச பருப்பு மட்டும் தறவாயிட்டு பறக்கான் நோக்கு."

சோலிக்காரிகளைத் துரிதப்படுத்தியபடியே செட்டில் இங்கும் அங்குமாக நடந்துகொண்டிருந்தான். மனசில் துக்கம் அமுங்கியது. இப்படியே ஓமனாளைத் துன்பமயமாகக் கண்டு, கண்டு தன் வாழ்க்கையைத் தொடர முடியாதென்பது அவனுக்குப் புரிந்திருந்தது. இந்த ஓணத்தோடு இங்கிருந்து போகத் தீர்மானித்துவிட்டான்.

இந்தக் கம்பெனிக்கு மாற்றலாகி வரும்போது ஓமனாளைப் பற்றிய நினைவு இருந்தது. ஆனால் மறுபடியும் அவளை இங்கே சந்திக்கக்கூடிய நிலை வருமென நினைக்கவே இல்லை. இனி என்ன ஆனாலும் மறுபடியும் இங்கே வரவே கூடாது என்பதில் தீர்மானமாக இருந்தான். ஓணத்திற்குப் பிறகு மாற்றலாகிப் போகும் விசயத்தை மெக்காடோடு மட்டும் பணியின் நிமித்தம் சொல்லியிருந்தான். வெள்ளை யில் குற்றப்பருப்புகளைப் பறக்கும்போது அவள் சில சோலிக்காரிகளோடு முசுமுசுத்தாள்.

"நம்ம மேசிரி ஓணத்துக்க பிறகு இஞ்ச இனி நிக்கேலியாமே." மெக்காடுக்காரியின் இவ்வார்த்தைகள் ஓமனாளின் காதில் இறங்கி இதயத்தைத் தாக்கியது. கண்கள் அதிர்ச்சியில் ஆகி செட்டில் கறங்கியவனைப் பார்த்தன.

வறண்ட நிலத்தில் விழுந்த துளிகள்போல வந்து சேர்ந்தவன் மாறிப்போகிறானா? காலத்த உறக்கம் முழிச்சும் போது மனசுக்குள் சில பக்கிகள்[1] பறந்து திரிய இவன் இங்கு இருப்பதுதானே காரணமாக இருந்தது. வாழ்கிறேன் என்கிற ஒரு சின்ன சந்தோசத்தையாவது தந்தவன் போகிறானா? வெள்ளை தெரிய முடியவில்லை. கண்ணீர் முட்டியது, அழுகை பீறிட்டது.

"மெக்காடே, வெள்ளம் குடிச்சிட்டு வாறேன்" என்று சொல்லிவிட்டு வெளியே ஓடினாள். இதயம் வெளியே சாடி விடும்போல் இருந்தது. போர்மாவுக்குப் போகும் முடுக்குப் படிகளில்போய் அமர்ந்தாள். குகை போன்ற இருள்சூழும் படிகளின் கீழ் படியில் அமர்ந்தவளுக்கு மூச்சு உருவிக்கொண்டு போவது போல் வலி திமிறியது. கை கால்கள் நடுங்கின.

---

1. வண்ணத்துப் பூச்சிகள்

"எடி…" பின்பக்கம் சத்தம் கேட்டது. ஓமனக்குட்டன் நின்றுகொண்டிருந்தான். பதறிக்கொண்டு எழும்பினாள். பருப்பு சூடாக்க லோடிங் பிள்ளைகள் வருவார்கள். போர்மாவில் நிற்கும் சோலிக்காரர்கள் வருவார்கள். இவன் எதுக்கு வந்தான்?

"போவும் போவும்." கைகளை உதறியபடியே சொன்னாள்.

"ஆரும் கண்டா யப்போ தீந்துபோயிரும்… நீரு போவும்."

கண்களில் நீர் ஒழுகச் சொன்னவளின் பதறிய விரல்களைப் பிடித்தாள். நடுக்கம் தீர்ந்திருக்கவில்லை.

"போறேன் ஓமனே… நீ செர்திச்சாத^2 ஸ்தலத்துக்குப் போய் மறையான் இந்த ஓமனக்குட்டன். இதோட நம்மளின்ற எல்லாம் அவசானிக்கும்."

"இப்ப என்ன… வந்… துட்டுன்னு நீரு போவுரு…"

"எனிக்கி பற்றூஉல்லா… நின்ன ஈ ஸ்திதிக்குக் கண்டுட்டு எனிக்கி இவிட களியாம் பற்றுவில்லா."

"நான்… நா… ன் நல்லா… தான்… இருக்கேன்…"

"ஓமனே…" இதமாக அழைத்தான்…

"நீ என்ற கூடே வருந்நோ?"

அதிர்ச்சியோடு பார்த்தாள்.

"நின்னையும் மக்களையும் ஞான் நோக்காம். அவமாரை வலிய ஸ்கூளுல விடாம். நின்ன வீட்டின கத்துவச்சி பொன்னு போல நோக்கான். இங்கன கை காலு நோவிச்சு நீ இனி ஜோலி செய்யாண்டாம். நீ வருந்நோ? இவிட போனஸ் போட்டதும் ஞான் புறப்பட்டுப் போவும். பின்ன ஒருக்காலும் இவிட திருச்சி வருவுல்லா. நீ நன்னாயிட்டு யோஜிச்சி எனிக்கி ஒரு மதி. நின்ற விருப்பம் எதுவோ அதுவே என்ற இஷ்டமும்"

"மேசிரி…" அழைக்கும் முன்னே அழுகை வெடித்தது.

"எனக்குக் கொடுத்து வச்சேல." கண்கள் மறிந்த கண்ணீரைக் கண்டான். அவளருகே நெருங்கினான்.

படபடக்கும் கண்களை மெல்லமாக முத்தினான்… ஒன்று இரண்டு என அவன் முத்தங்கள் அதிகமாகிப் போக… வரம்போல் அவைகளைப் பொதிந்தாள்.

"எந்தாயிலும் பறையணும். நான் காத்திருக்காம்."

---

2. நினைக்காத

சொல்லிப் போனவனால் குழம்பிப்போனாள். தவித்துப் போனாள். என்ன செய்ய? குழந்தைகளையும் கூட்டியிட்டு இவனோடு போனால்... போனால் நான் தேடும் ஆசுவாசம் கிடைக்கும். போட்டா? நினைக்கவே குப்பென வியர்ப்பு பெருகியது.

“குற்றப்பருப்பு பறக்கியிட்டு இருந்த ஓமனா எங்க போனா?” கூடவே உள்ள சிந்தாமணி தேடுவது கேட்டது. கண்களைத் துடைத்துக்கொண்டு செட்டிற்குள் போனாள்.

”அதுக்குள்ள எங்க பெயிட்ட நீ?”

“ஒரே மண்டகனம். மூக்குப்பிடிச்ச போனேன்” என்று சணசண குரலோடு சொன்னவளை சிந்தாமணி கவனித்தாள்.

“மூஞ்செல்லாம் இப்பிடி கனத்துப்போய் இருக்கு. ஏன் கரஞ்சியாக்கும்?”

மனசில் கிடக்கும் கிலேசத்தை யாரோடேனும் சொன்னாலே மனசு அடங்கும். ஓமனக்குட்டனின் சினேகம் சிந்தாமணிக்குத் தெரியும்.

“மாப்பிளையும் மக்களும் இருக்கிய நமக்கெல்லாம் இது என்னத்துக்கு ஒதவும்? என்னதான் மானே தேனேன்னு சொன்னாலும். மலையாளியும் ஒரு ஆணுதானே. எல்லாம் கையில கிடைக்கிறதுவரைக்கும்தான். நீ மனசை அலையவிடாம இரு. ஒனக்குன்னு ரெண்டு பிள்ளைகள் இருக்கு.”

இப்படித்தான் சிந்தாமணி அடிக்கடி சொல்லிக் கொடுத்திருக்கிறாள். இந்நிலையில் தன் உணர்வை இவளிடம் சொல்ல முடியாது. மனசோடு அமுக்கினாள்.

“மேசிரி மாறியாருபோல இருக்கே?”

“ஓ... போட்டுப் போட்டு. யாரு வந்தாலும் நம்மா சோலி செஞ்சாதான் சம்பளம். என்னான்னு சொல்லிய?”

மேலோட்டமாகச் சொல்ல முயன்றவளைப் பார்த்தாள்.

“ஒனக்குச் சங்கடம் காணும் இல்லியா?”

“அய்யே எனக்கெதுக்குச் சங்கடம்...”

வெளியில் சொல்லிவைத்தாள். மனசு அடங்கவே இல்லை...

○

தங்கத்தோடு எல்லாம் சொல்லி முடிக்கையில் மணி ஏழு கழிந்திருந்தது. மழை புளுபுளா தூத்த[3] துடங்கியிருந்தது.

தங்கத்தின் வீட்டு முன் நின்ற வேப்ப மரத்தில் பறவைகள் நாங்கள் உன் கதையைக் கேட்டோம் என்பதுபோல் சிறகை அடித்தன. வானத்தைக் கருமேகங்கள் மூடிக் கிடந்தன. அவற்றின் இடையே முகம் காட்டுவேன் என்னும் வேட்கையில் நீந்தும் நிலாவை அவ்வப்போது கருமேகங்கள் உள்ளிழுத்துக்கொண்டன. அவற்றையும் மீறி நிலா வராமல் இல்லை.

ஓமனா சொல்லி முடித்த விசயங்களை உள்வாங்கியவள், அவள் முகத்தைப் பார்த்தாள்.

"மோளே, நானா என்ன முடிவு சொன்னாலும் அது நல்லது இல்ல. உன் உள் மனசுல ஒனக்குன்னு ஒண்ணு தோணுமே அதைச் செய். ஓமனக்குட்டனுக்க காதலை நம்பி போயிட்டுப் பிறகு அதுவே நல்லவிதமா ஒன்ன வைக்கலேன்னா; இருந்த இடத்திலேயும் கிடைக்காம போயிட்டேனுன்னு நினைக்க வேண்டியிருக்கும். இவன்கூட குப்பக் கொட்டி இன்னும் வாழ்க்கை நசுப்பிச்சி போகம்ப அவன்கூடப் போயிருக்க மாட்டேனான்னி தோணும். இரண்டு பக்க வாழ்க்கையையும் விசாலமா மனசுக்குள்ள போட்டு அலசிப் பாரு. ஒனக்குன்னு ஒரு முடிவு கிடைக்கும்."

"அவனை இனி எனக்குப் பாக்காம இருக்க ஒக்காது சித்தியே. அவன் காட்டின சினேகம் எனக்க மாப்பிளையிக்க சுண்டு விரலிருந்துகூடக் கிட்டினது இல்ல. எனக்கு அவனுட்ட நம்பிக்கையிருக்கு."

"அப்ப போறியா?"

……

"நீ போன பிறகு ஒனக்க மயினியாருக்க மாப்பிளையைப் போல இவன் செத்துக் கெட்டுப்போனா. அது ஒனக்கக் குத்தமா தோணாதா?"

"தோணாது." உறுதியாகச் சொன்னவளின் கண்களில் வீரியம் தெரிந்தது.

"அவனுக்க கிட்ட வச்சி தாமஸ் என் கையைப் பிடிச்சி இழுக்கியான், பிதப்பு கொண்டு மூஞ்சிய மூடியிட்டுக் கெடக்கியான். அப்பவே என் மனசுல இருந்த கொஞ்ச நஞ்ச

3. தூறல்

மாப்பிளையும் செத்துப்போனான். அவனை இனி எங்காலத்தில திரும்பிக்கூடப் பாக்காத அளவுக்கு வெறுத்துப்போயிட்டேன்."

அவள் முகத்தின் தீவிரம் கடுமையாக இருந்தது.

"அப்ப போ." ஓமனாளின் முதுகைத் தட்டிச் சொன்னாள்.

"நீ எங்க இருந்தாலும் சந்தோசமா இருந்தா போது மெனக்கு."

"போறதே போற... பின்ன இந்த ஊரு இல்ல ஒனக்கு. எந்த சொந்த பந்தமும் இல்லாம ஆகியிருவ."

"ம்..."

"அப்ப அவன் சொன்ன நாளுலகூடப் போ." தங்கத்தின் குரலில் சோகம் தளும்பியது.

"நான் ஒனக்குப் போனெல்லாம் பண்ணுவேன். இஞ்ச வராட்டாலும் நமக்கு வெளியில எங்கேயும் வச்சி பாக்குலாம் சித்தியே."

அவள் கண்களில் ஓமனக்குட்டனின் காதலைக் கண்டாள் தங்கம். பெண்ணுக்கான காதல் வலிமையைப் போல் உலகத்தில் வேறு எந்த வலிமையும் இல்லை என்பதைக் கண்டாள்.

"வாழ்க்கை என்கிறது எப்பன்னாலும் அது குலஞ்சி போகிறதுதான். ஒவ்வொரு பறவைக்கும் ஒவ்வொரு திசை தானே மக்கா."

"நீ ஏன் இப்ப இப்பிடியெல்லாம் பேசிய?"

"அதானே உண்ம. நம்ம அண்டியாபீசுகூட இன்னும் எத்ர காலமுன்னு சொல்லிய? எல்லாம் மிசியன் காலம் வந்தாச்சி இல்ல. இனி சின்னப் பிராயத்துக் குட்டிகள் வந்து அண்டியாபீசு தொழிலை வளக்கபோறதில்ல. மிசியன்களின் காலம் வந்த பிறகு அண்டியாபீசு இன்னும் அதிக காலம் ஓடாது மக்கா. அங்கேயும் பெரிய வாசல் அடைக்கும்... அதுனால"

சொல்லும்போதே ஓமனாளின் மனசில் வளமையான ஒரு காலத்தின் அண்டியாபீசு கண் முன்னே வந்தது. பல நூறு பெண்கள் சேர்ந்த அழகான உழைப்பாலயம் இனி இவள் சொல்வதுபோல் ஏதோ ஒரு காலத்தில் சொல்லப்படும் ஓர்மையில்தான் ஆகுமோ?

"அதுனால... நீ அவன்கூட போ"

அண்டியாபீசு

தங்கத்தைக் கட்டியணைத்தாள். மாபெரும் அண்டியாபீசு சுவருக்குள் நிற்பதுபோல் அவள் தேகம் முழுவதும் அண்டிப்பருப்பின் வாசனை மிகுந்தது.

தன் அக்கவுண்ட்டில் போனஸ் விழுந்ததை உறுதிசெய்தாள் ஓமனா. என்னதான் ஓமனக்குட்டன் அழைத்திருந்தாலும் தன் கையிலும் காசு இருப்பதே நல்லதென போனஸ் ரூபாயை மாற்றியிருக்கவில்லை. பிள்ளைகளிடம் சொல்லி வைத்திருந்தாள்.

"அம்ம ஒங்கள புதிய ஒரு இடத்துக்குப் புதிய ஒரு வாழ்க்கைக்குக் கூட்டியிட்டுப்போறேன். அங்க போயாச்சுண்ணா நீங்க பெரிய ஸ்கூலுல படிக்குலாம். வருசா வருசம் புதுசா பல சோடி துணிகள் உடுக்குலாம். என்னிக்குமே பண்டம் தின்னுலாம்."

பிள்ளைகளுக்குத் தள்ளையின் இவ்விசயம் கேட்டதும் பயங்கர குசி.

"அப்பா நம்மகூட வருமா அம்மா?"

சின்ன மகள் கேட்டபோது காதைப் பிடித்துத் திருமினாள்.

"அவன்கூட இங்க படுற நரக வாழ்க்கை போராதா?"

அவள் திட்டமிட்டபடி இன்று இரவு ஒன்பது மணியளவில் அண்டியாபீசின் அருகே உள்ள பஸ் டாப்பில் ஓமனா தன் பிள்ளைகளோடு போகப்போகிறாள். ஓமனக்குட்டன் அங்கே இவளுக்காகக் காத்து நிற்பான். அவனோடு போகப் போகிறாள்.

தனக்கென்று எதையும் எடுத்துக்கொள்ள விரும்பவில்லை. அண்டியாபீசில் வேலை செய்த பாஸ் பிச்சாத்தியை மட்டும் துடைத்து எடுத்தாள். போட்டுக்கொள்ள ரெண்டுணு ஜெம்பர் துணிகள். இது தவிர பவுளிசித்தியின் போட்டோ, தல்லுபெரைக்காரிகளின் குழு போட்டோ, வேறு எதையும் எடுக்கவில்லை. மாப்பிளை மூத்த தங்கச்சிக்காரியின் வீட்டுக்குப் போயிருக்கிறான். அவன் விடிந்துதான் வருவான். அதுக்குள் போக வேண்டும்.

பிள்ளைகளும் இருக்கிறதில் புதிய துணியை எடுத்துப் போட்டிருந்தார்கள். எங்கோ போகப்போகிறோம். அதுவும் பாலும் தேனும் பொழியும் ஏதோ ஒரு அழகான இடத்திற்கு அம்மாகூடப் போகிறோம் என்பது மனசில் சொல்ல முடியாத சந்தோசத்தை ஏற்படுத்திக்கொண்டே இருந்தது.

“அம்மோ நம்ம சைனி பூச்சையைக் கூட்டியிட்டுப் போமா?” சின்ன மகள் கேட்டாள். அக்கேள்வி ஓமனாளைக் கஷ்டப்படுத்தியது.

“அதையெல்லாம் அங்க கொண்டு போக முடியாது மக்களே.”

பூனையிடம் தன் மகள்கள் பிரியாவிடை சொல்வதைக் கேட்டுட்டே நின்றாள்.

“நாங்கா பெருசா வளந்த பிறகு இங்கதான் வருவோம் இன்னா. அப்ப ஒனக்கு நிறச்சி பண்டமெல்லாம் வேண்டியிட்டு வருவோம் இன்னா. நீ அதுவரைக்கும் கிச்சிலி பாட்டியிட்டண்டு வேண்டி தின்னு. எங்கள தேடாத இன்னா...”

கவலையோடு பூனையை முத்தினார்கள். ஓமனாளுக்குத் துயரம் மேலிட்டது. வாழ்ந்த இடத்தை விட்டுட்டுப் போவதென்பது உயிரைப் பிடித்துக் கொடுப்பதுபோல்தான். ஆனால் இதை விட்டால் இன்னொரு வாய்ப்பைக் காலம் தராமல் போய்விடுமே; ஓமனக்குட்டன் என்பவனைக் கடவுள்தான் தந்தது. கேடுகெட்ட மாப்பிளைடமிருந்து தப்பித்துப்போக ஆண்டவன் தந்த வழி. மனசைக் கடுமைப் படுத்திக்கொண்டாள்.

நேரம் நகர்ந்துகொண்டே இருந்தது. எடுத்து வைத்த வகைகளைக் கையில் எடுத்தாள். வாழ்ந்த வீட்டை ஒரு முறை பார்த்தாள். எங்குமே மாப்பிளையின் முரடு தெரிந்தது.

“போமா மக்களே...” பிள்ளைகளின் கையைப் பிடித்தாள். கடைசியாக எதோ விடுபட்டது போலிருந்தது. முன் பக்கமாக வெளியேறினால் அறக்கடைக்காரி காண்பாள். தாமஸ் காண்பான். பின்பக்கமாகவே பிள்ளைகளோடு இறங்கினாள்.

பால் நிலாவின் வெளிச்சத்தில் முற்றத்தில் தெரிந்த நிழலைப் பார்த்தாள். நிமிர்ந்தாள். ஒரு பிடிகூட இலை இல்லாமல் வெறும் மொட்டையாக நின்ற ஈரோலி மரத்தைப் பார்த்தவள் அப்படியே நின்றாள். விடுபட்டது இம்மரம்தான் என்பதை உணர்ந்தாள்.

“நீ என்னை விட்டுட்டுப் போறியா ஓமனா?”

இலைகளை உதிர்த்து நின்ற மொட்டை மரத்தின் கேள்வி அவளை உருக்கியது. நடையைத் தளர்த்தியது. யானைப் பாறையில் மோதிய வடலியின் ஓசையும் என்னவோ செய்தது.

“இலையும் கிளையும் பூவும் கனியுமா நின்னுருக்கம்ப போயிருந்தாகூட நான் தாங்கியிருப்பேன். இப்ப யாருமே இல்லாம ஆகி நிக்கிறப்ப என்னை விட்டுட்டுப் போறியா?” மரம் கேட்க அப்படியே உருகினாள்.

“ம்மா... வாம்மா...”

பிள்ளைகள் இவள் கையைப் பிடித்து இழுத்தார்கள். ஓமனாளோ இலைகளிழந்த மரத்தைக் கட்டிப்பிடித்தாள். நேரம் போய்கொண்டே இருந்தது. அவள் கால்கள் அசையவே இல்லை. பர்சில் கிடந்த போன் அடித்தது. தெரியும் அது ஓமனக்குட்டனாகவே இருப்பான். போனை எடுத்து இறுக்கி அணைத்தாள். நேரம் நகர்ந்துகொண்டே இருந்தது...

“நீ இன்னும் போவேலியா? மேசிரி எனக்கு போன் பண்ணியிட்டு இருக்கியாரு. ஒனக்க போன் சுச் ஆப் ஆகி கிடக்காம்.”

தங்கம் இவளைத் தேடி வந்திருந்தாள்.

“நான் இப்ப வரேலன்னு சொல்லு சித்தியே...”

“குட்டே அவன் போனா இனி வர மாட்டான்”

“தெரியும்...”

“இனி அவன பாக்க ஒக்காது”

“ம்... தெரியும்...”

“பின்ன நீ ஏன் போவேல?”

“இங்க பாரு, எனக்க ஈரோலியில ஒரு பொட்டு இலகூட இல்ல. இப்பிடி ஆளும் சீரும் இல்லாம இது இதுல ஒத்தெய்க்கி நிக்கம்ப நான் எப்பிடி இதை விட்டுட்டுப் போவேன் சொல்லு? மரம் திளுக்கட்டும் சித்தியே... அதுக்கப்பிறவு போறேன்...”

மொட்டையாகி நின்ற ஈரோலியைக் கட்டிப்பிடித்த படியே அழுதவளின் கண்களில், பரிதவிப்பைக் கவனித்தாள் தங்கம்.

ஒரு அண்டியாபீசுக்காரியின் மனசு இவ்வளவுதான். தங்கம் ஓமனாளைக் கட்டியணைத்தாள். எதுவும் புரியாத பிள்ளைகள் மருட்சியாகி நின்றார்கள். சைனி பூனை அவர்களிடம் ஓடி வந்தது.

ஓமனாளுக்காகக் காத்திருந்த ஓமனக்குட்டன், கடைசிப் பேருந்தில் ஏறிப் போனான்.